மூன்றாவது மனைவி

(நாவல்)

சீதா குலதுங்க

தமிழில்: எம்.ரிஷான் ஷெரீப்

சிறந்த நாவலுக்கான
இலங்கை அரசு சாகித்திய விருதினை
வென்ற நாவல்

நன்னூல்
பதிப்பகம்
மணலி-610203
திருத்துறைப்பூண்டி

மூன்றாவது மனைவி
(நாவல்)
நூலாசிரியர்: **சீதா குலதுங்க**
தமிழில்: எம். ரிஷான் ஷெரீப் ©
முதல் பதிப்பு: டிசம்பர்-2022
பக்கங்கள்: 200

வெளியீடு:
நன்னூல் பதிப்பகம்
தொடர்பு எண்: 99436 24956
மணலி, திருத்துறைப்பூண்டி - 610 203
nannoolpathippagam@gmail.com

விலை ரூ.200

MOONDRAVADHU MANAIVI
(Novel)
Author: **Seetha Kulathunga**
Tamil Translation: Rishan Sheriff ©
First Edition: December-2022
Pages: 200
ISBN 978-93-94414-11-2
Published by:
Nannool Pathippagam
Contact No. 99436 24956
Manali, Thiruthuraipoondi - 610203
nannoolpathippagam@gmail.com

Price ₹ 200

அட்டை வடிவமைப்பு: அரிசங்கர்
உள்பக்க வடிவமைப்பு: சு. கதிரவன்

Printed at : ASX Printers, Chennai - 5.

சீதா குலதுங்க

இலங்கையைச் சேர்ந்த பெண் எழுத்தாளரும், மொழிபெயர்ப்பாளருமான சீதா குலதுங்க ஆங்கிலம், சிங்களம் ஆகிய இரண்டு மொழிகளிலும் எழுதி வந்தவர். இலங்கையில், களுத்துறை மாவட்டத்திலுள்ள குக்கிராமமொன்றில் பிறந்து வளர்ந்த அவர் பிற்காலத்தில் பேராதெனிய பல்கலைக்கழகம் மற்றும் அவுஸ்திரேலியா சிட்னி பல்கலைக்கழகம் ஆகியவற்றில் தனது உயர் கல்வியைப் பூர்த்தி செய்தார்.

தனது எழுத்துக்காக இலங்கைக் கலைக்கழக விருதை வென்றிருந்த அவரது ஆங்கில நாவல்களான Dari The Third Wife அரச சாகித்திய இலக்கிய விருதை வென்றதோடு, The High Chair and Cancer Days க்ரேஷன் விருதுக்குப் பரிந்துரைக்கப்பட்டிருந்தமை குறிப்பிடத்தக்கது. இலங்கையிலும், நைஜீரியாவிலும் பாடசாலை ஆசிரியையாகப் பணி புரிந்த நீண்ட கால அனுபவத்தைக் கொண்டிருந்த அவர் நிறைய நூல்களை எழுதியிருப்பதோடு, 2014ஆம் ஆண்டு தனது எழுபத்தேழு வயதில் காலமானார்.

மொழிபெயர்ப்பாளர்

எம். ரிஷான் ஷெரீப்

எம். ரிஷான் ஷெரீப் இலங்கையைச் சேர்ந்த தமிழ் எழுத்தாளரும், கவிஞரும், ஊடகவியலாளரும், மொழி பெயர்ப்பாளரும் ஆவார். கவிதை, சிறுகதை, கட்டுரை, புகைப்படம் ஆகிய துறைகளில் பங்களிப்பு செய்து வரும் இவர் சிங்களம், ஆங்கிலம் ஆகிய மொழிகளிலிருந்து தமிழுக்கு மொழிபெயர்ப்புகளையும் மேற்கொண்டு வருகிறார்.

இந்த நூல்களுக்காக இவர் இதுவரையில் இலங்கை அரச சாகித்திய விருது, கொடகே இலக்கிய விருது, துரைவி விருது, இந்தியா வம்சி விருது, கனடா இயல் விருது, இந்தியா வாசகசாலை விருது போன்ற முக்கியமான விருதுகளை வென்றுள்ளார். இவரது படைப்புகள் சிங்களம், ஆங்கிலம், மலையாளம் ஆகிய மொழிகளில் மொழி பெயர்க்கப்பட்டு வெளியாகியுள்ளன.

தொடர்புக்கு - mrishansh@gmail.com

மொழிபெயர்ப்பாளரின் நூல்கள்

நாவல்
- ❖ ஆரண்ய வாசி

கவிதைத் தொகுப்புகள்
- ❖ வீழ்தலின் நிழல்
- ❖ மிக ரகசியச் சொற்கள்
- ❖ ஆட்டுக்குட்டியின் தேவதை

சிறுகதைத் தொகுப்பு
- ❖ அடைக்கலப் பாம்புகள் (இலங்கை அரச சாகித்திய இலக்கிய விருது - சான்றிதழ்)

கட்டுரைத் தொகுப்புகள்
- ❖ கறுப்பு ஜூன் 2014
- ❖ இயற்கை
- ❖ ஆழங்களினூடு

மொழிபெயர்ப்புக் கவிதைத் தொகுப்புகள்
- ❖ தலைப்பற்ற தாய்நிலம்
- ❖ இறுதி மணித்தியாலம் (கனடா தமிழ் இலக்கியத் தோட்ட விருது) (இலங்கை அரச சாகித்திய இலக்கிய விருது சான்றிதழ்)
- ❖ அவர்கள் நம் அயல் மனிதர்கள்
- ❖ அல்பேனியக் கவிதைகள்

மொழிபெயர்ப்பு சிறுகதைத் தொகுப்புகள்

- *எனது தேசத்தை மீளப் பெறுகிறேன் (இலங்கை அரச சாகித்திய இலக்கிய விருது)*
- *அயல் பெண்களின் கதைகள் (இந்தியா வாசகசாலை விருது) (இலங்கை அரச சாகித்திய இலக்கிய விருது)*
- *திருமதி பெரேரா*
- *அந்திம காலத்தின் இறுதி நேசம் (துரைவி விருது) (இலங்கை அரச சாகித்திய இலக்கிய விருது)*
- *சுருக்கப்பட்ட நெடுங்கதைகள் (இலங்கை அரச சாகித்திய இலக்கிய விருது - சான்றிதழ்)*
- *தடை செய்யப்பட்ட கதைகள்*
- *அரிச்சுவடியில் காணப்படாத எழுத்து*
- *ஐந்து விளக்குகளின் கதைகள்*
- *அடிமைகள்*

மொழிபெயர்ப்புக் கட்டுரைத் தொகுப்பு

- *பிரபாகரனின் தாயாரது இறுதி யாத்திரை*
- *மருத்துவக் குறிப்புகள் அல்லாதவை*

மொழிபெயர்ப்பு நாவல்கள்

- ❖ அம்மாவின் ரகசியம் (இலங்கை அரச சாகித்திய இலக்கிய விருது)
- ❖ தரணி (இலங்கை அரச சாகித்திய இலக்கிய விருது)
- ❖ நிலவியலின் துயரம் (இலங்கை அரச சாகித்திய இலக்கிய விருது சான்றிதழ்)
- ❖ கிகோர் (இலங்கை அரச சாகித்திய இலக்கிய விருது – சான்றிதழ்)
- ❖ பீடி
- ❖ கடுந்துயருற்ற காதலர்கள் சதுர சாளரத்திற்கு இறுதி அஞ்சலி செலுத்தி விட்டு முற்றத்திலிருந்து வெளியேறிய போதிலும்
- ❖ அபராஜிதன்
- ❖ சாமிமலை
- ❖ மூன்றாவது மனைவி

என்னுரை

பாலகிகளின் கதை

ஆபிரிக்க முஸ்லிம்களின் படுக்கையறைக்குள் எட்டிப் பார்க்கும் நாவல் என சர்ச்சைக்குள்ளாகியிருந்த இந்த ஆபிரிக்க இஸ்லாமிய நாவலானது ஆசியப் பெண்ணான சீதா எனும் தமிழ்ப் பெயருடைய சிங்கள எழுத்தாளரால் ஆங்கிலத்தில் எழுதப்பட்டிருந்தமை அந்தக் கால கட்டத்தில் பலராலும், பலவிதமான விமர்சனங்களுக்கு உள்ளாகியிருந்தது.

இஸ்லாமியக் குடும்பங்களில் காணப்படும் ஆண்களின் பலதார மணம் இந்தக் கதையின் பிரதான கருவாக அமைந்திருக்கிறது என்றாலும் எழுத்தாளர் நேரில் சந்தித்த நைஜீரியப் பெண்ணொருத்தியின் உண்மைக் கதையே இவ்வாறு ஒரு நாவலாக எழுதப்பட்டிருக்கிறது. நாவலில் பலதார மணத்தை எதிர்க்கும் கருத்தை முன்வைக்காமல், கதாபாத்திரங்களினூடே அந்த வாழ்வியலை வாசகர்கள் கண் முன் எடுத்துக் காட்டி, தீர்மானத்தை வாசகர்களிடமே விட்டிருக்கிறார் எழுத்தாளர்.

கதையின் நாயகியான இளம்பெண்ணின் கடிதங்களால் தான் இந்த நாவல் பூர்த்தியாகியிருக்கிறது. உண்மையில் இந்த நாவலானது ஆபிரிக்கக் கலாசாரத்தில் தமது பெற்றோரின் கடன்களை அடைப்பதற்காக இளம் வயதிலேயே திருமணம் செய்து கொடுக்கப்படும் பாலகிகள் பற்றிய யதார்த்தமான கதையையே கொண்டிருக்கிறது. கதை நிகழும் களம் நைஜீரியா என்பதால் அங்கு நிலவும் அரசியல், ஆபிரிக்கப் பழக்க

வழக்கங்கள், அந்த தேசத்து மக்களது கொள்கைகள், சம்பிரதாயங்கள் போன்றவற்றையும் இந்த நாவலின் மூலமாக அறிந்து கொள்ளக் கூடியதாக இருக்கிறது.

அவ்வாறே அந்நிய மத, கலாசாரத்தைச் சேர்ந்த பெண்ணொருவரால் எழுதப்பட்டிருக்கும் இந்த இஸ்லாமிய நாவல் இலங்கையில் இவ்வாறு எழுதப்பட்ட முதலாவது நாவல் என்று கருதப்படுகிறது. அந்நிய மதத்தவராக இருந்த போதிலும், இஸ்லாமிய வெறுப்பைத் தூண்டும்படியோ, இஸ்லாமிய நடவடிக்கைகளைத் தவறாகச் சித்தரித்து கவனத்தை ஈர்க்கும் விதமாகவோ எழுதாமல் எழுத்தில் நேர்மையைக் கடைப்பிடித்து மிகவும் யதார்த்தமாக எழுதியிருப்பதாலேயே வெற்றியடைந் திருக்கிறார் எழுத்தாளர் சீதா குலதுங்க.

அந்தக் காரணத்துக்காகவே இந்த நாவலைத் தமிழில் மொழிபெயர்க்கத் தீர்மானித்தேன். இந்த நாவலைத் தமிழில் மொழிபெயர்க்க அனுமதித்த சரசவி பதிப்பகத்திற்கும், தமிழில் நூலாக வெளியிடும் நன்னூல் பதிப்பத்திற்கும், நண்பர் மணலி அப்துல் காதர் அவர்களுக்கும், நூல் மற்றும் அட்டைப்படங்களை வடிவமைத்த நண்பர் சு கதிரவன் அவர்களுக்கும் எனது மனமார்ந்த நன்றியும், அன்பும் என்றும் உரித்தாகும்.

03.12.2022   எம். ரிஷான் ஷெரீப்

நீண்ட காலத்துக்குப் பிறகு தாரியிடமிருந்து ஒரு கடிதம் வந்திருந்தது. இப்போதுதான் அதை நான் வாசித்து முடித்தேன். ஒரு கடிதத்துக்குள் இத்தனை விடயங்கள் அடங்கியிருப்பது சாத்தியமா? எவ்வாறாயினும், அவள் இந்தக் கடிதத்தைக் கொஞ்சம் கொஞ்சமாகத் தான் எழுதி முடித்திருப்பாள் என்று எனக்குத் தோன்றுகிறது. பல மாதங்களுக்கு முன்பு எனக்கு அவளிடமிருந்து தபாலட்டை யொன்று மாத்திரமே கிடைத்திருந்தது. அந்தத் தபாலட்டை தான் அவள் இன்னும் உயிரோடு இருக்கிறாள் என்பதை எனக்கு உணர்த்தியது. இந்தக் கடிதத்தை வாசித்த பிறகு அவளைக் குறித்து எனக்குள்ளே உதித்திருந்த கவலை குறைந்தது என்றாலும், மறுபுறத்தில் அவளைப் பற்றி அறிந்து கொள்ளும் ஆர்வம் மேலும் மேலும் அதிகரித்தது. அவள் விபத்தொன்றில் மரித்துப் போனாலும் கூட அதைக் குறித்து எனக்கு அறிவிக்க யாருமில்லை என்று தோன்றியது. ஜஸ்டினா வருடத்துக்கு ஒரு தடவை மாத்திரமே எனக்கு எழுதுவாள். தாரியின் பெற்றோருக்கு எழுத வாசிக்கத் தெரியாது.

வட நைஜீரியா பாடசாலையில் வைத்துத்தான் நான் முதன்முறையாக தாரியை சந்தித்தேன். தாரி தங்கிப் படித்து வந்த அந்தப் பாடசாலையின் ஆசிரியைகளில் ஒருவர் எனது தாய். பாடசாலை வளாகத்திலிருந்த ஆசிரியர்களுக்கான இல்லத்தில் நாங்கள் அப்போது வசித்துக் கொண்டிருந்தோம். எனது தந்தை நகரத்திலிருந்த ஆண்கள் பாடசாலையில் ஆசிரியராகப் பணி புரிந்ததால், அவர் தனது வாகனத்தில் தினந்தோறும் அங்கு போய் வந்தார். ஆசிரியர்களின் பிள்ளைகளான நாங்கள் சிலரும், இன்னும் சில பிள்ளைகளும் மாத்திரம் வேறு பாடசாலைகளில் படித்துக் கொண்டிருந்தோம். இருந்த போதிலும், அந்தப் பாடசாலை வளாகத்திலேயே

தங்கியிருந்ததால் மாலை வேளைகளில் விடுதியில் தங்கியிருந்த எல்லோரையும் சந்தித்துக் கொள்ள எமக்கு வாய்ப்பு கிடைத்தது.

எமது வீட்டிலிருந்து இடப்புறமாகவுள்ள பெருக்க மரத்தடிக்குச் சென்றால் தாரியினதும், ஏனையவர் களினதும் அறைகள் பார்வைக்குத் தென்படும். அவற்றுள் தாரியின் படுக்கை எங்கேயிருக்கிறது என்பதையும் நான் அறிந்திருந்தேன். இலங்கையில் பாடசாலையிலிருந்து விலகி நைஜீரியாவுக்கு வந்ததன் பிறகு எவருடனும் நிரந்தர நட்பைப் பேணிச் செல்ல என்னிடம் எந்த எதிர்பார்ப்பும் இருக்கவில்லை.

ஐஸ்டினாவையும், தாரியையும் நான் அங்கு வைத்துத் தான் சந்தித்தேன். நாங்கள் நைஜீரியாவை விட்டு வந்து இன்றோடு மூன்று வருடத்துக்கும் அதிகமான காலம் கழிந்திருந்த போதிலும், தாரி குறித்து எனக்குள் மிகுந்த நம்பிக்கையொன்று இருந்தது. அவள் எனக்கு எழுதி யனுப்பிய கடிதங்களில் எவ்வித நேர்த்தியும் இல்லாத போதிலும், அந்தக் கடிதங்களால் நம்பிக்கையொன்றை வளர்த்துக் கொள்ள முடிந்தது. அவளிடமிருந்து வந்திருந்த இந்த இறுதிக் கடிதத்தை வாசித்ததன் பிறகு, அவள் எழுதிய முதல் கடிதத்தை வாசித்துப் பார்க்க எனக்குள் மிகுந்த ஆசை தோன்றியது. அவளது பழைய புகைப்படமொன்றைப் பார்த்தவாறே நான் அவளைக் குறித்த ஞாபகங்களை உயிர்ப்பித்தெழச் செய்ய முற்படுகிறேன்.

அவள் அந்தக் காலத்தில் மிகவும் கனிவான, அழகிய இளம்பெண்ணாக இருந்தவள். என்றாலும் திடீரென்று ஒரு நாள் அவள் அனைத்தையும், எல்லோரையும் சந்தேகத்தோடு பார்க்கவும், விமர்சிக்கவும் தொடங்கினாள்.

"உன்னோட திறமை தனிச்சுத் தெரியாம இருக்குற துக்கு காரணம் நீ பேரழகியா இருக்குறதுதான்" என்று நாங்கள் அவளைக் கிண்டல் செய்வோம். அந்தளவுக்கு வார்த்தைகளால் விவரிக்க முடியாத அளவுக்கு அழகாக இருந்தவள் அவள்.

இந்தப் பழைய புகைப்படத்திலும் கூட அவளது வசீகர மான தேகத்தை என்னால் பார்க்க முடியுமாக இருக்கிறது. எவரையும் கவர்ந்திழுக்கக் கூடிய அவளது விழிகளும், அடர்த்தியான இமைகளும் எனக்கு இப்போதும் நினைவுக்கு வருகின்றன. அனைவரிடமும் அவள் கண்ணியமாக நடந்து கொண்டாள். இருந்த போதிலும், எவரையும் கவர்ந்திழுக்கக் கூடிய அவளது தோற்றம் காரணமாக அந்தக் காலகட்டத்தில் எமக்குள் அவள் மீது பொறாமை போன்ற ஏதோவோர் உணர்வும் தோன்றியிருந்தது.

இப்போதும் அவளைக் காண நான் மிகவும் விரும்பு கிறேன். அவள் இப்போது மேலும் அழகாகி, திருப்தியான வாழ்க்கையைக் கழித்துக் கொண்டிருப்பாள் என்பது நிச்சயம். அவ்வாறே அவள் முன்பை விடவும் அனைத்தின் மீதும் கோபப்படுபவளாகவும் இருக்கக் கூடும் என்றும் தோன்றுகிறது.

அவளால் அவ்வப்போது எனக்கு அனுப்பி வைக்கப் பட்ட கடிதங்கள் அவளது வாழ்க்கையை இவ்வாறு என்னிடம் விவரிக்கின்றன. ●

1

அவர்கள் இப்போதும் என்னை 'அமாரியா' என்று தான் அழைக்கிறார்கள். அமாரியா என்றால் புது மணப்பெண் என்று அர்த்தம். புதிதாக ஒருத்தி நான்காம் மனைவியாக இந்த வீட்டுக்கு வரும்வரைக்கும் இவர்கள் என்னை அமாரியா என்றுதான் அழைத்துக் கொண்டிருப்பார்கள். எனது கணவனின் வீட்டுக்கு புதுமணப்பெண்ணாக நான் வந்து இரண்டு மாதங்கள்தான் கழிந்திருக்கின்றன.

இன்று, எனக்குரிய தினமல்ல. அவரது இரண்டாவது மனைவிக்குரிய தினம் இன்று. அதனால் நான் இன்று சற்று ஓய்வாக இருக்கிறேன். மாலையில் வீட்டுக்கு வரும் அவரோடு இரவைக் கழிப்பதற்காக அவள் அங்குமிங்கும் ஓடியாடி பதற்றத்தோடு வேலைகளைச் செய்து கொண்டிருப்பது எனக்குத் தெரிகிறது.

என்னையும், புறாக் கூட்டத்தையும் தவிர முற்றத்தில் வேறு யாருமே இல்லை. தகரக் கூரையின் மீது புறாக்கள் காதல் செய்கின்றன. மொத்த புறாக் கூட்டமுமே அந்தக் கூரையைத் தமது வீடாக்கிக் கொண்டிருக்கின்றன. தண்ணீர் தாங்கிக்கு மேலால் நிழல் விழுந்து கொண்டிருக்கும் இருண்ட மூலை யானது அவை காதலிப்பதற்குத் தேர்ந்தெடுத்திருக்கும் ப்ரியத்துக்குரிய இடமாக இருக்கிறது. விடியலிலும், அந்தி சாயும் நேரங்களிலும் எனக்குப் பெரிதாக வேலைகள் எதுவும் இருக்காது என்பதனால் அவ்வேளைகளில் நான் அவற்றையே பார்த்துக் கொண்டிருப்பேன். கூரைக்கு மேலேயிருந்த கிழக்கு வானில் ஊதா கலந்த நீலத்தோடு, தெளிவான இளஞ்சிவப்பு நிறம் பரந்திருக்கிறது. புழுதி படிந்து காணப்பட்ட போதிலும்

மூன்றாவது மனைவி | 13

இது தெளிவானதும், பிரகாசமானதுமான மாலை வேளை யாகும்.

எப்போதாவது சிறுவர்கள் யாரேனும் எங்கிருந்தாவது சிறிய கல்லொன்றை வீசியெறிந்தால் மாத்திரம் பயந்து போய் உடனடியாக வானத்தை நோக்கிப் பறந்து செல்லும் அந்தப் புறாக் கூட்டமானது மறுகணமே மீண்டும் அவ்விடத்துக்கே வந்து சேரும். புள்ளிகளிட்ட சிறகுகளைக் கொண்ட அந்தப் புறாக்கள், உருண்ட கழுத்துகளால் புறுபுறுத்தவாறு, கூர்மை யான வட்ட விழிகளால் உலகைச் சுற்றி வரப் பார்த்தவாறு தமது பலமற்ற பாதங்களை தகரத்தின் மீது வைத்து மெதுவாக நடைபோட்டுக் கொண்டிருக்கும்.

இந்தப் புறாக்கள்தான் எந்தளவு மனம் கவரக் கூடிய காதலர்களாக இருக்கின்றன? பெண் புறாவை அந்தக் கூட்டத்திலிருந்து மெதுவாக தன்னை நோக்கி கவர்ந் திழுத்தெடுப்பதற்காக மோகம் கொண்ட ஆண் புறா வானது அந்தப் பெண்புறாவின் பின்னாலேயே அலைந்து கொண்டிருக்கும். அவ்வாறு ஒரு கொழுத்த மணவாளன் தனது அமாரியாவின் பின்னால் அலைவதைக் கண்டு எனக்கு சிரிப்பு வந்தது. நான் சிரிப்பதைக் கண்ட எனது மூத்த சக்களத்தி என்னை முறைத்துப் பார்த்தாள்.

இந்த முற்றம் முழுவதும் புழுதியால் நிரம்பியிருக்கிறது. புயலில் சிக்கியது போல அங்குமிங்குமாக அசைந்து கொண்டிருக்கும் வேப்ப மரம் முனகிக் கொண்டிருக்கிறது. புழுதி மண்டியிருந்த கூரையின் மீது அதன் கிளைகள் சாய்ந்து அதைத் துடைத்துக் கொண்டிருக்கின்றன. புழுதிக் காற்று நாற்புறமும் பரவுகிறது. ஆடை அணிகலன்கள், கூந்தல், கண்கள், உதடுகள் எவற்றுக்கும் அதிலிருந்து விடுதலை கிடைக்கவில்லை. தோல்கள் வரண்டு அரிக்க ஆரம்பிக்கிறது.

நான்கூட இவ்வாறான புழுதிக் காற்றடித்த சமயத்தில் தான் பிறந்தேன். அதனால்தான் எனக்கு தாரி என்று பெயரிட்டிருக்கிறார்கள். தாரி என்றால் புழுதிக் காற்றாம். நான் இங்கு வந்து சேர்ந்தது கூட புழுதிக் காற்றானது புயல் போல சுழற்றியடித்துக் கொண்டிருந்த ஒரு தினம்தான். அது

எந்தளவு வரண்டிருந்தது என்றால் அணிந்திருந்த ஆடைகள் கரடுமுரடாகக் காய்ந்து உடலை உராயச் செய்து மயக்கத்தைத் தோற்றுவிப்பதைப் போலவிருந்தது.

இவ்வாறாக, வரண்ட புழுதிக் காற்றடிக்கும் குளிர் காலத்தில்தான் எனது வாழ்க்கையில் அனைத்து முக்கியமான விடயங்களும் நடந்திருக்கின்றன. இது ஜனவரியின் முதல் வாரம். நான் கடந்த நவம்பர் மாதத்தில் இங்கு வந்தேன். எனக்குரிய நாள்கள் அல்லாத நாட்களில் நான் செய்வதற்கு அந்தளவு வேலைகள் இருப்பதில்லை. இந்தளவு ஓய்வான காலங்கள் இதுவரை எனக்குக் கிடைத்ததேயில்லை என்றே தோன்றுகிறது.

எனது பெற்றோருடைய வீட்டில் வசித்த காலத்திலும், பாடசாலைக் காலத்திலும் கூட நான் செய்ய வேண்டிய வேலைகள் பலவும் இருந்தன. நான் பயிர் நிலங்களுக்கு வேலைக்குப் போகவில்லையெனினும், சோளத்தைத் துப்புர வாக்குவது, வரகை அரைப்பது, தண்ணீர் கொண்டு வருவது உள்ளிட்ட பல வேலைகளைச் செய்ய வேண்டியிருந்தது. இருந்தாலும், இங்கு எனக்குரிய நாட்களில் கூட என் மீது அதிகளவான வேலைகள் சுமத்தப்படுவதில்லை. இந்த விசாலமான வீட்டைப் பொறுத்தவரையில் நிறையப் பேருக்கு சமைக்க வேண்டும் என்றாலும், வேலைக்காரர்களும், எளிய உறவினர்களும், இன்னும் பலரும் இந்த வீட்டிலேயே தங்கியிருப்பதால், அவர்கள் அனைவரது உதவி ஒத்தாசைகளும் குறைவில்லாமல் கிடைத்துக் கொண்டேயிருக்கின்றன. என்னதான் இவர்கள் அனைவருக்கு மத்தியில் இருந்த போதிலும், நான் மிகுந்த தனிமையை உணர்கிறேன்.

நீயும், ஜஸ்டினாவும் என்னருகே இல்லாமை பெருங் குறையாகத் தோன்றுகிறது. நீ இல்லாத குறையைத் தீர்த்துக் கொள்வதற்காக உன்னோடு உரையாடும் நோக்கில்தான் இந்தக் கடிதத்தைக் கூட எழுதுகிறேன். நீ பல்கலைக்கழக நுழைவுத் தேர்வுக்குத் தயாராகிக் கொண்டிருப்பதை அறியும் ஆவலில் பொறுமையற்றிருக்கிறேன் என்பதையும் உன்னிடம் கூற வேண்டும். எனக்கு உங்களுடனான தொடர்பு அற்றுப் போனதால் என்னுள்ளே உன்னைக் குறித்தும், ஜஸ்டினாவைக்

குறித்தும் கவலையை உணர்கிறேன். இனிமேலும் உங்கள் இருவருக்கும் நீண்ட கடிதங்களை என்னால் அனுப்ப முடியும் என்று நினைக்கிறேன். இருந்தாலும் எவ்வளவு காலத்துக்கொரு முறை என்னிடமிருந்து கடிதங்கள் வரும் என்று என்னால் இப்போது குறிப்பிட இயலவில்லை.

என்னிடமிருந்து வரும் கடிதங்கள் எனது வாழ்க்கையில் மறக்க முடியாத சம்பவங்கள், எண்ணங்கள், உணர்வுகள் மற்றும் மனதில் உருவாகும் சலனங்கள் ஆகியவற்றின் கலவையாக இருக்கக் கூடும். வாழ்க்கையை ஓர் ஒழுங்கில் கொண்டு செல்ல முயலும்போதிலும், பல்வேறு விதமான நிகழ்வுகள் ஒன்றின் பின் ஒன்றாக, வேகமாக வாழ்க்கைக்குள் நுழைந்து கொள்ள தருணம் பார்த்துக் கொண்டேயிருப்பது வியப்பளிக்கிறது. ஒரு கணத்தில் மனதில் உருவாகும் எண்ணங்கள் அந்த நேரத்தின் உண்மையைப் பிரதிபலிப்பதால் அவற்றைக் குறித்து வைப்பது பெறுமதியானது என்று தோன்றுகிறது.

நாங்கள் மூவரும் ஒரே பல்கலைக்கழகத்தில் பிரவேசித்து கல்வி கற்கத் திட்டமிட்டிருந்தது உனக்கு நினைவிருக்கக் கூடும். உன்னைப் போலவே ஜஸ்டினாவும் கூட விரைவில் பல்கலைக்கழகத்துக்குப் பிரவேசிப்பாள். ஆனால் நானோ அங்கே செல்ல ஆசைப்பட்டவளாக மாத்திரம் இருக்கிறேன்.

2

எல்லாம் வல்ல இறைவனின் விருப்பம் இதுவாகத் தான் இருக்கக் கூடும். ஆனால் உண்மையில் சர்வ வல்லமையும் பொருந்தியதென்று நினைப்பது கூட வியப்பை அளிக்கிறது. கடந்த வருடத்தின் நீண்ட கோடை விடுமுறையானது என்னை மிகவும் கவலைக்குள்ளாக்கிய ஒன்றாக இருந்தது. நீ அந்த விடுமுறையின் தொடக்கத்தில்தான் நைஜீரியாவை விட்டுப் போனாய்.

அந்த விடுமுறையில் நாங்கள் எமது வீட்டு முற்றத்தில் ஒன்றாகக் கூடி சந்தோஷமாக உணவுண்டு களித்திருந்தோம். என்றாலும் அன்றைய தினம் கைகளை நீட்டிப் பற்றிப் பிடிக்க முடியாத ஏதோவொரு அசௌகரியம் காற்றில் தரித்திருந்தது எனக்கு நினைவிருக்கிறது. வீட்டுத் தலைவரின் மனதில் ஏதேனும் பிரச்சினையின் சுமையிருப்பின் அந்த வீட்டின் முற்றத்துக்கு அவ்வாறான அசௌகரியம் வந்து சேரும்.

எனது தந்தை, எமது வீட்டுப் பெண்களிடம் தனது வியாபாரக் கொடுக்கல் வாங்கல்கள் குறித்து எதையும் கலந்துரையாட மாட்டார். அவை பெண்களுக்கானவை யல்ல என்றே அவர் கருதினார். அந்த ஆண்டு ஜூன் மாதத் தேர்தலுக்குப் பிறகு பொருட்களின் விலை அதிகரிப்போடு, தட்டுப்பாடும் நிலவியது. வியாபாரியும், விவசாயியுமான எனது தந்தை அதனால் மிகுந்த கஷ்டத்தை அனுபவித்தார். அந்த ஆண்டு அவரது பயிர்ச்செய்கை வேலைகளும் ஒழுங்காக நடைபெறவில்லை.

எரிபொருள் விலையும் அதிகரித்திருந்ததால், அவரது வாகனத்தை அவர் விற்று விட்டார். குழந்தையொன்றிட

மிருந்து அதற்கு மிகவும் விருப்பமான விளையாட்டுப் பொருளொன்றைப் பறித்தெடுத்தது போன்ற மிகுந்த கவலையான உணர்வொன்று அவர் மீது எனக்குள்ளே பிறந்தது. அன்றைய மாலை நேரம் அவர் பொதுப் பேரூந்தில் வந்திறங்கி, தோள்களை ஒடுக்கிக் கொண்டு தலை குனிந்தவாறு வீட்டுக்கு வந்த விதம் இப்போதும் தெளிவாக எனக்கு ஞாபகம் வருகிறது. அவர் அவமானப்படுத்தப்பட்டது போல, பொறுமையற்று மேலங்கியைக் கழற்றியவாறுதான் வீட்டுக்குள் அன்று நுழைந்தார். அவருடன் கதைத்து எவ்வாறேனும் அவரைத் தேற்ற முடியுமா என்று கூட நான் யோசித்தேன். இருந்தாலும். என்னால் என்னதான் செய்ய முடியும்?

தனது கணவனுடன் கோபித்துக் கொண்டு, அவரைக் கை விட்டு விட்டு தனது கைக்குழந்தையையும் தூக்கிக் கொண்டு வாழாவெட்டியாக எமது வீட்டுக்கு வந்து சேர்ந்திருந்த எனது இளைய தங்கை அஸூமும் எனது தந்தைக்கு மேலுமொரு சுமையாக ஆகியிருந்தாள். பாலர் பாடசாலையில் ஐந்தாம் தரப் பரீட்சையில் சித்தியடைந்ததற்குப் பிறகு அவள் பாடசாலைக்குப் போயிருக்கவேயில்லை.

குடும்பத்தின் மூத்த மகள் என்பதால், என்னுள்ளே எனது தந்தை மீது மிகுந்த பாசம் இருந்தது. அதனால் சில சமயங்களில் தந்தை என் மீது மட்டும் சிறப்புக் கவனம் செலுத்துவதாக அஸூம் கருதினாள். உண்மையில் தந்தை என்மீது அதிகம் பாசம் காட்டுகிறாரா? அஸூம் தனது பதின்மூன்றாவது வயதில் திருமணம் முடித்தாள். அப்போது அவளது கணவனுக்கு பதினெட்டு வயது. அவர்கள் இருவரும் மீண்டும் சேர்ந்து வாழ்வதற்கு இணங்குவார்களா என்பதை என்னால் யோசித்துப் பார்க்கக் கூட முடியவில்லை.

“எனக்கு மீண்டும் பாடசாலைக்குப் போக முடிந்தால் எவ்வளவு நன்றாக இருக்கும்?” என்று அவள் ஒரு நாள் கூறினாள்.

‘பதின்மூன்று வயதிலேயே யார் உனக்குக் கல்யாணம் முடிக்கச் சொன்னது?!’ என்று கேட்க எனக்குத் தோன்றிய போதிலும், அவளது மனதை நோகடிக்க நான் விரும்பவில்லை. திருமணம் முடித்து, குழந்தைகளைப் பெற்ற பின்னரும் கூட

பாடசாலைக்குப் போவது என்பது எனது ஊரில் பழகிப் போன ஒன்றாக இருந்தது.

எனது ஊரில் பின்பற்றப்பட்ட இஸ்லாம் மார்க்கமானது, ஒரு மகளின் மொத்தப் பொறுப்பையும் அவளது தந்தை மீது சுமத்தியிருந்தது. மகளைத் திருமணம் முடித்துக் கொடுத்த பிறகும் கூட அவரால் அந்தப் பொறுப்பிலிருந்து விடுபட முடியாது. அதற்குக் காரணம், எமது நாட்டில் பால்ய விவாகங்கள் அதிகமாக நடைபெற்றுக் கொண்டிருப்பதனாலாகவும் இருக்கலாம்.

இந்த மழைக்காலத்தின் முதல் மழைத் துளி விழும்போதே எனது தந்தை பாடுபட்டு வேலை செய்யத் தொடங்கியிருந்தார். கடந்த வருடம் அவர் குறைவாகவே வேலை செய்திருந்தார். அவரால் பொறுப்பேற்கப்பட்டிருந்த வேலையொன்றைப் பூர்த்தி செய்ய அவரால் முடியாமல் போயிருப்பதை வீட்டில் எழுந்த உரையாடலொன்றின் மூலம் நான் அறிந்து கொண்டேன். லஞ்சம் கொடுத்தோ, ஏதாவது பரிசுகள் கொடுத்தோ தனது காரியத்தை ஆற்றிக் கொள்ள அவரால் இயலாமல் இருந்தது.

குலுவின் மாமாவான பெலோ ஹாஜியாருக்கு எனது தந்தை ஒரு பெருந்தொகை கடன் கொடுக்க வேண்டியிருப்பதைக் குறித்து நான் முதன்முதலாக எப்போது அறிந்து கொண்டேன் என்பது எனக்கு நினைவில்லை. சில சமயங்களில் பெலோ ஹாஜியார் தனது பளபளக்கும் வாகனத்தில் எனது தந்தையைத் தேடி வருவார்.

நான் பெருக்க மரத்தடியில் மரத்தின் மீது சாய்ந்திருந்த அந்தச் சந்தர்ப்பத்தை என்னால் ஒருபோதும் மறக்க முடியாது. பெலோவின் வாகனம் முற்றத்தில் நுழைந்தது. அவரது இந்த வருகை எனது வாழ்க்கையையே முழுவதுமாக மாற்றிவிடும் என்பதை அப்போது நான் அறிந்திருக்கவில்லை. அவரது வருகை மிகவும் தற்செயலானது. அவர் வந்த அந்தக் கணத்தில் நான் அந்த மரத்தடியில் இருக்காமல் இருந்திருந்தால் சிலவேளை எனது தலைவிதி மாறியிருக்கவும் வாய்ப்பிருக்கிறது. எனது தந்தையின் குடில் வாசல்வரைக்கும் வாகனத்தை

ஓட்டிச் செல்லாத அவர் நான் சாய்ந்திருந்த மரத்தடியில் தனது வாகனத்தை நிறுத்தினார்.

"குட் மோர்னிங்" என்று வாகனத்திலிருந்து இறங் காமலே என்னிடம் கூறினார்.

அதே கணத்தில் தலாத்துவின் மகனான ஐரோ முற்றத்தில் இறங்கினான். போலியோ வியாதியால் பாதிக்கப்பட்ட குழந்தை அவன். கக்கத்தில் இடுக்கிக் கொண்ட ஊன்று கோல்களின் உதவியோடு நடக்கும் அவனது ஊன்றுகோல்கள் தரையில் மோதும் சப்தம் அவரது கவனத்தைச் சிதறடித்தது. என்றாலும், ஒரு கணத்துக்குப் பிறகு அவர் மீண்டும் என் பக்கம் திரும்பி,

"எப்படிப் போகுது வேலையெல்லாம்?" என்று கேட்டவாறே என்னுடன் கதைக்க முற்பட்டார்.

"எப்படியிருக்கு ஸ்கூல்? நல்லாருக்கா?"

"நல்லாருக்கு" என்று சுருக்கமாகப் பதிலளித்தேன்.

"உன்னோட கூட்டாளி குலு நல்லாப் படிக்கிறாளா?"

"ஓஹ்..."

அவர் காரிலிருந்து இறங்குவதற்காகக் கதவைத் திறந்தார். அவர் அணிந்திருந்த ஆடை விலை உயர்வான ஒன்று என்று எனக்குத் தோன்றியது. அவர் அணிந்திருந்த கண்ணாடி மாத்திரமல்லாமல், அவரது கரு நிறத் தலைமயிரும்கூட பளபளப்பாக மின்னிக் கொண்டிருந்தது.

"வாப்பா வீட்டில இல்ல" என்ற எனது வார்த்தை அவரை உடனடியாகத் தடுத்து நிறுத்தியது.

"அப்படியா?" என்று கேட்டு விட்டு கதவை அறைந்து சாத்தியவர் வாகனத்தை உயிர்ப்பித்தார். அந்த வாகனம் புழுதியை வாரியிறைத்தவாறு வேகமாக என்னைக் கடந்து சென்றது.

எனது தந்தை வீட்டுக்கு வந்ததுமே நான் பெலோ ஹாஜியார் வந்து போனதை அவரிடம் தெரிவித்தேன்.

"உன்கூடவா அவர் பேசினார்?"

"ஆமா."

எனது பதில் அவரைக் கோபமடைச் செய்திருப்பது எனக்கு விளங்கியது.

"மூஸா எங்க போயிருந்தான்? என்ன விஷயம்னாலும் அவன்தானே அவரோடு பேசியிருக்கணும்" என்று கோபத்தைக் கட்டுப்படுத்தியவாறு கூறினார்.

'ஏன் நான் பெலோ ஹாஜியாரோடு பேசக் கூடாது? நான் பேசியதில் தவறென்ன இருக்கிறது? எனது ஸ்கூல் மாஸ்டர்களுடன் நான் கதைப்பதில்லையா என்ன? ஆண்களுடன் கதைத்தால் என்னதான் நடக்கும்?" என்ற சிந்தனை எனக்குள் ஓடியது.

"மூஸா ஒரு பயணம் போயிருக்கிறான்" என்று மனதில் எழுந்த வருத்தத்தை வெளிக்காட்டாமல் கூறினேன்.

'பெலோ வீட்டுக்கு வந்தபோது நான் முற்றத்தில் மரத்தடியிலிருந்தது தவறா என்ன?'

மூஸா டொகெந்தாஸிலுள்ள தனது தாயின் அக்கா வீட்டுக்குப் போயிருந்தான். மூஸாவின் தாய் எனது தந்தையின் இரண்டாவது மனைவி. எனது தாய்க்கு ஆண் பிள்ளைகள் இல்லாத குறை அவளால்தான் முழுமையாகத் தீர்ந்திருந்தது. எனது தாய்தான் எனது தந்தையின் முதல் மனைவி.

மூஸாவும் கூட விடுதி வசதியுடன் கூடிய பாடசாலை யொன்றிலேயே தங்கிப் படித்துக் கொண்டிருந்தான். கடந்த வருடம் வரைக்கும் எமது அனைத்துக் கல்வி நடவடிக்கைகளுக்குமான செலவுகளை அரசாங்கம் ஏற்றுக் கொண்டிருந்தது. எமக்கு புத்தகங்களையும், சீருடைகளையும், விடுதி வசதிகளையும் மாத்திரமல்லாமல், மேலதிக வகுப்புகளுக்கான கொடுப்பனவுகளையும், தவணைகளின் தொடக்கத்திலும் முடிவிலும் விடுதிக்கு வந்து போகும் செலவுகளைக் கூட அரசாங்கமே செலுத்தியது.

ஆனால் இந்த வருடத்திலோ ஒரு பிள்ளையை விடுதி வசதியுடன் கூடிய பாடசாலையில் சேர்ப்பது என்பது மிகச் சிரமமான ஒரு காரியமாக இருக்கிறது. மூஸாவின் தம்பி தஞ்சும் ஒரு சாதாரண பாடசாலைக்குத்தான் போய்க் கொண்டிருந்தான். அவனை விடுதி வசதியுடன் கூடிய பாடசாலையில் சேர்க்க வேண்டும் என்று அவர்களது தாய் எனது தந்தையை வற்புறுத்திக் கொண்டிருந்தாள். என்றாலும் அதிகாரிகளுக்கு லஞ்சம் கொடுக்காமல் அதைச் செயற் படுத்துவதென்பது இலகுவானதாக இருக்கவில்லை. இந்த நாட்களில் அரசாங்கப் பாடசாலைகளின் எண்ணிக்கையைக் குறைக்கவும், பாடசாலைக் கட்டணங்களை அறவிடவும் கலந்துரையாடல் நடத்தப்படுவதாக எனக்கு அறியக் கிடைத்தது. தனது பிள்ளை சாதாரண பாடசாலை யொன்றுக்குப் போவது தன்னை இழிவு படுத்துவதாக மூஸாவின் தாய் கருதினாள். என்னதான் இருந்தாலும் எனது தாயோ, மூஸாவின் தாயோ ஒருபோதும் பாடசாலைக்குப் போனதேயில்லை.

இரண்டு தினங்களின் பிறகு பெலோ மீண்டும் எமது வீட்டுக்கு வந்தார். அந்தத் தடவை நான் அவரது பார்வையில் பட்டுவிடாமல் எனது தாயின் குடிலுக்குள் மறைந்து கொண்டிருந்தேன்.

அது கோடை காலத்தின் உச்ச கட்ட சமயம் என்பத னால் எம்மை கடும்வெப்பம் தாக்கிக் கொண்டிருந்தது. தேகம் சற்று அசைந்தாலும் வியர்வையானது ஊற்று போல தேகம் முழுதும் பெருக்கெடுத்து வழிந்தோடியது. பெரும் பாலானோர் உஷ்ணம் மிகுந்த பகல்வேளைகளை மரத்தடிகளில் படுத்துக் கிடந்தவாறு கழித்தார்கள். ஏதோ எமது உடல்களுக்குத் தீ மூட்டி எரிக்கச் செய்யப் போல கடுமையான சூரியக் கிரணங்கள் பூமி மீது விழுந்து கொண் டிருந்தன. நாங்கள் உடல் ரீதியாக பலவீனமடைந்திருந்த தோடு, எப்போதும் தாகத்தால் தவித்துக் கொண்டிருந்தோம். அந்த வெப்பம் மிகுந்த காலநிலையானது எமக்குள் கோபத்தை அதிகமாக ஏற்படுத்தக் கூடியதாகவிருந்தது. அஸ்மின் குழந்தை அழும் சப்தம் கூட என்னைக் கோபப்படுத்தியது. நாங்கள் எப்போதும் எமது வீட்டுக்கு

வெளியேதான் உறங்கப் பழகியிருந்தோம். என்றாலும், அவ்வேளைகளில் புழுதிக் காற்றும் கூட அவ்வாறாக நாங்கள் உறங்குவதைத் தடுத்துக் கொண்டிருக்கும். அவ்வாறானதோர் இரவில் களைப்பில் கண் மூடியதுமே நான் ஒரு கனவைக் கண்டேன்.

நான் பாடசாலையில் பரீட்சையை எழுதத் தயாராகிக் கொண்டிருந்த போது பார்த்தால் எனது பேனையைக் காணவில்லை. பதற்றத்துக்குள்ளாகும் நான் எல்லா இடங்களிலும் பேனையைத் தேடத் தொடங்குகிறேன். கடைசியில் எனது கணித ஆசிரியர் ஒரு பேனையை எடுத்துக் கொண்டு என்னை நோக்கி வந்து கொண்டிருக்கிறார். அவர் என்னை நெருங்கிய வேளையில் அவரது உருவம் மறைந்து அவ்விடத்தில் பெலோ ஹாஜியாரின் உருவம் தோன்றுகிறது.

'உலகத்தில் இவ்வளவு ஆட்கள் இருக்கும்போது ஏன் பெலோ எனது கனவில் வர வேண்டும்?'

இவ்வாறு யோசித்தவாறு நான் விழித்துக் கொண்டேன். கனவில் உணர்ந்த வாசனைத் திரவியங்களின் வாசனையானது இன்னும் அறைக்குள் கமழ்ந்து கொண்டிருந்தது. மறுநாள் காலையில் பெருக்க மரத்தைச் சூழவும் கூட அந்த வாசனை பரவியிருந்தது. என்றாலும் எனக்கு அது பிடிக்கவேயில்லை.

செப்டம்பர் மாதத்தில் மீண்டும் பெலோ ஹாஜியார் எமது வீட்டுக்கு வந்தார். திகதி எனக்கு சரியாக நினைவில்லை என்றாலும் அது ஒரு புதன்கிழமை. பொதுவாக ஞாயிற்றுக்கிழமைதான் சந்தை தினம் என்றாலும் எமது பிரதேசத்தில் புதன்கிழமைதான் சந்தை தினமாக இருந்தது. அன்றைய தினம், அந்தச் சமயத்திலும் எனது தந்தை வீட்டில் இருக்கவில்லை. நான் எனது தந்தையின் குடிலுக்கு வெளியே ஜன்னலருகே அமர்ந்திருந்தேன்.

அந்தக் காலகட்டத்தில் தந்தையின் குடிலானது பழைய வடிவத்திலிருந்து மாற்றம் பெற்றிருந்தது. பெண்களின் குடில்களின் கூரையானது பனையோலைகளால் வேயப் பட்டிருந்த போதிலும், தந்தையின் குடிலின் கூரையானது

அண்மையில்தான் தகரங்களால் வேயப்பட்டிருந்தது. அதன் வடிவம் கூட மிகவும் வேறுபட்டிருந்தது. பெண்களின் குடில்கள் வட்ட வடிவமாக இருந்ததோடு, தந்தையின் குடில் சதுர வடிவத்திலிருந்தது. ஆனால், அதன் கூரை தகரத்தினாலானது என்பதால் உள்ளே சூடு அதிகமாக இருந்தது.

எனது தந்தை என்னிடம் தந்து விட்டுப் போயிருந்த விலைப்பட்டியல்களைக் கூட்டிப் பார்ப்பதற்காக நான் அந்தக் குடிலுக்குள் இருந்தேன் என்றாலும், குடிலுக்குள் ளிருந்த சூட்டைத் தாங்க முடியாத காரணத்தால்தான் நான் வெளியே வந்து ஜன்னலருகே அமர்ந்திருந்தேன். வேப்ப மர நிழலிருந்து வரும் தென்றல் காற்று அவ்விடத்துக்கு வீசும் என்பதுவும் ஒரு காரணம். நான் தலையை மூடியிருந்த முந்தானையைக் கழற்றி வைத்து விட்டு, ஆடையையும் சற்று தளர்த்தி விட்டிருந்தேன்.

அவரது வாகனமானது திடீரென்று வேப்ப மரத்தடி யில் வந்து நின்றதுமே எனக்கு முந்தானையை எடுத்துப் போட்டுக் கொள்ளக் கூட சமயம் கிடைக்கவில்லை. அவர் வாகனத்திலிருந்து இறங்கி நேராக ஜன்னலருகே வந்தார். அவரைக் காணாதது போல குடிலுக்குள் ஓடிப் போய் புகுந்து கொள்ளக் கூட எனக்கு சந்தர்ப்பம் கிடைக்கவில்லை.

உண்மையில் குடிலினுள்ளே அவ்வாறு ஓடிப் போய் ஒளிந்துகொள்ள எனக்கும் தேவைப்படவில்லையோ தெரியாது. இந்தக் கணத்தில் அந்தச் சந்தர்ப்பத்தைக் குறித்து மீண்டும் யோசித்துப் பார்க்கையில் அப்போது என்ன யோசனையில் நானிருந்தேன் என்று எனக்குச் சொல்லத் தெரியவில்லை. அவ்வேளையில் நான் எந்தளவு பதற்றத்துக் குள்ளாகியிருந்தேன் என்றால் எனக்குக் கதைப்பது கூட சிரமமாகவிருந்தது. எனது மனதினுள்ளே உருவாகியிருந்த உணர்வானது விருப்பத்துக்கும், வெறுப்புக்கும் மத்தியிலிருந்தது என்று நினைக்கிறேன். இருந்தாலும் அவரிடமிருந்து வெளிப்பட்ட பணக்காரத்தனத்தின் அறிகுறிகள் என்னைக் கோபமடையச் செய்தன. அவரது விலைமதிப்பான வாகனம், பளபளக்கும் கைக்கடிகாரம், விலையுயர்ந்த சிகரெட் பெட்டி போன்றவை அவரைப் பெருஞ்செல்வந்தராகக் காட்டும் அடையாளங்களாக இருந்தன.

அவரைத் தவிர்க்கவோ, அவரது கண்ணில் படாமல் ஒளிந்து கொள்ளவோ, குடிலுக்குள் புகுந்து கொண்டு ஜன்னலை மூடி விடவோ, அந்தக் குடிலிலிருந்தே ஓடிப் போய் விடவோ எனக்கு வேண்டியமட்டும் சமயம் இருந்தது. என்றாலும் அவற்றுக்குப் பதிலாக நான் அவர் அழைக்கும் வரைக்கும் காத்துக் கொண்டிருந்தேன். எதையும் செய் வதற்கோ, செய்யாதிருப்பதற்கோ ஒருவருக்குள் எழும் ஆசை களைப் புரிந்து கொள்வது என்பது எவ்வளவு சிரமமானது?

அவரது வாகனத்தில் வானொலி இயங்கிக் கொண் டிருந்தது. அதிலிருந்து எழுந்த தாளமானது எனது தாய்மார் இருவரும் உலக்கையால் மாறி மாறி மா இடிக்கும் ஓசையை ஒத்திருந்தது. பேரோசையான அது எம் இருவரிடையேயான உரையாடலை மூழ்கடிப்பது போலிருந்தது. எம்மிடையேயான உரையால் வெறுமனே ஒரு பயனுமற்ற உரையாடலாகத்தான் இருந்தது. வார்த்தைகளை விடவும் பெரும்பாலும் அது முணு முணுப்புகளைத்தான் ஒத்திருந்தது.

“வாப்பா வீட்டுல இல்ல” என்று அவர் கேட்பதற்கு முன்பே நான் கூறினேன்.

“நான் வாப்பாவைத்தான் சந்திக்க வந்திருக்கேன்னு உனக்கு எப்படித் தெரியும்?”

“பின்ன வேறெதுக்கு வந்திருக்கீங்க?”

“பெரியவங்கக்கிட்ட ஒழுங்கு மரியாதையா எப்படி நடந்துக்கணும்னு உன்னோட ஸ்கூல்ல கத்துக் கொடுக்குற தில்லையா?”

“கத்துக் கொடுக்குறாங்க.”

“அப்புறம் ஏன் என்னை வீட்டுக்குள்ள கூப்பிட்டு கோலா பாக்கெல்லாம் தந்து உபசரிக்கக் கூடாது?”

“எங்கக்கிட்ட கோலா பாக்கெல்லாம் இல்ல.”

“அப்படீன்னா நான் உனக்கு சிகரெட் ஒண்ணு தரட்டுமா?”

“நான் புகை பிடிக்குறதில்ல.”

“நீ திரும்ப ஸ்கூலுக்கு எப்ப போறாய்?” என்று குரலின் தொனியை மாற்றியவாறே அவர் கேட்டார்.

“ஸ்கூல் தொடங்குறதுக்கு முதல் நாள் போயிடுவேன்.”

“என்ன திகதின்னு சொல்ல விருப்பமில்லையா?”

“அது ஒண்ணும் பெரிய ரகசியமில்லையே. ஆனா நான் ஸ்கூல் தொடங்குறதுக்கு முதல் நாள் போயிடுவேன்.”

அவரது நடுவிரலில் தங்க மோதிரமொன்று மின்னியது. அவர் தொப்பியை சரி செய்யும்போது அவரது விரல்களிலிருந்த நகங்கள் சீராகவும், அழகாகவும் வெட்டப்பட்டிருப்பதைக் கண்டேன். அவை விக்டருடைய நகங்களைப் போலவே இருந்தன. அனம்ப்ரா மாநிலத்திலிருந்து வந்திருக்கும் இளைஞரான விக்டர் எமது வரலாற்று ஆசிரியர். அவரோடு ஒப்பிடும்போது பெலோ ஹாஜியார் அவரை விடவும் உயரமானவர். அவர் அணிந்திருந்த இள நீலநிற மேலங்கியின் கழுத்துப் பாகத்தில் அலங்கார வேலைப்பாடுகள் இருந்தன. சிலரது ஆடைகளிலிருக்கும் கரடுமுரடான தன்மை அவரது ஆடையில் இல்லாதிருந்தது எனது மனதுக்கு இதமாக இருந்தது.

“அரை மணித்தியாலம் முன்னாடி வந்திருந்தீங்கன்னா வாப்பாவைச் சந்திச்சிருக்கலாம்” என்று எதையாவது கூற வேண்டுமே என்பதற்காக கூறினேன்.

“எப்படியோ உன்னைச் சந்திச்சுட்டேன்தானே... அதனால வந்ததுல நஷ்டமில்ல.”

அந்த வார்த்தைகளைக் கேட்டு நான் எந்தளவு பதற்றமடைந்தேன் என்றால், அதற்கு என்ன பதிலளிப்பது என்று எனக்கு ஒரு கணம் எதுவுமே தோன்றவில்லை. அவர் என்ன கூறவிழைகிறார் என்று என்னால் யோசித்துப் பார்க்க இயலாமல், அவரது வாகனம் கிளம்பிச் சென்று வெகுநேரம் கழியும்வரைக்கும் நான் அந்த வழியையே வெறித்துப் பார்த்துக் கொண்டிருந்தேன்.

குலுவின் தந்தையோடு அவர் எமது விடுதிக்கு வந்த சில சமயங்களில் எமது பாடசாலைப் பிள்ளைகள் முண்டியடிக்கும்

விதம் எனக்கு நினைவுக்கு வந்தது. அவரது நவீன ரக வாகனமே எல்லோரையும் கவரக் கூடிய பிரதான விடயமாக இருந்தது. இளம்பெண்கள் மாத்திரமல்லாமல், எந்த வயதையும் சேர்ந்த நைஜீரிய மக்கள் ஒன்றுக்கு மேற்பட்ட வாகனங்களை வைத்திருப்போரையே மிகவும் மதிப்பார்கள். எனக்கு அவர் மீது ஏற்பட்டிருந்த வெறுப்பானது இந்த வாகனத்தினால் ஏற்பட்ட ஒன்று என்று கூறினாலும் அது பொய்யில்லை.

எவ்வாறாயினும், அவருக்கு என்மீது ஆர்வம் தோன்றி யிருப்பதைப் புரிந்து கொள்ளாமலிருக்கும் அளவுக்கு நான் முட்டாளில்லையே. கடந்த பாடசாலை விடுமுறையின்போது மாமா தன்னிடம் பல தடவைகள் என்னைப் பற்றி விசாரித்ததாக குலு என்னிடம் கூறியிருந்தாள். இருந்தாலும், எனக்கு அவரைப் பற்றி குலுவிடம் கேட்டறிந்து கொள்ளத் தேவைப்படவில்லை. அந்த நாட்களில் நான் எனது கல்வி நடவடிக்கைகளுக்காகவே மிகவும் பாடுபட்டுக் கொண்டிருந் தேன். ●

3

மழை பெய்ததால் தரையானது பசுமையில் பிரகாசித்துக் கொண்டிருந்தது. மரஞ்செடி கொடிகள் அனைத்தும் புதிய தளிர்களால் பூரித்திருந்தன.

எல்லா இடங்களிலும் தண்ணீரானது குட்டைகளாகத் தேங்கியிருந்தன. சில இடங்களில் அவை தற்காலிகக் குளங்கள் போல மாறியிருந்தன. பூச்செடிகளில் ஒரே மாதிரியிருந்த பசிய நிறத்தை மறைத்து பூக்கள் நிறைந்து மின்னிக் கொண்டிருந்தன. மீண்டும் பாடசாலைக்குப் போக நான் மிகுந்த ஆவலுடன் காத்திருந்தேன். நான் உயர்தரத்துக்குச் சித்தியடைந்திருந்ததோடு, கடந்த தவணையின்போது நான் மாணவர் தலைவியாகவும் தேர்ந்தெடுக்கப்பட்டிருந்தேன். மாணவர் தலைவி என்ற பொறுப்பானது எனக்கு மிகவும் உத்வேகமளித்துக் கொண்டிருந்தது.

அவ்வாறே புதிய தொங்கட்டான் காதணிகளை அணிந்து செல்வதுவும் எனது மனதை உற்சாகப்படுத்திய ஒரு காரணி யாக இருந்தது. நகரத்தில் வசிக்கும் எனது தாயின் மூத்த சகோதரியின் வீட்டுக்கு ஒரு நாள் போயிருந்த வேளையில் அவளது மகள் எனக்குப் பரிசாக அளித்த ஒன்று அது. எனது வகுப்புத் தோழிகள் பலரும் புதுப் புது ஆபரணங்களை அணிந்து கொண்டு வருவதால் அந்தப் புதிய காதணிகளை அணிந்து கொள்ள நான் மிகுந்த ஆசையோடு காத்திருந்தேன்.

கடந்த தவணையைப் போல அல்லாது இந்தத் தவணையில் நான் பாடசாலைக்கு பொதுப் பேருந்தில்தான் செல்ல வேண்டியிருந்தது. நாங்கள் பாடசாலைக்குப் போகத்

தயாராகி தெருவில் இறங்கும்போதே பெலோ ஹாஜியாரின் வாகனம் எமக்கு முன்னால் வந்து நின்றது.

நாங்கள் புறப்பட்டதை அவர் எவ்வாறு அறிந்து கொண்டார்...?! தற்செயலாக எம்மைக் கண்டது போலத்தான் திடீரென்று எமக்கு முன்னால் வாகனத்தை நிறுத்தினார்.

"நான் என்னோட வீட்டுக்குப் போயிட்டிருக்கேன். வீட்டுக்கு ஸ்கூலைக் கடந்து கிட்டத்தட்ட இன்னும் இருபத் தஞ்சு கிலோமீற்றர் போகணும். ஸ்கூலுக்குப் போற வழியால தான் போறேன். ஏறுங்க. நான் கூட்டிட்டுப் போறேன்."

அவர் எம்மை அவரது வாகனத்தில் ஏற்றிக் கொண்டதில் எந்த விஷேடமும் இல்லை. அறிந்தவர், தெரிந்தவர்கள் வழியில் வைத்துச் சந்திக்கும்போது வழமையாகச் செய்யும் ஓருதவி அது. எனது தந்தை முன் ஆசனத்தில் அமர்ந்து கொண்டதோடு நான் பின்னிருக்கையில் அமர்ந்து கொண்டேன். அது நவீன ரக புதிய காரொன்றாக இருந்தது. முன்பு வீட்டுக்கு வந்தபோது அவர் வேறொரு காரில்தான் வந்திருந்தார். இந்த சொகுசுக் காரின் இருக்கைகள் சாட்டின் துணியில் தைக்கப்பட்டிருந்தன. இந்த வாகனத்துக்குள்ளேயிருந்த வாசனைத் திரவியங்களின் நறுமணமும், இசையும் நானே அறியாமல் எனது மனதைக் கொள்ளை கொண்டிருந்தன.

பெலோ ஹாஜியார் ஊதா நிற மேலங்கியொன்றை அணிந்திருந்தார். அது அவருக்கு சற்றும் பொருந்தவில்லை என்று எனக்குத் தோன்றியது. பின்னிருக்கையில் அமர்ந்திருந்த எனக்கு மேலங்கியால் மூடப்படாத அவரின் பருமனான கழுத்து நன்றாகத் தென்பட்டது. அவர் எனது தந்தையுடன் கதைத்தவாறுதான் வாகனத்தைச் செலுத்திக் கொண்டிருந்தார். என்றாலும், அவ்வப்போது கழுத்தை நேராக்கி வாகனத்தைச் செலுத்திய விதத்திலும், இடையிடையே கண்ணாடி வழியே என்னைப் பார்த்த விதத்திலும் அவர் என் மீது மிகுந்த அவதானத்தோடு இருப்பது புலப்பட்டது. நானும் அவர் மீது ஏதோ ஒரு கவனத்தோடுதான் இருந்தேன். ஒருவரை யொருவர் ஈர்க்கக் கூடிய விந்தையானதோர் காந்தப் புலம் எம்மிருவரிடையே அந்த வாகனத்துக்குள் இருப்பதாக எனக்குத் தோன்றியது.

நான் பாடசாலைக்குள் நுழைந்ததுமே ஜஸ்டினா வந்திருந் ததைக் கண்டது எனக்கு மகிழ்ச்சியைத் தந்தது. என்னை எனது வகுப்புக்கு முன்னால் இறக்கி விட்டுவிட்டு பெலோ ஹாஜியாரின் வாகனமானது பாடசாலை நுழைவாயிலைக் கடக்கும்போதே ஜஸ்டினா கிண்டலாக தொண்டையைச் செருமிவிட்டு சத்தமாக சிரிக்கத் தொடங்கினாள்.

“தாரி... குலு ஸ்கூல்லருந்து விலகிட்டாள்னாலும் அவளோட மாமா இன்னும் ஸ்கூலுக்கு வந்துட்டிருக்குறது எதுக்கு? இதுன்னா எனக்கு அவ்வளவு நல்லதாப் படல.”

“எது நல்லதாப் படல?” என்று அவள் என்ன கூற விழைகிறாள் என்பதைப் புரிந்து கொள்ளாதது போலக் கேட்டேன்.

“இல்ல... ஒண்ணுமில்ல. இந்த நாட்கள்ல மணப் பெண்களோட விலை ரொம்ப அதிகம்” என்று அவள் மேலும் கிண்டல் செய்தாள்.

“ஓஹ்... உங்க ஊருல அப்படியா?” என்று அவளது கிண்டலைப் புரிந்து கொள்ளாதது போல கேட்டேன்.

அதற்கு இரண்டு கிழமைக்குப் பிறகு அவளது தந்தையின் பணி இடமாற்றம் பற்றிய தகவல் வந்தது. அதனால் அவளுக்கும் போக நேர்ந்ததுவும், அவளை நான் இழக்க வேண்டியிருப்பதுவும் எனது மனதை மிகவும் கவலைக் குள்ளாக்கியது. உலகத்தைப் பார்க்கத் திறந்திருந்த ஜன்னலை மூடி விட்டது போல அதை நான் உணர்ந்தேன். சுப் ஜனங் களால் நிறைந்திருந்த சொகோதோ மாநிலத்திலிருந்து தொலைவாக உள்ள நைஜீரியாவின் ஏனைய இடங்களை எனக்குக் காண்பிப்பதற்காக புகைப்படங்களைக் கொண்டு வந்து காட்டியவள் அவள்தான். ப்ளெட்டோ மாநிலத்திலுள்ள உயர் சமவெளிகள் குறித்தும், ஜோஸ் நகரத்தின் அழகைக் குறித்தும், லாகோஸ் தலைநகரத்தைக் குறித்தும் பல விடயங் களை ஜஸ்டினாதான் எனக்குக் கற்றுக் கொடுத்தாள். நான் எனது பிரதேசத்தை விட்டு வேறெங்கும் பயணித்திருக்க வில்லை.

4

எதிர்காலத்தில் என்னவெல்லாம் நடக்கக் கூடும் என்பதை அந்த ஆண்டவன் மட்டும்தான் அறிவான் என்று சொல்வார்கள். என்றாலும், சில சந்தர்ப்பங்களில் அவனும் கூட நிஜமாகவே அவற்றை அறிந்திருப்பானா என்று நான் வியந்திருக்கிறேன்.

நான் அந்தத் தவணையின் போது பாடசாலையிலிருந்து வார இறுதியில் வீட்டுக்கு வந்த முதலாவது சந்தர்ப்பம் அதுவாகவிருந்தது. என்னுடன் கதைக்க வேண்டும் என்ற திட்டத்தோடுதான் வீட்டார்கள் என்னை வீட்டுக்கு வரவழைத்திருந்தார்கள். அதை நான் வீட்டுக்கு வந்த பிறகுதான் அறிந்து கொண்டேன். நான் வீட்டுக்கு வந்த வேளையில், எனக்கு மிகவும் பிடித்த, எனது தந்தையின் இளைய சகோதரி அங்கு வந்திருப்பதைக் கண்டேன். அவளைக் கண்டதுமே மிகுந்த மகிழ்ச்சியை நான் உணர்ந்தேன். அவளை வீட்டுக்கு வரவழைத்திருந்தது என்னுடன் கதைக்க வைக்கும் நோக்கில்தான் என்பதைப் பின்னர்தான் அறிந்து கொண்டேன்.

என்னிடம் நேரடியாக விடயத்துக்கு வருவது குறித்து அவள் வெகுநேரம் யோசித்திருக்கக் கூடும். ஆகவே எமது கலந்துரையாடலின் தொடக்கத்திலேயே அவள் பெலோ ஹாஜியார் குறித்து வர்ணித்துக் கொண்டிருந்தாள். எனது தந்தை அவருக்குக் கடன்பட்டிருப்பதைக் குறித்து ஆரம்பத்தில் அவள் எதையும் குறிப்பிடவில்லை.

“பெலோ உன்னைப் பற்றித்தான் அடிக்கடி விசாரிக்கிறாராம். உன்னை நல்லா அவருக்குத் தெரியுமாம்” என்ற

அத்தையின் அந்த வார்த்தைகள் வெறும் புகழாரங்கள் என்று எனக்குத் தோன்றின. அவ்வாறான புகழாரங்களுக்கு மயங்காதவர்கள் எவருமில்லை. போதாததற்கு, பெலோ போன்ற பெரும்பணக்காரர்களின் பின்னால் செல்ல எத்தனையோ பெண்கள் விருப்பத்தோடிருப்பார்கள்.

"அவருக்கு என்னதான் என்னைப் பற்றித் தெரியும்?" என்று யோசனையிலிருந்து மீண்ட நான் கேட்டேன்.

"அவர் உன்னைப் பற்றிய எல்லா விவரங்களையும் குலுவிடமிருந்து கேட்டுத் தெரிஞ்சிட்டிருக்கார். குலு அவரோட மருமகள்தானே."

பெரும் எதிர்பார்ப்போடு அத்தை கூறிக் கொண்டிருந்தாள். அவளிடம் கூறுவதற்கு பெருமளவான விடயங்கள் எனது மனதில் இருந்தபோதிலும் நான் அமைதியாக இருந்தேன்.

அவருடைய மருமகளிடம் கேட்டுத் தெரிந்து கொண்ட விடயங்களைக் கொண்டு எப்படி என்னைப் பற்றி அவரால் முழுமையாக அறிந்து கொள்ள முடியும்? அவ்வாறெல்லாம் ஒருவரால் இன்னொருவரைப் புரிந்து கொள்ள முடியுமா? அதுவும் என்னுடைய மனதினுள் இருக்கும் விடயங்களையே என்னால் புரிந்து கொள்ள முடியாமல் இருக்கும்போது?

என்னால் எப்படி அத்தையிடம் எல்லாவற்றையும் விளக்கமாகக் கூற முடியும்? எனக்கு என்ன தேவைப்படுகிறது? என்ன மாதிரியான விளக்கத்தை நான் கொடுக்க வேண்டும்? என்னை நன்றாகப் புரிந்து கொள்ளக் கூடிய ஒருவரே எனக்குத் தேவை. நான் எப்படியிருந்தாலும் என்னை நேசிக்க முடியுமான ஒருவராக அவர் இருக்க வேண்டும்..

நோஞ்சானாகத் தெரிந்த அவரது மருமகளைக் குறித்து எனக்கு அவ்வளவாக நல்ல எண்ணம் இருக்கவில்லை. இருந்தாலும், அவள் பாடசாலையை விட்டு விலகும் முன்பு என்னுடன் நல்ல நட்பை வளர்த்துக் கொண்டிருந்தாள். பெரும்பாலான சந்தர்ப்பங்களில் அவள் தனது மாமாவிடமிருந்து கிடைத்ததாகக் கூறி சில இனிப்புகளை எனக்குத் தந்திருக்கிறாள்.

"பெலோ ஹாஜியார் பெரிய பணக்காரர், மகளே. அவரோட வியாபாரமெல்லாம் பார்த்துட்டிருக்குறப்பவே வேகமா வளர்ந்துட்டிருக்கு. அதனால அதிர்ஷ்டம் உன்னைத் தேடி வந்திருக்கு. அவர் உன்னைக் கல்யாணம் பண்ணிக்க விரும்புறார்" என்று அவ்வளவு நேரமும் தான் கூற முற்பட்டதைக் கடைசியில் கூறிவிட்டாள் அத்தை.

அது எனக்கு வியப்பளிக்கவில்லை. கடந்த சில மாதங்களாக, பெலோ என் மீது கவனம் செலுத்திக் கொண்டிருப்பதை நான் அறிந்திருந்தேன். என்றாலும், அவருக்கு உடனடியாக என்னைத் திருமணம் செய்து கொள்ள வேண்டியிருப்பதைக் கேட்டதுமே நான் வியப்பிலும், கவலையிலும் ஆழ்ந்தேன்.

"உன்னோட வாப்பா, பெலோ ஹாஜியார்கிட்ட பெருசா கடன்பட்டிருக்கார், மகளே" என்று அந்த உரையாடலின் மிக முக்கியமான விடயத்தை அத்தை கடைசியில்தான் கூறினாள்.

"நீ இந்தக் கல்யாணத்துக்கு சம்மதிச்சாய்னா வாப் பாட கடனை அப்படியே உனக்குத் தர்ற மஹர்ப் பணம்னு சொல்லி கடனைத் தீர்த்துக்க பெலோ ஹாஜியார் விரும்புறார்."

கடந்த வருடம் முழுவதும் எனது தந்தை பணத் தட்டுப்பாடால் மிகவும் கஷ்டப்பட்டது எனக்கு நினை வுக்கு வந்தது. அவ்வாறு அவர் பெலோ ஹாஜியாருக்குக் கடன் பட்டிருப்பதைக் குறித்த விடயம் என்னிடம் கூறப்பட்டதும் அதற்கு நான் என்ன பதிலளிக்க வேண்டும் என்று என்னால் யோசித்துப் பார்க்கக் கூட முடியவில்லை. ஒரு வாளி குளிர்ந்த தண்ணீரால் திடீரென்று தாக்கப்பட்டது போல நான் உணர்ந்தேன்.

வகுப்பில் நல்ல மாணவியாக இருந்த எனக்குள்ளே மேலும் நன்றாகப் படித்து பெரிய ஆளாக வர வேண்டும் என்ற எண்ணம் மாத்திரமே இருந்தது. எமது குடும்பங்களிலுள்ள இளம்பெண்களை பால்ய வயதிலேயே திருமணம் முடித்துக் கொடுத்த போதிலும், திருமணம் பற்றிய எவ்வித எண்ணமும் எனது மனதில் நுழைந்திருக்கவில்லை. நான் அவற்றுக்கெல்லாம்

எதிரானவள் என்றே என்னைக் குறித்து நான் எண்ணிக் கொண்டிருந்தேன்.

"அப்போ ஜூலை மாசம் நடக்கப் போற பரீட்சைக்கு என்னவாகும்?" என்று கேட்டேன்.

சத்தமாகச் சிரித்தாள் அத்தை. அவளது சிரிப்புச் சத்தம் தெருவுக்கே கேட்டிருக்கும். அந்தச் சிரிப்புக்கேற்ப அவளது பருத்த மார்புகள் மேலும் கீழுமாக அசைந்தன.

"என்ன பரீட்சை? அவ்ளோ பெரிய பணக்கார் உன்னைக் கல்யாணம் பண்ணிக்குறேங்குறார். நீயோ பரீட்சையைப் பற்றி யோசிச்சிட்டிருக்காய்."

நான் கூறிய விடயம் நகைப்புக்குரியதல்ல. எனது எண்ணங் களையும், உணர்வுகளையும் நான் எவ்வாறு அவளிடம் விபரிக்கப் போகிறேன்? அதை என்னாலேயே புரிந்து கொள்ள முடியவில்லை. 'இதெல்லாம் சாதாரண விடயம், இது இப்படித்தான் நடக்க வேண்டும்' என்ற ரீதியில்தான் அத்தை பேசிக் கொண்டிருந்தாள். பணக்காரரொருவர் கேட்டால் நான் அதற்கு அடங்கிப் போக வேண்டுமா? அனைத்துக்குமான தீர்வு திருமணத்திலா இருக்கிறது?

"உன்னால வேண்டிய மட்டும் துணிமணிகள், தங்க நகைகள் வாங்கிக்கலாம். மக்காவுக்குக் கூட போயிட்டு வரலாம். டேலு மக்காவுக்குப் போயிட்டு வர்றப்ப வாங்கிட்டு வந்த வைர நெக்லஸை நீ பார்த்தியா? அது மாதிரி. ஆண்ட வனே, எப்படியாவது இவள் அவரைக் கல்யாணம் பண்ணிக்கணும். அப்போதான் என்னோட அண்ணா கடன்லருந்து மீளுவார். இவளும் பணக்காரி ஆகிடுவாள். அவருக்கு உன்னை ரொம்பப் பிடிச்சிருக்கு. நீ சந்தோஷமா வாழலாம்" என்று அத்தை கடைசியாகக் கூறினாள்.

அந்த ஆலோசனைக்கு ஏன் நான் அப்போதே மறுப்புத் தெரிவிக்கவில்லை என்று எனக்கு இப்போது தோன்றுகிறது. அப்போது நான் மறுத்திருந்தால், அவர்களால் என்னதான் செய்திருக்க முடியும்? ஆனால் அப்போது எனக்கு ஏற் பட்டிருந்த மனக் குழப்பமே அவையனைத்துக்கும் காரண மாக அமைந்தது. எனது மனம் அவரது நடவடிக்கைகளில்

ஏமாந்து போய், அவர் பக்கம் என்னை ஈர்க்கச் செய்தது. இருந்தாலும், எனது கல்வி நடவடிக்கையை தொடர்ந்தும் மேற்கொள்ளவும் நான் விரும்பினேன்.

நன்றாக பரீட்சைகளில் சித்தியடைந்து, பல்கலைக் கழகத்துக்கும் போய்ப் படித்து தொழிலொன்றைப் பெற்றுக் கொண்டு இந்த உலகத்தைச் சுற்றிப் பார்க்க நான் பெரிதும் ஆசைப்பட்டேன். தெருவில் வேகமாகப் போய் சறுக்கிய வாகனமொன்று தெருவோரமாக துருப்பிடிக்க விடப் பட்டிருப்பது போன்ற ஒன்றுதான் இப்போது நடந்திருக்கிறது. சில பெண்கள் மிகப் பாடுபட்டு வேலை செய்து தமது தொழில்துறையில் சிறந்த வெற்றியை அடைந்திருக்கும் விதம் எனக்கு நினைவுக்கு வருகிறது. அவர்களில் பலரும் தெற்கி லிருந்து வந்த பெண்கள். வருங்காலத்தில் அவ்வாறானதோர் தொழிலில் ஈடுபட்டு எனது வருங்காலக் கணவனையும் அதே உலகத்தில் கண்டடைந்து விடத்தான் நான் கனவு கண்டு கொண்டிருந்தேன்.

பாடசாலையில் சக மாணவிகள் எனக்கு விக்டரின் பெயரைச் சொல்லி கிண்டல் பண்ணிக் கொண்டிருந்தார்கள். விக்டர் எனது வரலாற்று ஆசிரியர். அவர் பற்றிய கற்பனை களால் எனதுள்ளமும் பூரித்திருந்தது.

நான் திடீரென்று திருமணம் முடித்ததை விக்டர் அறிந்து கொண்டால் மிகவும் கவலைப்படுவார் என்று எனக்குத் தோன்றியது. எனது திருமணம் பற்றிய விபரமறிந்தால் எனது ஆங்கில ஆசிரியையான ஜானகி மிகவும் கோபப்படுவார். நான் பல்கலைக்கழகத்துக்குப் போவதைக் காண்பதே அவரது ஒரே எதிர்பார்ப்பாக இருக்கிறது.

அத்தை இப்போதும் என் முன்னால் நின்று கொண்டிருந் தாள். எமது வீட்டிலிருந்து சில வீடுகளுக்கு அப்பாலிருந்த பள்ளியிலிருந்து மாலை நேர மஹ்ரிப் தொழுகைக்கான பாங்கு ஒலிப்பது கேட்டது. வாப்பா தொழப் போயிருக்கக் கூடும். அவர் ஒருபோதும் தொழுகையை விட்டதில்லை. அந்த மாலை நேரக் காற்றில் மனதுக்கு நெருக்கமான பல ஓசைகள் நிறைந்திருந்தன.

“பெலோ ஹாஜியாருக்கு வயசு அதிகம்” என்று மிகவும் சிரமப்பட்டு வார்த்தைகளைக் கோர்த்து நான் கூறினேன்.

“என்ன பெரிய வயசு? ஆம்பளைங்களுக்கு வயசு ஒரு பொருட்டேயில்ல. அவருக்கு நாற்பதுக்குக் கூட இருக் காதுன்னு நான் உறுதியாச் சொல்றேன். நம்ம மூஸா மாமா அறுபது வயசுலதானே கல்யாணம் முடிச்சார்” என்ற அத்தையின் விபரிப்பு எனக்கு அவசியமற்றதாகத் தெரிந்தது.

முதிய ஆண்கள், இளம்பெண்களைத் திருமணம் முடிப்பதை ஏற்கெனவே நான் அறிந்திருந்தேன். எனது தந்தையைக் குறித்த கவலையொன்று எனக்குள்ளே தோன்றியது. ஆகவே நான் மௌனமாக அமர்ந்திருந்தேன். எனது மௌனத்தை சம்மதமாக அத்தை எடுத்துக் கொள்ளக் கூடும்.

“எனக்கு யோசிச்சுப் பார்க்க கொஞ்சம் சமயம் வேணும்” என்று திக்கித் திணறி கூறினேன்.

“வாப்பாவைப் பற்றி யோசிச்சுப் பாரு மகளே” என்று மீண்டும் கூறினாள் அத்தை.

மிகுந்த கவலையோடும், கஷ்டத்தோடும் காலத்தைக் கடத்திக் கொண்டிருக்கும் எனது தந்தை மிகவும் நலிவடைந்து போயிருந்தார். எனக்கு அவரை நினைக்க மிகவும் கவலையாகவிருந்தது.

‘என்னுடைய வாப்பாவுக்காக இதற்கு நான் சம்மதிக் கிறேன்’ என்று தீர்மானித்த நான், தந்தையுடைய நலனுக் காக என்னால் இதைச் செய்ய முடிந்ததற்காக என்னைக் குறித்தே எண்ணி மகிழ்ந்தேன். என்றாலும், பெலோ போன்ற ஒரு பணக்காரருக்கு என்னைத் தேவைப்படுவது குறித்து நான் மிகவும் குழம்பிப் போயிருந்தேன். உண்மையில் எனது தந்தைக்காகத்தான் நான் இதற்கு சம்மதித்தேன் என்பதை அத்தை அவரிடம் கூற மாட்டாள்.

எனது வகுப்புத் தோழிகள் எனக்குக் கிண்டல் செய்து கொண்டிருந்த வாலிபனான விக்டரை விடவும், பெலோ வயதான ஒருவர். அவர் எனது தந்தையை விடவும் ஓரிரு

வருடங்கள்தான் இளையவராக இருப்பார். ஆங்கில நாவல்களில் நான் வாசித்திருந்த எலிஸபெத், பெனட், டாஸித், எமா மற்றும் நைட்லின் ஆகியோரே எனது ஞாபகத்தில் நிலைத்திருக்கும் திருமணம் குறித்த மாதிரி பிம்பங்களாக இருந்தார்கள். எனது திருமணம் குறித்து யோசிக்கும்போது எனது பெற்றோரை திருமண மாதிரி பிம்பங்களாக என்னால் நினைத்துக் கூட பார்க்க முடியவில்லை. இரவல் வாங்கி நாங்கள் ஒரே மூச்சில் வாசித்து முடித்த நூல்களிலிருந்த காதல் கதைகளில் பணக்கார வியாபாரிகள் தமது அலுவலகத்தில் பணிபுரியும் ஏழைப் பெண்களோடு காதல் வயப்பட்ட கதைகள் எனக்கு ஞாபகம் வந்தன.

பெலோ ஏற்கனவே திருமணம் முடித்திருக்கலாம் என்றும், அவருக்கு பல மனைவிகள் இருக்கக் கூடும் என்றும் எந்த யோசனையும் எனக்குள்ளே தோன்றாததற்குக் காரணம் நான் மேலே குறிப்பிட்ட கற்பனையில் மூழ்கியிருந்ததாலாக இருக்கலாம். எனது பாடசாலையைச் சுற்றி வர வாலிபர்கள், இளம்பெண்களை நோட்டமிடுவதையும், முதியவர்கள், இளம்பெண்களை நோட்டமிடுவதையும் குறைவின்றிக் காணலாம். இருந்தாலும், பலதார மணத்தை முற்றுமுழுதாக எதிர்த்த நானே, இரண்டாவதாகவும் இல்லாமல், மூன்றாவது மனைவியாக இங்கு வந்திருப்பது இன்றும் கூட என்னால் நினைத்துப் பார்க்க முடியாத அளவுக்கு விந்தையான ஒரு விடயமாக இருக்கிறது. ●

5

நேற்று காலைவேளையில் பெலோ அறையிலிருந்து வெளியேறிய பிறகும் நான் சிறிது நேரம் அறையிலேயே இருந்தேன். ஜன்னல் வழியே எட்டிப் பார்த்த ஓர் இளைஞன் உடனடியாக என்னைக் கண்டதும் திரும்பிச் சென்றான். மதியத்தை நெருங்கும் அந்தக் காலை வேளையில் நான் அறையிலிருப்பது அவனுக்கு வியப்பளித்திருக்கக் கூடும். நான் உடனடியாக வீட்டின் பின்புறமாகச் சென்று யாரோ வந்திருப்பதாக காவல்காரனிடம் தெரிவித்தேன்.

தனது தந்தை வெளியேறும் முன்பு அவரைச் சந்திக்கும் நோக்கத்தில் பெலோவின் மூத்த மகன்தான் அவ்வாறு வந்திருந்தான். அவன் வீட்டுக்குள்ளே நுழைந்து தனது சகோதர, சகோதரிகளுடன் கதைத்துக் கொண்டிருப்பது எனக்குக் கேட்டது. இருந்தாலும், ஹவுஸா கோத்திர மக்களின் சம்பிரதாயங்களுக்கு ஏற்ப அவன் தனது தாயுடன் கதைக்கவில்லை.

ஒரு ஹவுஸா தாய்க்கு தனது மூத்த மகனுடனோ, அவனது மனைவியுடனோ நேரடியாகக் கதைப்பது தடைசெய்யப் பட்டுள்ளது. அவர்களிடையே ஏதேனும் கருத்துகளைப் பரிமாறிக் கொள்ளத் தேவைப்பட்டால் இடையில் ஒருவரை வைத்துத்தான் அவற்றைப் பரிமாறிக் கொள்ள வேண்டும். இவ்வாறான நடைமுறை இருப்பது ஆண்பிள்ளைகளை வீட்டை விட்டுத் தொலைவாக வைப்பதற்காக இருக்கலாம். அப்போதுதான் தந்தைமாருக்கு தனது மகனின் சம வயதில் அல்லது அவனை விடவும் குறைவான வயதிலுள்ள இளம்பெண்களை இரண்டாவதாகவோ, மூன்றாவதாகவோ

திருமணம் முடித்து வீட்டுக்குக் கூட்டிக் கொண்டு வரும் சுதந்திரம் கிடைக்கும்.

அவனைப் போய்ப் பார்க்க வேண்டும் என்று எனக்குத் தோன்றிய போதிலும், அதைப் பிறகு செய்யலாம் என்ற எண்ணத்தோடு நான் எனது அறைக்குள் புகுந்து கொண்டேன். எமது திருமண வைபவ நாளில் நான் அவனைக் கண்டிருந்த போதிலும் அவன் யார் என்பதை நான் அறிந்திருக்கவில்லை. இன்று நான் அவனைப் பற்றி அறிந்து கொள்ள விரும்பினேன். அவன் பல்கலைக்கழகத்தில் பட்டப்படிப்பை மேற்கொண் டிருக்கும் ஒருவன். முதல் சந்தர்ப்பத்தில் எமக்கிடையே புன்னகையைத் தவிர வேறெந்த உரையாடல்களும் மேற் கொள்ளப்பட்டிருக்கவில்லை. அவன் தனது சகோதர சகோதரிகளுடன் உரையாடிக் கொண்டிருக்கும்போது ‘அமாரியா’ என்ற வார்த்தையைப் பயன்படுத்துவது எனது காதில் விழுந்தது. அந்த வீட்டிலிருந்த பிள்ளைகள் மாத்திர மல்லாமல், என்னை விடவும் மூத்தவர்கள் கூட என்னை ‘அமாரியா’ என்றுதான் அழைத்தார்கள்.

அன்றைய நாள், அதாவது நான் ‘அமாரியா’வாக ஆகி, இந்த வீட்டுக்கு அழைத்து வரப்பட்ட நாள்தான் எந்தளவு விந்தையான ஒரு நாளாக இருந்தது?! முஸ்லிம் ஹவுஸா மக்களது திருமண வைபவங்களின் சம்பிரதாயங்களுக்கேற்ப வைபவத்தின்போது முதலில் மாப்பிள்ளை வர மாட்டார். அவரது தரப்பிலிருந்து பெரியவர்கள், உறவினர்கள் வருகை தந்து மணப்பெண்ணுக்கு உணவுகள், பானங்கள், ஆடை அணிகலன்களை வழங்கி அவளைக் காலம்தோறும் போற்றிப் பாதுகாப்பதாக உறுதியளிப்பார்கள்.

நாங்கள் ஒரு மாலை வேளையிலேயே இங்கு வந்து சேர்ந்தோம். நூற்றுக்கணக்கான கோலா பாக்குகளைத் தனது உறவினர்களுக்கும், நண்பர்களுக்கும் பெலோ பகிர்ந்தளித் திருந்தார். பழைய சம்பிரதாயச் சடங்குகளின் பிரகாரம் என்றால் மணப்பெண், மணமகனது வீட்டுக்கு வந்ததுமே இரண்டு தினங்கள் கழியும்வரைக்கும் மாப்பிள்ளை அந்த வீட்டை விட்டு வெளியே தனது நண்பர்களுடன் தங்கியிருக்க வேண்டும். புது மணப்பெண்ணை வீட்டு வேலைகளுக்குத் தயார்படுத்துவதில்தான் அந்த இரண்டு தினங்களும் கழியும்.

அந்தச் சம்பிரதாயங்களெல்லாம் இப்போது பின்பற்றப்படுவதில்லை என்பதால், மாப்பிள்ளை இரவானதுமே மணப் பெண்ணிடம் வந்து விடுவார்.

எமது இந்த வைபவமானது மிகவும் குறுகிய நேரத்துக்குள் நடந்து முடிந்தது என்றாலும், பெலோ எனக்காக பல பரிசுப் பொருட்களைக் கொண்டு வந்திருந்தார். முஸ்லிம் மணமகன்கள் தமது திருமண வைபவத்துக்காக மாத்திரமல்லாமல், அதன்பிறகான குடும்ப வாழ்க்கைக்கும் சேர்த்து பல பொருட்களை வாங்கிச் சேகரிப்பது என்பது பொதுவான ஒரு நிகழ்வுதான். ஆகவே எனக்காக ஆடைகள், தங்க ஆபரணங்கள், வாசனைத் திரவியங்கள், காலணிகள் உள்ளிட்ட எனக்குத் தேவையானதென்று அவர் கருதிய அனைத்துப் பொருட்களையும் வாங்கி வைத்திருந்தார். அவர் பரிசுப் பொருட்களுக்காக இந்தளவு செலவழிப்பது எதற்காக என்று எனக்கு வியப்பாக இருந்தது. இது நிஜமாகவே அவர் என்னைக் காதலிக்கிறார் என்பதனாலா? இல்லாவிட்டால், எனக்கும், எனது குடும்பத்தவர்களுக்கும் அவரது பணக்காரத்தனத்தைக் காண்பிக்கும் முயற்சியா இது? எனது தங்கையான அஸூம் அந்தப் பரிசுப் பொருட்களைப் பேராசையோடு பார்த்துக் கொண்டிருந்தாள். அவள் திருமணம் முடித்த சந்தர்ப்பத்தில் இந்தப் பொருட்களின் கால்வாசி கூட அவளுக்குக் கிடைத்திருக்கவில்லை.

புழுதிப் புயல் மிகவும் கடுமையாக வீசிக் கொண்டிருந்த நாள் அது. புழுதியானது சுழன்றடித்தவாறு எங்கும் வீசிக் கொண்டிருந்தது. சூழல் முழுவதையும் புழுதி மூடியிருந்ததால் வீட்டை நெருங்கும்வரைக்கும் எம்மால் வீட்டைக் காண முடியவில்லை. என்னை எனது உறவினர்கள், குறிப்பாக எனது தந்தையின் உறவுகள் என்னை மணமகனின் வீட்டுக்குக் கூட்டிக் கொண்டு வந்தபோது மாலை நான்கு மணியை நெருங்கியிருக்கும். நான் அதற்கு முன்பு அந்த வீட்டைக் கண்டிருக்கவில்லை. வீட்டினுள் நுழைந்ததுமே, வீட்டினருகே பொருத்தப்பட்டிருந்த ஜெனரேட்டர் இயந்திரத்தின் பலத்த ஓசை இரைச்சலாக எனது காதில் விழுந்தது. கிராமப் பிரதேசங்களில் மின்சார விநியோகமானது இரவுக்கு மாத்திரம் மட்டுப்படுத்தப்பட்டிருந்ததோடு, சில நாட்கள் அதுவும் வழங்கப்படுவதில்லை.

நாங்கள் வீட்டுக்குள் நுழைந்த வேளையில் பல வகையான பல்சுவை உணவுகள் அங்கு தயாராக இருந்தன. பொறித்த இறைச்சி, உள்நாட்டு சம்பிரதாய முறையில் தயாரிக்கப்பட்ட இறைச்சிக் கறிகள், கேக், பிஸ்கட், பழ வகைகள் போன்றவை அவற்றுள் அடங்கியிருந்தன. பெண்களை உபசரிக்கும் பொறுப்பு எனது கணவனின் முதல் மனைவியான பாத்திமாவிடம் ஒப்படைப்பட்டிருந்தது.

வெகுநேரம் வரைக்கும் எனது கணவனின் இரண்டாவது மனைவியான அமீனா எனது பார்வையில் படவேயில்லை. அவளை முதன்முறை நான் காணும்போது தனது மனதுக் குள்ளிருந்த கோபம், ஆவேசம், வைராக்கியம் போன்றவற்றை அடக்கிக் கொள்ள பெரும்பாடு படுவதைப் போன்ற தோற்றம் அவளுக்குள்ளிருப்பது தென்பட்டது. அவள் எவ் வளவுதான் அழகாக ஆடையணிந்து, தன்னை அலங்கரித்துக் கொண்டிருந்த போதிலும், ஏதோவொரு முரட்டுத்தனம் அவளிலிருந்து வெளிப்பட்டது. முதல் மனைவியான பாத்தி மாவோ எனது தாயைப் போன்றிருந்தாள். சில மூத்த மனைவிகள், இளம் மனைவிகளை மிகவும் அன்பாகக் கவனித்துக் கொள்வதையும் நான் கண்டிருக்கிறேன்தான். என்றாலும், எனது வருங்கால உறவினர்கள் எப்படிப்பட்டவர் களாக இருப்பார்களோ என்று அவ்வேளையில் எனக்குள் பயம் தோன்றியது.

எனக்கு ஒதுக்கப்பட்டிருந்த அறைக்குள் தட்டுகள், கோப்பைகள் உள்ளிட்ட பண்ட பாத்திரங்கள், அலங்காரப் பொருட்கள் போன்றவை ஆங்காங்கே குவித்து வைக்கப் பட்டிருந்தன. அவை எனது தந்தை எனக்கு சீதனமாக வழங்கிய பொருட்கள். எனது அண்ணிகளது கிசுகிசுப்பான உரையாடல்களும், முணுமுணுப்புகளும் இரைச்சலாகக் கேட்டன. அன்றைய இரவுக்கு என்னைத் தயார்படுத்துவதற் காகத் தயாராக இருந்த அவர்களது பதற்றத்துடன் கூடிய சிரிப்பொலிகளுக்கும், கேலிப் பேச்சுகளுக்கும் குறைவிருக்கவே யில்லை. அவர்களுக்கு மத்தியில் நான் ஏதோ எனக்கு முன்னால் அரங்கேறிக் கொண்டிருக்கும் நாடகமொன்றைப் பார்த்துக் கொண்டிருக்கும் பார்வையாளர் போலவும், அதைக் குறித்து விமர்சனம் எதையும் முன்வைக்காத அந்நியன் போலவும் என்னை உணர்ந்தேன்.

அவ்வேளையில் நான் சந்தோஷமாக இருந்தேனா? நிஜ மாகவே பெலோவைக் காதலித்தேனா? போன்றவற்றைக் குறித்து இன்றும் கூட என்னால் யோசித்துப் பார்க்க முடிய வில்லை. பெலோ கூட நிஜமாகவே என்னைக் காதலித்தாரா என்ன?

நான் அவரது ஏனைய மனைவிமாரோடு எப்படித்தான் ஒன்றாக வாழப் போகிறேனோ என்ற யோசனைதான் நொடிக்கு நொடி எனக்குள்ளே தோன்றிக் கொண்டேயிருந்தது. இந்த வீட்டில் எனக்குரிய இடம்தான் என்ன? மூத்த மனைவிமாரிடமிருந்து பயிற்சியைப் பெற்றுக் கொள்ளவோ, அவர்களது அடிமைகளாக இருக்கவோ நான் ஒன்றும் பன்னிரண்டு வயதேயான மணப்பெண் இல்லையே.

கடைசிக் கணம் வரைக்கும் 'அவரது இரவு'க்காக நான் எவ்வாறு தயாராக வேண்டும் என்பது குறித்த எந்த எண்ணமும் எனக்குள் இருக்கவில்லை. நகரத்திலிருந்து வந்திருந்த ஆயிஷா மாமியின் மகளான லூபா செம்மஞ்சளும், ஊதா நிறமும் கலந்த ஆடையை நான் அணிந்து கொள்ள வேண்டுமென விரும்பினாள். எனக்கோ ரோஜாப்பூக்களிட்ட வெண்ணிற லேஸ் ஆடை பிடித்திருந்தது.

எனது தேர்வை விடவும் லூபாவின் தேர்வுதான் சிறந்த தென்றே எல்லோரும் கூறினார்கள். ஏனைய அனைத்து சந்தர்ப்பங்களையும் போலவே இந்தச் சந்தர்ப்பத்திலும் எனக்கு ஏனையவர்களின் தீர்மானத்தைத்தான் ஏற்றுக் கொள்ள வேண்டி வந்தது. லூபா மாத்திரமல்லாமல், இன்னும் பலரும் என்னை அலங்கரிப்பதற்காக முன்வந்திருந்தார்கள்.

சீதனத்துக்குத் தேவையான அனைத்து பண்ட பாத்திரங் களுக்காகவும் எனது தந்தை எவ்வளவு பெருந்தொகையான பணத்தைச் செலவழித்திருக்கிறார் என்பது அறையைச் சுற்றி வரப் பார்த்தபோதுதான் எனக்குப் புரிந்தது.

"வீணா செலவு பண்ணி இதையெல்லாம் வாங்கியிருக்கீங்க. இதையெல்லாம் பாவிக்க இங்க யார் இருக்காங்க?" என்று மனதில் தோன்றியதை உடனே கூறினேன்.

“இதெல்லாம் பாவிக்குறதுக்காக இல்ல. இதையெல்லாம் அப்படியே பரம்பரை பரம்பரையாக் கொண்டு போகணும். உன்னோட மகளுக்கு, மகளோட மகளுக்கு... இப்படியே தொடரணும். அடுத்தது, உன்னோட வாப்பா உனக்குச் சீதனமா நிறையச் சாமான்களைக் கொடுக்கலன்னா உன் னோட சக்களத்திகள் ரெண்டு பேரும் கிண்டல் பண்ணிச் சிரிப்பாங்க” என்று ஆயிஷா மாமி சுருக்கமாகப் பதிலளித்தாள்.

எனது தந்தை எப்படித்தான் இதற்கான பணத்தைப் பெற்றுக் கொண்டிருப்பாரோ? சிலவேளை மாமாமார் உதவி செய்திருக்கக் கூடும். என் மீது எப்போதும் மிகுந்த அன்பைச் செலுத்தும் பாபா மாமா பணம் கொடுத்திருப்பார். என் னுடைய அண்ணிகள் அந்தப் பண்டபாத்திரங்களை மிகவும் அழகாக காகிதத்தில் சுற்றி வைத்திருந்தார்கள். அவற்றைப் பாவனைக்கு எடுக்காமல், அலங்காரப் பொருட்களாகவே வைத்திருக்க வேண்டும் என்பது எனக்குப் புரிந்தது.

பெலோவினால், மணமகளுக்கென நிறைய ஆடையணி கலன்கள் கொண்டு வரப்பட்டிருந்தன. எதை அணிந்து கொள்வது என்று நான் தேர்ந்தெடுக்கச் சிரமப்பட்ட முதல் தருணம் அதுதான். அதற்கு முன்பெல்லாம் என்னிடம் ஒரு சில ஆடைகளே இருந்ததால், தேர்ந்தெடுப்பது இலகுவாக இருந்தது. இப்போது எல்லோருமே என்னைப் பார்த்துப் பொறாமைப்படுகிறார்களோ என்றும் கூட எனக்குத் தோன்றியது.

“உன்னோட தோல் பளபளப்பா மின்னுது. தொட்டுப் பார்க்கத் தோணுது. துலிப் தண்ணியில குளிச்சதால வந்ததுதான் இது, இல்லையா தாரி?” என்று புன்னகைத்தவாறே டேலு கேட்டாள்.

துலிப் செடியின் இலைகளை அவித்த நீரில்தான் கடந்த ஒரு வாரத்துக்கும் மேலாக நான் குளித்து வந்தேன். எனது தோல் மெருகேறுவதற்காகத்தான் அவ்வாறு செய்ய வேண்டி யிருந்தது.

“கொஞ்சம் அசையாம இரு பிள்ளை. உன்னோட முந்தானையைச் சரி செய்ய வேண்டியிருக்கு” என்று பின்டா கூறினாள்.

“இவளுக்குப் பொறுமையில்ல. நேரம் வர்ற வரைக்கும் காத்திருக்க முடியாம அவசரப்படுகிறாள்” என்று குலு கூறினாள்.

“யார் இந்த ரவிக்கையைத் தச்சது? ரொம்ப அழகாயிருக்கு” என்று சஃபியா கேட்டாள்.

“டவுன்ல இருக்குற டைலர்தான் தச்சுக் கொடுத்தார். அந்த டைலர் ரவிக்கை தைக்குறதுல ஸ்பெஷலாம். அவர் தான் ஆர்டர் கொடுத்தார். நான் அளவை மட்டும் கொடுத் தேன்” என்று திருமணமான பெண்கள் தமது கணவன்மாரின் பெயரைக் குறிப்பிடாதது போல நானும் அவர், இவர் என்றே குறிப்பிட்டேன்.

“ஓஹ்... அவரோட ஆர்டரா? சரி. தலையை அசைக்காதே. இன்னிக்கு ராத்திரி இன்னும் பல ஆர்டர்கள் வரும் அவர்கிட்ட இருந்து... ஒரு நிமிஷம் அசையாம இரேன்டி.”

காலங்கடந்த நகைச்சுவைகளைக் கூறி கிண்டல் செய்தவாறு அவர்கள் கிசுகிசுப்பாகச் சிரித்துக் கொண்டிருந்த வேளையில் எனக்கு ஒரு கணம், நீயும், ஜஸ்டினாவும் நினைவுக்கு வந்தீர்கள். வெவ்வேறு கலாசாரங்களுக்குரிய உங்கள் இருவரு டனும் பழகியது எவ்வளவு விந்தையானது? இருந்தாலும், அவை எவற்றிலும் எந்தச் சிறப்பும் இப்போது எனக்கு விளங்குவதில்லை. உனது நாட்டிலும், இளம் பெண்கள் பணத்துக்காக செல்வந்த முதியவர்களைத் திருமணம் செய்து கொள்கிறார்களா? அங்கும் இதெல்லாம் நடந்து கொண்டு தான் இருக்கும் என்று எனக்குத் தோன்றுகிறது. இருந்தாலும், பல தார மணம் உன்னுடைய நாட்டில் இல்லாமல் இருக்கும், இல்லையா?

அவ்வேளையில் யோசனைகள் நிரம்பியிருக்கும் எனது எண்ணங்கள் வெகுதூரம் பயணித்தன. எனது மனதை மிரட்டி அடக்கி விட்டு நான் திரும்பிப் பார்த்தேன். அத னிடையே பெலோவின் முதலிரவுக்காக அமீனா எவ்வாறு தயாராகியிருப்பாள் என்று யோசித்துப் பார்க்க முற்பட்டேன். இன்னும் ஒரு வருடத்திலோ, இரண்டு வருடங்களிலோ நான்காவது மனைவியை அவர் கூட்டிக் கொண்டு வரும்

சந்தர்ப்பத்தில் நான் அதை எவ்வாறு தாங்கிக் கொள்ளப் போகிறேன்?

'இல்லை. அவ்வாறெல்லாம் நடக்காது' என்று எனக்கு நானே கூறிக் கொண்டேன்.

அவர் என்னை நிஜமாகவே காதலிப்பார் எனில், நான் காவது மனைவியைக் கூட்டிக் கொண்டு வரும் தேவையே உருவாகாதுதானே. காதல் என்றால் என்ன? அவருக்கு என்னுடன் படுக்கையைப் பகிர்ந்து கொள்ள இருக்கும் தேவை, என்னுடன் சம்போகத்தில் ஈடுபடும் தேவை மாத்திரம்தானா? இல்லாவிட்டால், அது எவராலும் புரிந்து கொள்ள முடியாத தும், தெளிவற்றதும், தற்காலிகமானதுமான ஏதேனுமொன்றா?

"இங்க கேளு புதுப் பொண்ணே... இனிமேல் நீ சத்தமாச் சிரிக்கவே கூடாது" என்று சஃபியா கூறினாள்.

"ஆமா... கேலி, கிண்டல், நகைச்சுவை எதுக்கும் சிரிக்கக் கூடாது. பெலோ ஹாஜியாரோட கூட்டாளி ஐரோ ரொம்ப வேடிக்கையாப் பேசுவாராம். நீ மேடையில இருக்குறப்ப உன்னை விழுந்து விழுந்து சிரிக்க வைக்க அவர் நிறையக் கதைகளைச் சொல்வார். ஆனா நீ சிரிக்கவே கூடாது" என்று அவள் தொடர்ந்தும் கூறினாள்.

"இவ்ளோ பெரிய பணக்காரரைக் கல்யாணம் பண்ணினாப் பிறகு தாரி எதுக்காக சிரிக்கப் போறாள் இனிமேல்?" என்று பொறாமையோடு கூறுவது போல இலாம் கூறினாள்.

நான் பெரும்பாலான நேரங்கள் திருமணத்தின் பிறகான உடல் தொடர்பைக் குறித்து யோசித்துக் கொண்டிருந்தேன். திருமணத்தின் பிறகான பாலியல் உறவு குறித்த ஆர்வம் எனக்குள்ளே இருக்கவில்லை என்று சொன்னால் அது பொய். அது எனக்குள்ளே உருவான பலத்த எதிர்பார்ப்பு களிலொன்றா அல்லது பேரச்சமா என்பது இப்போதும் எனக்கு விளங்கவில்லை. முதலிரவின் வேதனையைக் குறித்து பல கதைகள் மூலமாக நான் கேள்விப்பட்டிருந்ததால், மிகவும் பதற்றத்துக்குள்ளாகியிருந்தேன். எனது உடல் தரப் போகும் வலியைக் குறித்த எண்ணங்கள் என்னை மிகவும் அச்சுறுத்திக் கொண்டிருந்தன.

எனது அத்தைகளும், தோழிகளும் என்னைச் சூழவிருந்த போதிலும், அவர்கள் எவரும் எனக்கு மனதளவில் நெருக்க மற்றவர்களாக இருந்ததால், அவர்களிடம் இவை எதைப் பற்றியும் கூறி விடாமலிருக்க நான் பார்த்துக் கொண்டேன்.

பாலியல் உறவைக் குறித்து மிகவும் சொற்பமாகவே நான் அறிந்திருந்தேன். விடுதியின் மூலை முடுக்குகளில் ஒளிந்திருந்து 'பயமற்ற பாலியல் உறவு' என்ற ஒரேயொரு நூலைத்தான் நாங்கள் வாசித்திருக்கிறோம், இல்லையா? அதிலிருந்த பல விடயங்களும் இப்போது எனக்கு மறந்து போய் விட்டன.

நான் வாசித்த ஒரு காதல் கதையில், 'கன்னிப் பெண்களின் மார்புகளின் மீது தங்கத் தூள்கள் இருப்பதாகவும், ஆணொருவன் அவற்றைத் தொடும்போது அவை கெட்டி யாகும்' என்றும் எழுதப்பட்டிருந்தது மெலிதாக நினைவுக்கு வருகிறது. நான் வாசித்த பெரும்பாலான புத்தகங்களில் அனுபவம் வாய்ந்த ஆண்கள்தான் சிறந்த காதலர்களாக இருக்க முடியும் என்று குறிப்பிடப்பட்டிருந்தது. இருப்பினும், எமது காதல் கதையானது ஒரு ஆணுக்கும், ஒரு பெண்ணுக்கும் இடையில் மாத்திரமான ஒன்று. எமது வீடுகளில் ஆடுகள் போன்ற விலங்குகளை வளர்ப்பதால், பாலியல் உறவு என்பது என்ன என்பது சிறு வயதிலிருந்தே எங்களுக்கு ஒரு இரகசியமான விடயமாக இருக்கவில்லை.

பெண்களால் சூழப்பட்டிருந்த நான் அவர்களது முடிவேயற்ற கதைகளை செவிமடுத்தவாறு, அலங்கரிக்கப் பட்டிருந்த அந்த அறையின் ஒரு மூலையில், தனது நண்பர்கள் புடை சூழ வரப்போகும் பெலோவுக்காக எனது சிரிப்பை வாங்கிக் கொள்ளப் போகும் அந்தக் கணம் வரும்வரைக்கும் காத்திருந்தேன். என்றாலும், எனது எண்ணங்கள் வெகு தொலைவுக்குப் பயணமாகிக் கொண்டேயிருந்தன.

... இளவரசனும், இளவரசியும் திருமணம் முடித்து மிகவும் சந்தோஷமாக வாழ்கிறார்கள். எலிஸபெத் பெனட், டாய்யைத் திருமணம் முடிக்கிறாள்.

'தாரி, ஐ லவ் யூ. நாங்க எனங்கு நகரத்துக்கு ஓடிப் போய் கல்யாணம் பண்ணிக்கலாம்' என்று ஒல்லியான எனது

வரலாற்று ஆசிரியரான விக்டர் ஒரு நாள் என்னிடம் தனது காதலைக் கூறினார். எனக்கு அவரது இவோ பாஷை தெரியாது என்பதாலும், அவருக்கு என்னுடைய ஹவுஸா பாஷை தெரியாது என்பதாலும் அவர் அதை ஆங்கிலத்தில் தான் கூறியிருந்தார்.

‘ஐயோ ஆண்டவனே. என் மீது கருணை காட்டு. இது போன்ற எண்ணங்கள் எனது மனதைச் சூழ இடமளித்திருக்கும் நான் ஒரு பாவி. என்னை மன்னித்து விடு” என்று மனதால் நான் இறைவனிடம் மன்னிப்பைக் கோரி மன்றாடினேன். மறுகணமே இந்த எண்ணங்கள் அனைத்தையும் மனதிலிருந்து அகற்றிய நான், பல அனுபவங்களைக் கொண்டிருக்கும் எனது வருங்கால கணவனைப் பற்றி யோசித்தவாறு அங்கிருந்தவர்களுக்கு முகம் கொடுத்துக் கொண்டிருந்தேன்.

அவ்வேளையிலேயே தனது நண்பர்கள் புடை சூழ பெலோ மிகுந்த நாணத்தோடு, வெட்கப் புன்னகையை முகத்தில் சூடியவாறு என் முன்னால் வந்து நின்றார். முதியவளொருத்தி போல அவ்வேளையில் எனக்குள்ளே ஏனோ அவர் மீது மிகுந்த அனுதாபம் தோன்றியது. காதலைக் குறித்த கலவையான எண்ணங்களையும், கற்பனைகளையும் மனம் முழுவதும் நிறைத்து வைத்திருக்கும் ஒரு பெண்ணைத் தனது மனைவியாக ஆக்கிக் கொள்ளவிருக்கும் அந்த நபரின் மீது எனக்குள்ளே ஏதோவொரு பிணைப்பு தோன்றியிருந்தது. நான் அவருக்கேற்ற சிறந்த மனைவியொருத்தியாக இருப்பேன் என்று மனதுக்குள் சத்தியம் செய்தேன். ஒரு பொருளை வாங்கிய பின்னர், மேலுமொரு விளையாட்டுப் பொருளை நோக்கிக் கையை நீட்டும் ஒரு குழந்தை மாத்திரமா அவர்? இல்லாவிட்டால், அவருக்கு நிஜமாகவே நான் தேவைப் படுகிறேனா?

“நான் சொகோதோவுல ஒரு ரூம் எடுத்துத் தங்கியிருந்த காலத்துல என்னவெல்லாம் நடந்துச்சு தெரியுமா?” என்று பெலோவின் அருகில் அமர்ந்திருந்த ஐரோ என்னைச் சிரிப்பூட்டுவதற்காக எதையோ கூறத் தொடங்கினார். அவரது வேடிக்கைக் கதைகளைக் குறித்து முன்பே சஃபியா என்னிடம் கூறியிருந்தது நினைவுக்கு வந்தது. சிரிப்பது தடை

செய்யப்பட்டுள்ளது என்பதாக நான் வாயை இறுக மூடிக் கொண்டிருந்தேன். சத்தமாக சிரிப்பது மாத்திரமல்லாமல், உதடுகளை அசைப்பதோ, புன்னகைப்பதோ கூட கூடாது என்பதால் அவ்வாறிருக்க நான் பாடுபட்டுக் கொண்டிருந்தேன். சிலையொன்றைப் போல அசையாமலிருந்தேன்.

"தாரி சிரிச்சா நான் இருபத்தஞ்சு நைரோ, இல்ல முப்பது நைரோ பணம் தருவேன்" என்று ஆரம்பித்தவர் அத்தோடு நிற்காமல் அந்தத் தொகையை ஏற்றிக் கொண்டே போனார். எனது அண்ணிமார் சிரித்தவாறும், கிசுகிசுத்தவாறும் இதை வேடிக்கை பார்த்துக் கொண்டிருந்தார்கள்.

கடைசியில் இறுக மூடியிருந்த எனது உதடுகள் திறந்து ஒரு துளிப் புன்னகை வெளிப்பட்டது. மறுகணமே நூறு நைரா காசுத்தாளை என் மீது தூக்கிப் போட்ட அவர் பெலோவின் கையைக் கை விட்டார்.

"இந்தக் கூட்டாளி எங்களை அடிச்சுத் துரத்த முன்னாடி நாங்க இந்த ரூமிலருந்து வெளியே ஓடிடுவோம். வாங்க" என்று பெலோவை அறையில் தனியாக விட்டு ஐரோவும், ஏனைய நண்பர்கள் அனைவரும் அங்கிருந்து வெளியேறி னார்கள். மறுகணமே பெலோவும் அங்கிருந்து வெளியேறியதும் நான் தனித்துப் போனது போல உணர்ந்தேன். மிகுந்த நாணத்தை உணர்ந்த எனக்குள் ஆசையும், ஆர்வமும், உற்சாகமும் ஒன்றாக வளரத் தொடங்கின.

கடந்த காலத்தைப் போல அல்லாமல், இந்த நாட்களில் திருமணம் முடிக்கக் காத்திருக்கும் இளைஞர், யுவதிகள் பலரும் திருமணத்துக்குத் தயாராகும் காலத்திலேயே தம்பதிகளாக நடந்து கொள்வதைக் குறித்து நான் கேள்விப் பட்டிருந்தேன். என்றாலும், எமது பண்பாட்டை விட்டுக் கொடுக்காத பெலோ அவ்வாறான எந்தவொரு எண்ணத்தை யும் என்னிடம் வெளிப்படுத்தியதில்லை. அந்தக் காலகட்டத் தில் அனைத்தையும் அறிந்து கொள்ளும் ஆவலோடு நான் இருந்த போதிலும், அவர் இவ்வாறு என்னிடம் கண்ணியமாக நடந்து கொண்டது என்னை மகிழ்ச்சிக்குள்ளாக்கியிருந்தது.

அந்தக் காலத்தில் அவர் அன்னை இரண்டு தடவைகள் முத்தமிட்டிருக்கிறார். ஒரு தடவை வாகனத்தில் வைத்து

என்னை உடல் நோகும் அளவுக்கு இறுக்கமாகக் கட்டிப் பிடித்து முத்தமிட்ட அவர் மறுகணமே என்னை விட்டுவிட்டது தான் ஏதோ தவறான ஒரு செயலைச் செய்வது அவருக்கு நினைவுக்கு வந்ததாலாக இருக்கலாம். நாங்கள் வீட்டுக்குத் திரும்பி வரத் தயாரான வேளையில், அதற்கு எனது தேகம் ஆற்றிய மறுவினை என்னை மிகவும் வியப்புக்குள்ளாக்கி யிருந்தது.

நான் கன்னியொருத்தியாக இருந்திருக்காவிட்டால் எவ்வாறான நிலைமை ஏற்பட்டிருக்கக் கூடும் என்று யோசித்துப் பார்க்க முனைந்தேன். கன்னித்தன்மையை இழந்த இளம்பெண்ணொருத்தியின் எண்ணங்களை எவ்வாறு என்னால் கற்பனை பண்ணிப் பார்க்க முடியும்?

முதலாவது தாம்பத்திய உறவின் போது, மணமகள் வலியால் முனகும் ஓசையைச் செவிமடுப்பதற்காகவே மணமகனின் மூத்த உறவினர்களில் ஒருவர் அந்தத் தம்பதிகள் படுத்திருக்கும் அறைக்கு அருகில் படுத்திருப்பதாக லூபா என்னிடம் கூறியது நினைவிருக்கிறது. மணமகளிடமிருந்து வலி காரணமாக முனகல் ஒலி எழவில்லையாயின் அந்த மணமகள் கன்னியொருத்தியல்ல என்று முடிவாகும். எமது அறைக்கு வெளியே அவ்வாறு எவரும் இருக்கவே கூடாது என நான் மனதுக்குள் பிரார்த்தித்துக் கொண்டிருந்தேன்.

இந்தத் தருணத்தில் அமீனா என்ன செய்து கொண்டிருப் பாள் என்று யோசித்துப் பார்க்க நான் பயந்தேன். சிலவேளை அவள் உறங்கிப் போயிருக்கக் கூடும். இல்லாவிட்டால் தனது கணவன், புது மணப்பெண்ணோடு இரவைக் கழித்துக் கொண்டிருக்கும் விதத்தைக் குறித்து யோசித்தவாறே உறங் காமலிருக்கக் கூடும்.

இவ்வாறான எண்ணங்களைத் தவிர்த்து விட்டு, ஆடை மாற்றிக் கொள்ள முற்பட்டேன். திருமண ஆடையைக் கழற்றிய வேளையில், எனது தேகம் பளபளப்பாக மின்னிக் கொண்டிருப்பதைக் கண்டேன். அது ஒரு வார காலத்துக்கும் மேலாக துலிப் நீரால் குளித்ததாலாக இருக்கலாம். துலிப் நீர் குளியலானது, முன்னோரின் காலத்திலிருந்து எமது உடலைக் குறித்த விழிப்புணர்வைத் தந்தவாறு, பஞ்சகர்ம

முறையில் உடலைச் சுத்திகரித்து, சக்தியை அதிகரிக்கச் செய்யும் ஒரு நடவடிக்கையாகும்.

ஒல்லியான உடலைக் கொண்ட காதலர்கள் குறித்து நான் ஓரோர் விடயங்களைக் கூறியதால், பெலோ தொப்பை பருத்த முதியவர் ஒருவர் என்று நீ நினைத்து விடாதே. அவர் நல்ல கட்டுமஸ்தான, திடகாத்திரமான ஆள். பரந்த தோள் களைக் கொண்ட அவரது உயரம் ஆறு அடிகள். மேலங்கியை அணியும்போது அதன் மூலம் அவரது தோள்களுக்கு மிகவும் கம்பீரமான தோற்றம் வந்து விடுகிறது. அவ்வாறான மேலங்கியானது, நல்ல உயரமும், பருமனுமுள்ள ஒருவருக்கே பொருத்தமாக இருக்கும் என்று ஒரு தடவை நீ கூறியது எனக்கு நினைவுக்கு வருகிறது. எப்போதும் அவர் கோலா பாக்கை மென்று கொண்டிருந்த போதிலும், அவரது பற்களில் கறை படிந்திருக்கவேயில்லை. அவரது தேகத்தில் அவசியமற்ற பருமன் இருப்பதாகவும் எனக்குத் தெரியவில்லை.

புழுதிக் காற்றடிக்கும் காலம் என்பதால் குளிர்பதனப் பெட்டியோ, மின் விசிறியோ தேவைப்படவில்லை. ஜென ரேட்டரையும் நிறுத்தி விட்டிருந்ததால், மொத்தச் சூழலும் மிகவும் அமைதியாகவிருந்தது. அறையில் மெல்லிய வெளிச்சத்தைக் கக்கும் சிறியதொரு சிமினி விளக்கு வைக்கப் பட்டிருந்தது. அதன் மூலம் சுவர் முழுவதும் நீண்ட நிழல்கள் எழுந்திருந்தன.

நான் அவ்வேளையில் கண்ணாடி மேசைக்கு முன்பாக இடப்பட்டிருந்த சொகுசான இருக்கையில் அமர்ந்திருந்தேன். பெலோ அறைக்குள் வந்து கதவைச் சாத்தித் தாழிட்டார். இருதயத் துடிப்பு வேகமாகி, எதையும் செய்வதறியாமல் நான் அந்த இருக்கையிலேயே அமர்ந்திருந்தேன். மெல்லிய புன்னகையை முகத்தில் சூடியிருந்த அவர் என்னருகே வந்து நின்று கொண்டதை நான் கண்ணாடியில் கண்டேன். மேலங்கியைக் கழற்றிய அவர் மேலும் இளமையாக இருப்பது தென்பட்டது. தொப்பியில்லாமல் அவரை நான் கண்டது அதுதான் முதல் தடவை. அவர் எனது தோளைத் தொட்டுத் திருப்பி, எனது தலையை அவரது உடலோடு சேர்த்து அணைத்துக் கொண்டபோது அவரது ஆண்மையை நான்

உணர்ந்தேன். அவரது இரு கரங்களுக்குள்ளும் நான் உடல் பதறிக் கொண்டிருக்கையில் அவர் எனது நாடியைப் பிடித்து உயர்த்தி அவரது விழிகளை நேராகப் பார்க்கச் செய்தார்.

"செல்லமே" என்று மெதுவாக முணுமுணுத்தவர் மறு கணமே என்னை எழச் செய்து என்னைப் படுக்கைக்குத் தூக்கிச் சென்றார்.

மறுநாள் காலையில், நான் கன்னியொருத்தி எனும் தனது சந்தோஷத்தைப் பகிர்ந்து கொள்வதற்காக அவர் எனது தாய்க்கு கோலா பாக்குகளையும், ஒரு தொகைப் பணத்தையும் அனுப்பி வைத்தார். ●

6

இன்று எனக்கு பொறுப்பளிக்கப்பட்டுள்ள தினமாகும். இது இவ்வாறாக எனது மூன்றாவது தினம். இப்போது இவ்வாறு எனக்குப் பொறுப்பளிக்கப்படுவது சாதாரணமாகி விட்டது. புது மணப்பெண்ணுடன், மணமகன் ஒரு வார காலம் முழுவதும் இருந்ததற்குப் பிறகு, இவ்வாறாக அவருடன் இருக்க வேண்டிய தினங்கள் வெவ்வேறாக பிரித்துக் கொடுக்கப்படும்.

உணவு தயாரிப்பதற்காக பலரும் அந்த வீட்டில் இருந்த போதிலும், அவற்றை மேற்பார்வை செய்வதுவும் கூட ஒரு பெரிய காரியமாகத்தான் இருந்தது. பருவ காலங்களில் பயிர்நிலங்களுக்கும் உணவுகளை அனுப்பி வைக்க வேண்டி யிருக்கும். சமையலறையில் எரிவாயு அடுப்பு இருந்த போதிலும், அவரது ஏனைய மனைவிகள் இருவருமே விறகடுப்பில்தான் சமைத்து வந்தார்கள். எல்லோருக்கும் பொதுவான பெரிய சோற்றுப் பானையையோ, கிழங்குப் பானையையோ விறகின் மூலமாக சமைப்பதென்பது இலகுவானதுதான்.

நேற்று மாலை நேரத்தில்தான் பெலோவினால் வெற்று எரிவாயு சிலிண்டர் கொண்டு போய்க் கொடுக்கப்பட்டு புதிய சிலிண்டர் கொண்டு வரப்பட்டிருந்தது. எரிவாயு அடுப்பானது அந்த வீட்டில் வெகுகாலமாகப் பாவிக்கப்படவே யில்லை என்பதைத்தான் அது எடுத்துக் கூறுகிறது, இல்லையா? புதிய சிலிண்டரைக் கொண்டு வருவதைக் கண்ட அமீனா முகத்தைச் சுழித்தவாறே முறைத்துப் பார்த்தாள். எனக்கு அவளது அந்தப் பார்வையிலிருந்து விடுதலையே இல்லை.

இது என்னுடைய நாள் என்பதால்தான் புதிய சிலிண்டர் கொண்டு வரப்பட்டிருக்கிறது என்று அவள் கருதியிருக்கக் கூடும்.

மதிய உணவு நேரத்தில் எப்போதாவதுதான் பெலோ வீட்டில் இருப்பார். ஆகவே இரவுணவுக்காக, நான் அவருக் காக விஷேட உணவைத் தயாரித்தேன். அதுவும் சோற்றுப் பானையில் பகலிலிருந்து எஞ்சியிருக்கும் சோற்றை அவ ருக்குக் கொடுப்பது சரியில்லை என்று நான் கருதியதால்தான் அவ்வாறு செய்தேன். பாடசாலையில் நான் கற்றிருந்தவோர் உணவுக் குறிப்பைக் கொண்டு நான் அந்த உணவைத் தயாரிப்பதற்காக எரிவாயு அடுப்பைப் பயன்படுத்தியதை அமீனா ஆர்வத்தோடு பார்த்துக் கொண்டிருந்தாள். நேராக என்னிடம் வந்து, நான் என்ன தயாரிக்கிறேன் என்று நேரடி யாகக் கேட்க இயலாததால் அவள் அந்தச் சமையலறையில் அடிக்கடி அங்குமிங்குமாக நடமாடிக் கொண்டிருந்தாள்.

"காஸால சுட்டுக்கப் பார்க்குறியா?" என்று தனது இளைய மகளான ஜெஸீமா சமையலறைக்குள் நுழைவதைக் கண்ட அவள் பெருங்குரலில் கடிந்து கொண்டாள். அது அந்தக் குழந்தையின் பாதுகாப்புக்காகச் சொன்ன ஒன்றல்ல என்பது வும், எனக்கும், புதிய சிலிண்டரைக் கொண்டு வந்து தந்த பெலோவுக்கும் கூறிய ஒன்று என்பதுவும் எனக்குப் புரிந்தது. தாய் கூப்பிடுகிறாள் என்று நான் அந்தக் குழந்தையிடம் கூறியபோதிலும், அது என்னுடன் சமையலறையில் இருப் பதையே விரும்பியது. அது சிறு குழந்தையென்ற போதிலும், தனது தாய் ஏனையவரைத் திட்டுவதற்காகத் தன்னைப் பயன்படுத்துவதை அறிந்தே இருந்தது.

நான் உணவு தயாரித்து முடித்ததுமே, பெலோ குளிப்பதற் காக தண்ணீர்ப் பானையொன்றை அடுப்பில் வைத்தேன். அன்றைய தினம் மின்சாரம் இரவு ஒன்பது மணி வரைதான் விநியோகிக்கப்பட்டது. அதன் பிறகு மின்சாரம் போய் விட்டதால், நான் வழமை போலவே சிம்னி விளக்கைப் பற்ற வைத்தேன்.

அனைவரும் உறங்கிப் போயிருந்ததால், மொத்த வீடும் அமைதியில் ஆழ்ந்திருந்தது. ஏதோவொரு விடுதலையை நான்

உணர்ந்தேன். மேலுமிரண்டு மனைவிகள் இருக்கும் வீட்டில் நான் எப்போதும் அவர்களது கட்டுப்பாட்டுக்குள் இருப்பது போலவே உணர்ந்தேன். என்னால் ஒழுங்காக சுவாசிக்கக் கூட முடியாதது போல இருந்தது. அவர்களது உருட்டல், மிரட்டல்களுக்கு ஆளாகாமல் இருக்க அவர்களுக்கு முன்னால் போகாமலிருக்குமாறே எப்போதும் எனதுள்ளம் கட்டளையிட்டுக் கொண்டிருந்தது. இருந்த போதிலும், எல்லோரும் ஒன்றாகக் கூடியிருக்கும் சமயத்தில் நான் மாத்திரம் தனித்திருக்க முடியுமா?

நான் தேவைக்கும் அதிகமாக வீணாக வருந்துபவள் என்று நீ நினைக்கக் கூடும். அது அப்படியும் இருக்கலாம்தான். ஆனால் அதற்காக நான் என்னதான் செய்வது? நான் அந்த இயல்பிலிருந்து மீள எவ்வளவுதான் முயன்ற போதிலும், எனக்குள்ளிருக்கும் அந்த மென்மையான பெண் மீண்டும் மீண்டும் வெளியே குதித்துக் கொண்டேயிருக்கிறாள். இவை யனைத்திற்கும் காரணம் நான் படித்திருப்பதுதான் என்று சில சமயங்களில் எனக்குத் தோன்றுகிறது. நான் கற்றுக் கொண்ட விடயங்களால் நான் இவ்வாறு ஆகியிருக்கலாம். படிக்காமல், புத்தகங்களை வாசிக்காமல், கல்வியறிவு இல்லா மல் இருந்திருந்தால், இவ்வாறான பலதார மணத்தை நான் ஏற்றுக் கொண்டிருக்கக் கூடும்.

இந்த விசாலமான வீட்டில் நான் தாங்க இயலாத அளவுக்கு தனிமையை உணர்கிறேன். பலருக்கு மத்தியில் இருக்கும்போது உணரும் தனிமை மிகவும் கொடுமையானது. எனக்கு ஏதேனும் தொடர்பு இருக்குமானால் அது இந்த வீட்டில் வசிக்கும் சிறு குழந்தைகளிரண்டோடு மாத்திரம்தான். அந்தக் குழந்தைகளான அபூவும், ஜெஸீமாவும்தான் எனது நண்பர்கள்.

பெலோவின் மாமா ஒருவரான பாரோவும் இங்கு எம்முடன் வசிக்கிறார். மனைவியும், தனது ஒரே மகனும் காலஞ்சென்றதற்குப் பிறகு அவர் தனது திருமணம் முடித்துக் கொடுத்த மகளின் வீட்டில் வசிக்க விரும்பாததால், இங்கு வந்திருக்கிறார். அவர் என்னுடன் பல விடயங்களைக் கதைப் பார். அவற்றைக் கொண்டு அவர் சந்தோஷமாக இருப்பது புலப்படுகிறது. சிறு குழந்தைகள் தவிர எனது தனிமையைப் போக்க இருக்கும் ஒரேயொரு நபர் அவர்தான்.

சில சமயங்களில் காலத்தைப் போக்குவது இங்கு மிகவும் சிரமமாக இருக்கும். இந்த வீட்டில் வாசிப்பதற்காக குர்ஆன் ஒன்றும், விவசாய சஞ்சிகைகள் ஒன்றிரண்டுமே இருக்கின்றன. வாசிப்பதற்கு எதுவுமேயில்லாத காரணத்தால் ஒரு நாள் நான் விவசாய சஞ்சிகையை எடுத்து ஓர் எழுத்து விடாமல் வாசித்து முடித்தேன். மழைக்காலம் வந்ததுமே எனது முற்றத்தில் சிறிய இடமொன்றிலாவது எதையாவது நட்டு வளர்க்க வேண்டும் என்ற எண்ணம் தோன்றுவதற்கு அது தான் உதவி செய்தது.

காலத்தைப் போக்குவதற்காக நான் எதையேனும் செய்ய வேண்டியிருந்தது. நேற்று நாளின் பாதி நேரத்தை எனது பழைய ரவிக்கையொன்றைப் புதுப்பிப்பதற்காக செலவழித் தேன். தையல், பின்னல் வேலைகளில் நான் எப்போதும் திறமையற்றவளாக இருந்தேன். வீட்டுக்குள்ளேயே அடை பட்டிருக்கும் பெண்ணொருத்தியாக வாழ நான் பொருத்தமற்ற வளாக இருப்பதற்கு அதுவும் ஒரு காரணம்.

என்ன செய்வதென்று தெரியாத அளவுக்கு எனக்கு நிறைய ஆடைகள் பரிசாகக் கிடைத்திருக்கின்றன. பெலோ எமது ஆடை அணிகலன்களுக்காக பெருமளவு பணத்தைச் செலவழிக்கிறார். எனக்காக துணிமணிகளை வாங்கும் சந்தர்ப்பங்களில், அவர் அதில் சரிபாதியையோ, மூன்றிலொரு பங்கையோ பாத்திமாவுக்கும், அமீனாவுக்கும் வாங்கிக் கொடுக்க வேண்டியிருக்கிறது. பல மனைவிமாரைத் திருமணம் முடிக்க வேண்டுமென்றால் அந்த ஆண் பெரும்பணக்காரனாக இருக்க வேண்டும் என்பது அதனால்தான்.

அந்தச் சந்தர்ப்பத்தை என்னால் நினைத்துக் கூட பார்க்க முடியவில்லை. திருமணப் பேச்சுவார்த்தை நடைபெற்ற காலத்திலும், திருமண சமயத்திலும் அவர் எனக்குக் கொண்டு வந்து கொடுத்த பரிசுப் பொருட்கள்தான் அவருக்கு மேலுமிரண்டு மனைவிமார் இருக்கிறார்கள் என்பதை அறிந்து கொண்டதால் ஏற்பட்டிருந்த கவலையிலிருந்து என்னை மீட்க உதவின. பெலோ போன்ற வயதான ஒருவர் எனது காலடிக்கு வரும்வரைக்கும் நான் யாரையும் காதலிக்காமல் தனியாக இருந்திருக்கிறேனே என்று யோசிக்கும் அளவுக்கு நான்

முட்டாளாக இருந்திருக்கிறேன் என்றுதான் கடந்த காலத்தைத் திரும்பிப் பார்க்கும்போது எனக்குத் தோன்றுகிறது.

அந்தக் காலத்தில் அவரது ஏனைய மனைவிமாரைப் பற்றிக் கேள்விப்பட்டதுமே முதுகில் துப்பாக்கி வேட்டு பாய்ந்தது போல முதலில் பலமாக அதிர்ந்து போனேன். அவ் வேளையில் இதைக் குறித்து நான் எவ்வாறு ஜஸ்டினாவிடமோ, ஜானகி டீச்சரிடமோ சொல்வேன் என்றுதான் எனக்குத் தோன்றிக் கொண்டேயிருந்தது.

"நீ எப்போவாவது ரெண்டாம் பொஞ்சாதியாகுவியா?" என்று சுவரோடு பொருத்தப்பட்டிருந்த கண்ணாடியின் முன்னால் நின்றுகொண்டு தனது முந்தானையைச் சரி செய்தவாறு, ஏதோ கண்ணாடியில் தெரியும் விம்பத்தோடு கதைப்பது போல என்னிடம் ஒருநாள் கேட்டாள் ஜஸ்டினா.

"என்கிட்ட கேட்குறியா? உன்னையே கேட்டுக்குறியா? நீ கேட்டது ஏதோ ரெண்டாவது வேலைக்காரின்னு சொன்னது போலத்தான் எனக்குப் புரிஞ்சது" என்று பாடசாலை விடுதியின் கட்டிலில் சாய்ந்திருந்து நான் கேட்டேன்.

"முட்டாள் சிறுக்கியே... நான் உன்கிட்டத்தான் கேட்கிறேன். நான் கிறிஸ்டியன், இல்லையா? அதனால எங்க மதத்துக்கேற்ப சாகும் வரைக்கும் ஒருவனுக்கு ஒருத்திதான்" என்று தனது நேர்மையான கருத்தை நகைச்சுவையோடு கலந்து கூறினாள்.

"ஆஹா... தெற்குல இருக்குற உன்னோட மதத்துக்காரங்க வேற பொண்ணுங்க பின்னாடி போறதேயில்லையா, என்ன?" என்று வேடிக்கையாகக் கேட்டேன்.

"நீ சொல்றது நிஜம்தான். ஆனா நான் என்னோட புருஷனை அப்படியெல்லாம் போக விட மாட்டேன்" என்று கூறியவாறே கட்டிலில் வந்து விழுந்த போது அது தொட்டில் போல ஆடியது.

"அப்படீன்னா நீயும், உன்னோட புருஷனும் முட்டையோட வெள்ளைக்கருவையும், மஞ்சட்கருவையும் போல இருப்பீங்க, என்ன? போன ஞாயிற்றுக்கிழமை பேப்பர்ல ஒருத்தி தன் னோட புருஷனுக்கு அனுப்பிய வாழ்த்துச் செய்தில இப்படியொரு உவமை இருந்துச்சு, பார்த்தியா?"

“பார்த்தேன். ஆனா எனக்கு அது தெளிவில்லாம இருந்துச்சு” என்று கூறியவாறே சிரித்த போதிலும், அவளது பேச்சு தொடர்ந்தது.

“உண்மையில எங்க நைஜீரியக் கவிஞர்களோட உவமைகளெல்லாம் எவ்வளவு வித்தியாசமாக இருக்கு, கடவுளே! சும்மா யோசிச்சுப் பாரு. மஞ்சட்கருவும், வெள்ளைக்கருவும். இதுல யாரு வெள்ளைக் கரு, யாரு மஞ்சட் கரு....?”

“முக்கியமான விஷயம் அதுவல்ல. அதே பேப்பர்ல மறுபக்கத்திலேயே அதே ஆளோட இன்னொரு பொஞ்சாதியும் வாழ்த்துச் செய்தியொன்றை எழுதியிருந்தாள்” என்று நான் கூறினேன்.

“அவளென்ன எழுதியிருந்தாள்? முட்டைக் கோதையும், வெள்ளைக் கருவையும் போலன்னா? நீ ஏன் இதைப் பற்றி நம்ம ஸ்கூல் சஞ்சிகைல ஒரு கட்டுரையை எழுதக் கூடாது? ‘நைஜீரிய மனைவிகள், தமது கணவன்மார் குறித்து வரைந்து வைத்திருக்கும் சித்திரங்கள்’ என்று?”

“நானென்றால் என்னோட வாழ்க்கையில ஒருபோதும் யாருக்கும் ரெண்டாவது மனைவியா ஆக மாட்டேன். ஒண்ணு, ரெண்டு சக்களத்திகளோட ஒரே வீட்டுல வாழுறதுங்குறது எவ்வளவு கஷ்டமா இருக்கும்னு சும்மா நினைச்சுப் பாரேன்” என்று அந்த வார்த்தைகளின் பாரதூரத்தை நன்கு அறிந்திருந்ததால்தான் கூறினேன். அவ்வேளையில் அந்தக் காட்சியைக் கற்பனை பண்ணிப் பார்த்தே நான் நடுங்கிப் போனது இப்போதும் நினைவிருக்கிறது.

“இளவரசனொருவன் வந்து என்னைத் தனது வாகனத்தில் ஏற்றிக் கொண்டு அவனது அரண்மனைக்கு என்னைக் கூட்டிப் போவான். நாங்களிருவரும் அதன் பிறகு எப்போதும் சந்தோஷமாக வாழுவோம்” என்று நான் இரு கைகளையும் விரித்து அபிநயம் பிடித்து நடித்துக் காட்டியவாறே கூறினேன். என்றாலும்,

“என்னதான் இருந்தாலும் இவையெல்லாம் எல்லாம் வல்ல இறைவனான அல்லாஹ்வின் நாட்டப்படிதான் நடக்கும்” என்றுதான் அந்தக் கணத்தில் பெரும்பாலானோர்

கூறுவதைப் போலக் கூறி அந்தப் பேச்சுக்கு முற்றுப்புள்ளி வைக்க வேண்டியிருந்தது.

"இன்னும் ரெண்டு பேரோட கட்டுப்பாட்டுல இருக்குற வீட்டுல வசிக்க எனக்குப் பயமாயிருக்கு. என்னோட மனசுக்கும் அது நல்லதாப் படல" என்று பெலோவிடம் நான் கூறியதுமே நான் கூறியது பிழையான கருத்து என்பதைப் போல அவர் சத்தமாகச் சிரித்தார்.

"என்னோட வீட்டைக் கட்டுப்பாட்டுக்குள்ள வச்சிருக்குறது நான்தானே தவிர வேற யாருமில்ல" என்று அவரது கருத்தை என் மீது எறிந்தார்.

"புருஷன்காரன், பொஞ்சாதிக்கு சாப்பாடு, துணிமணி, தங்குறதுக்கு இடம் கொடுக்குறான்னா அதுக்கு மேல அவளுக்கு வேற என்னதான் வேணும்? போதாததுக்கு எங்களுக்குன்னு அவ்ளோ பெரிய வீடும் இருக்கு" என்றார்.

மூத்த மனைவிக்கு, இளைய மனைவிமார் கட்டுப்பட வேண்டுமென மார்க்கத்தில் சொல்லப்பட்டிருப்பதுவும் எனக்கு நினைவுக்கு வந்தது.

'அவங்க யாரும் எனக்குப் பொருட்டேயில்ல. நான் உன்னைத்தான் காதலிக்கிறேன்' என்று அவர் கூறுவார் என்றுதான் நான் எதிர்பார்த்தேன். இருந்த போதிலும், அவர் ஒருபோதும் அவ்வாறு கூறவேயில்லை. அவர் என்னை ஒரு பெண்ணாகப் பார்ப்பதை விடவும், ஒரு குழந்தையைப் பார்ப்பதுபோலத்தான் பார்த்தார்.

பெலோ தனது முதலாவது மனைவியான பாத்திமாவைத் தனது பத்தொன்பது வயதில்தான் மணமுடித்திருக்கிறார். பாத்திமா இப்போது தோற்றத்தில் முதியவளாகத் தெரிந்த போதிலும், அவள் பெலோவை விட சில வருடங்கள்தான் இளையவள். இப்போது பெலோவுக்கு நாற்பது, நாற்பத்திரண்டு வயதுதான் இருக்கும்.

'நான் உன்னைக் காதலிக்கிறேன்' என்று ஒருபோதும் என்னிடம் கூற அவருக்கு மனது இடமளிக்கவில்லையோ என்பது எனக்குத் தெரியாது. மணப்பெண்ணுக்குரிய மஹர்ப்

பணமாக எனக்கு பெரியதொரு தொகையை வழங்கியது அவரது காதல் உணர்வைப் பிரதிபலிக்கும் சாட்சியென்றே அவர் கருதுகிறார். நான் அவலட்சணமான, ஊனமான ஒருத்தியாக இருந்திருந்தால், எனது தந்தை பெற்றுக் கொண்டிருந்த கடனுக்கு என்ன நடந்திருக்கும்?

'ஆமாம் தாரி. நீ அந்த வீட்டுக்கு மூன்றாவது மனைவி யாகத்தான் போகப் போகிறாய். இரண்டாவதாகக் கூட இல்லை' என்று அவர் திருமணமானவர் என்பதைத் தெரிந்து கொண்ட போது ஏற்பட்ட அதிர்ச்சியில், எனக்கு நானே கூறிக் கொண்டேன். கட்டிலில் அமர்ந்திருந்து தலையை முழங்கால்களுக்குள் புதைத்துக் கொண்டு அந்நியரொருவரிடம் கூறுவது போல எனக்கு நானே அதைக் கூறிக் கொண்டேன். பிறகு தலையுயர்த்திப் பார்த்தபோது கண்கள் இருண்டு தலை பாரமாக இருப்பதை உணர்ந்தேன்.

"ஏன் நீங்க இதை முன்பே சொல்லவில்லை?" என்று அவரை ஏறெடுத்துப் பார்க்காமலே கேட்டேன்.

"இதுல புதுசா சொல்ல என்ன இருக்கு?" என்று அதில் வித்தியாசமாக எதுவுமே இல்லை என்பது போல அவர் கூறினார். அவர் திருமணம் முடித்த ஒருவர் என்பதற்கான சாத்தியங்கள் குறித்து யோசித்தே பார்க்காத நான்தான் ஒரு படுமுட்டாள். நான் நினைக்கும் விதத்தில், இது நான் ஆங்கில நாவல்களை வாசிப்பதன் பிரதிபலன். ஆபிரிக்க நாவல்களில் கூட பலதார மணம் குறித்து மிகவும் இயல்பான ஒன்றாகவே குறிப்பிடப்பட்டிருக்கிறது.

எமது கோத்திரத்தாரில் பலரும் தம்மால் செலவழிக்க முடியுமாயின், இரண்டு மூன்று பெண்களைத் திருமணம் முடித்திருக்கிறார்கள். அவ்வாறான திருமணங்களின் போது உணவு பானங்கள், ஆடை அணிகலன்கள், வீடு வாசல்கள் போன்ற வசனங்கள் உரையாடப்படுகையில் ஏதோ சந்தையில் கேலிக்குரிய வகையில் விலங்குகளை விலை பேசுவதைப் போல பெண்களை விலை பேசுவதாக எனக்குத் தோன்றியது.

எனது கனவுகளெல்லாம் சரிந்து போயிருப்பதை அவரிடம் எவ்வாறு நான் கூறுவேன். பணம் சம்பாதிப்பதற்காக புதிய

மூன்றாவது மனைவி | 59

வழிகளைத் தேடிக் கொண்ட, புதுப் பணக்காரர்களில் ஒருவர் அவர். இவ்வாறு பணம் உழைப்பதை அவரது தந்தையோ, தந்தையின் தந்தையோ அறிந்திருக்கவே மாட்டார்கள்.

அந்தக் காலத்திலிருந்த நிறைய விடயங்களில் தற்போது மாற்றங்கள் வந்திருப்பதைக் குறித்து நான் யோசித்துப் பார்க்கிறேன். பெலோவின் தந்தை மழைக்காலங்களில் விதை விதைத்து, பிறகு அறுவடை செய்து தனது மனைவிமாருடன் வாழ்ந்து வந்தவர். அறுவடைக்குப் பிறகு தரையில் பெரிய தொரு குழியைத் தோண்டி அதனுள் அவற்றை பாதுகாத்து வைப்பார். மழையற்று கடுங்கோடை காலம் வந்ததுமே ஊரில் எல்லோரும் குர்ஆன் ஓதி, அல்லாஹ்வைத் தொழுது பஞ்சம் வராதிருக்கப் பிரார்த்திப்பார்கள்.

அதன் பிறகு வந்த காலங்களில்தான் தொலைதூரக் கிராமங்களுக்கு பாடசாலைகள் வந்தன. அவற்றைப் பற்றிக் கேள்விப்பட்டதுமே பெலோவின் தந்தை ஆங்கில மொழி மூலம் கல்வி கற்பதற்காக தனது மாமா ஒருவரின் வீட்டில் அவரைத் தங்க வைத்தார். அவரோ அந்தக் காலகட்டத்தில்தான் பணத்தை முதலீடு செய்வதன் மூலம் பணம் சம்பாதிக்கும் விதத்தை மாமாவிடமிருந்து கற்றுக் கொண்டார். இவ்வாறாக எவ்வளவுதான் மாற்றங்கள் வந்தபோதிலும், இன்னும் திருமணச் சடங்குகள், சம்பிரதாயங்களில் எவ்வித மாற்றங்களும் வரவில்லை.

என்னை இயல்பாகவும், சந்தோஷமாகவும் உணரச் செய்த விக்டரின் பெயரை எனக்குக் கூறி எனது வகுப்புத் தோழிகள் அனைவருமே பாடசாலையில் என்னைக் கிண்டல் செய்து கொண்டிருப்பார்கள். விக்டர் என் மீது பாசம் செலுத்துவதாகவும், எனக்குக் கற்பிக்கும்போது விஷேட கவனம் செலுத்துவதாக வும்தான் வகுப்பிலிருந்த அனைவருமே நினைத்துக் கொண்டிருந் தார்கள்.

"தாரி... ஏய் தாரி... நான் இன்னும் சின்ன வகுப்புலதானே இருக்கேன். அதான் சாருக்கு நான் கண்ணுல படுறதேயில்ல" என்று ஒரு நாள் டேலு குறை சொல்வதைப் போல கூறினாள்.

“சாந்தியும், சமாதானமும், வடக்கும், தெற்கும் எல்லாமே ஒண்ணாச் சேர்ந்திருக்கு” என்று வேறொருத்தி குரலை மாற்றிக் கூறினாள்.

“இபோ கோத்திரத்தைச் சேர்ந்த மருமகனை உன்னோட உம்மா எப்படி ஏத்துக்குவா?” என்பது மற்றொருத்தியின் கேள்வியாக இருந்தது.

என்னதான் இருந்தாலும், வகுப்பில் வரலாற்றுப் பாடத்தில் நான் சிறந்த மதிப்பெண்களை எப்போதும் பெற்றுக் கொண்டிருந்தேன். அதனால்தான் விக்டர் என் மீது பாசம் செலுத்துவதையும், விஷேட கவனம் செலுத்து வதையும் செய்து கொண்டிருந்தார். எனக்கு எப்போதும் வரலாற்றுப் பாடம் மிகவும் பிடிக்கும்.

விக்டர், பெலோவை விடவும் எவ்வளவு வித்தியாசமான ஒருவர். நைஜீரிய பல்கலைக்கழகத்தில் ஆபிரிக்க வரலாறு குறித்த பட்டப்படிப்பைப் பூர்த்தி செய்துள்ள விக்டர் ஐரோப்பிய பாணியிலான உடைகள், பெருமளவான புத்தகங்கள் போன்றவற்றைப் பயன்படுத்தி வருபவர். அவரது குடும்பத்தவர்கள் ஹவுஸா கோத்திரத்தைச் சேர்ந்த மருமகளை ஏற்றுக் கொள்வார்களா? விக்டரையோ அல்லது அவரைப் போல ஒருவரையோ திருமணம் முடித்தால் எனக்கு பல்கலைக்கழகத்துக்குச் சென்று படிக்கவும் வாய்ப்பிருக்கிறது. அவ்வாறெல்லாம் நடந்தால் நாங்கள் இருவருமே வேலைக்குப் போகலாம். நகரத்திலேயே வாழ்வதால், பயணங்களினாலும் பெருமளவான அனுபவங்களையும், இன்னும் பலவற்றையும் பெற்றுக் கொள்ள எனக்கு வாய்ப்புகள் கிடைக்கும் என்பதுவும் உறுதி.

பெலோவைத் திருமணம் முடிக்கக் கிடைத்தது மிகப் பெரும் வெற்றி என்றுதான் எனது வகுப்புத் தோழிகள் பலரும் நினைத்துக் கொண்டிருக்கிறார்கள். அவரது நவீன ரக வாகனங்கள் இரண்டு மாத்திரமே அவர்களை அவ்வாறு நினைக்கச் செய்திருக்கின்றன. அவ்வாறெனில் ஏன் என்னால் மாத்திரம் இந்தப் பெறுமதியான அனைத்தையும் மகிழ்ச்சி யோடு அனுபவிக்க முடியாமலிருக்கிறது? ஒரு நாள் ஆங்கில இலக்கியப் பாடத்தின் போது ஜானகி டீச்சர் மனதிற்கு

அடிமைப்பட்டவர்களைப் பற்றிக் குறிப்பிட்டது எனக்கு நினைவிருக்கிறது. நானும் அவ்வாறான ஒருத்தியா என்று என்னால் யோசித்துப் பார்க்கக் கூட முடியாமல் இருக்கிறது.

இரவு பத்து மணி கடந்தும் இன்னும் பெலோ வீட்டுக்கு வரவில்லை. அவரது குளியலுக்காகச் சூடேற்றி வைத்திருந்த தண்ணீரும் ஆறிப் போயிருக்கிறது. அனைவருமே உறங்கிப் போயிருந்ததால், மொத்த வீடும் அமைதியில் மூழ்கியிருந்தது. தொலைதூரக் கிராமமொன்றிலிருந்து எழும் பறையோசை எனது காதில் விழுந்து கொண்டிருக்கிறது. இன்று பெலோ ஏன் இத்தனை தாமதிக்கிறார் என்று என்னால் யோசித்துப் பார்க்க முடியவில்லை. முதியவரான காவல்காரரும் ஆழ்ந்த உறக்கத்தில் இருந்தார்.

சிம்னி விளக்கு வெளிச்சத்தில் எனது நிழலே சுவரில் பெரிதாகத் தெரிகிறது. தனது கணவன் வரும்வரைக்கும் இவ்வாறு விழித்துக் காத்திருக்கும் ஒரே மனைவி நான் மாத்திரம்தான் என்று தோன்றுகிறது. அவரது வருகையை எதிர்பார்த்து நான் அவரது அறைக்குள் காத்திருந்தேன். பொதுவாக அவர் வீட்டில் இல்லாத சமயங்களில் எவரும் அவரது அறைக்குள் செல்ல மாட்டார்கள். அன்றைய தினப் பொறுப்பு ஒப்படைக்கப்படாத எந்த மனைவியும், விஷேட அழைப்போ, அவசர நிலைமையோ அல்லாமல் தனது கணவனின் அறைக்குள் நுழைவது ஒரு குற்றமாகக் கருதப்படுகிறது.

வாகனமொன்றின் வெளிச்சம் ஜன்னல் வழியே வீட்டினுள்ளே வந்து விழுகிறது. எமது அறைகளைப் போல அல்லாமல், பெலோவின் அறையில் வெளியே திறக்கக் கூடிய விதத்தில் ஒரு ஜன்னல் இருக்கிறது. ●

7

நான் இன்னும் உறங்காமல் விழித்திருப்பதைக் கண்டு பெலோ மிகவும் வியந்து போனார். நான் அவரது அறையிலிருப்பது அவரது வியப்பை மேலும் அதிகரிக்கச் செய்தது. வியப்போடு, மிகுந்த மகிழ்ச்சியும் அவரது முகத்தில் தெரிந்தது. தான் தாமதமானது குறித்து விபரிப்பதற்கு அவர் முயற்சித்தார்.

"இன்னிக்கு பில் எல்லாத்தையும் இரவாகும் முன்பு சரிபார்த்து முடிக்க முடியாமப் போயிடுச்சு. இருந்தாலும், எப்பதான் எனக்கு வீட்டுக்குப் போகக் கிடைக்கும்னு நான் ஆசையாக் காத்துட்டிருந்தேன். இன்னிக்கு தாரியோட நாள்தானே... அதான்" என்று கூறியவாறே சிரித்தார்.

"நீ இன்னும் சாப்பிடலையா தாரி?"

"இல்ல."

"என்னது? அப்போ நான் வரும்வரைக்கும் பசியோடு காத்துட்டிருந்திருக்காய்" என்ற அவரது குரலில் வியப்போடு, மகிழ்ச்சியும் கலந்திருந்தது.

நாங்கள் இருவரும் முதன்முதலாக ஒன்றாக அமர்ந்திருந்து உணவருந்தினோம். அந்த அமைதியை தொலைவில் ஒலித்துக் கொண்டிருந்த பறையோசை மாத்திரமே கலைத்தது. இரவைத் துளைத்துக் கொண்டு வீசிய தென்றலில் இதமான குளிர் நிறைந்திருந்தது. அவர் என்னைத் தொட்ட வேளையில் அந்தக் குளிரினால் எனது இருதயம் வேகமாகத் துடிக்கத் தொடங்கியது.

"வீட்டுல எல்லோருக்காகவும் சமைச்சு களைச்சுப் போயிருப்பாய்."

"இல்ல... உதவிக்கு ஆளிருக்காங்கதானே."

"சாப்பாடு நல்ல சுவையா இருந்துச்சு. இன்னிக்கு நான் நிறைய சாப்பிட்டிருக்கேன்" என்று எனது தோளில் வைத்த கையை எடுக்காமலே கூறினார்.

"அப்படீன்னா போய்த் தூங்குங்க" என்று விளக்கை அணைக்க முற்பட்டவாறே நான் கூறிச் சிரித்தேன்.

"வேணாம்" என்று அவர் எனது கையை விளக்கிலிருந்தும் அகற்றினார்.

"எனக்கு உன்னோட அழகைப் பார்க்கணும்" என்று கூறியவாறே விளக்கின் திரியை மேலும் ஏற்றி அறையின் வெளிச்சத்தை மேலும் அதிகரித்தார்.

என்னை நோக்கிக் குனிந்த அவரது விழிகளிரண்டும் தீப் பொறிகளிரண்டைப் போல மின்னிக் கொண்டிருந்தன. அவரது இரு கரங்களும் என்னைத் தழுவிக் கொண்ட வேளையில் தொலைவில் ஒலித்துக் கொண்டிருந்த பறை யோசையானது எனது காதுகளுக்குள் நெருக்கமாக ஒலிக்கத் தொடங்கியது. கணப்பொழுதில் அதில் ஒளிந்திருந்த தாள மானது எதிரொலியாக மாறி வெடித்துச் சிதறியது.

வெகுநேரம் அவரின் அருகிலேயே படுத்திருந்த நான் அவரிடம் பல தடவைகள் கேட்க நினைத்து கேட்கத் தயங்கிக் கொண்டிருந்த கேள்வியைக் கேட்டேன்.

"உங்களுக்கு சுன்னத் வச்சப்ப ரொம்ப வலிச்சுதா?"

"ஐயோ ஆண்டவனே... அவ்வளவு கடுமையாக வலிச்சது" என்று அந்த வலி இப்போது தோன்றுவது போல முகத்தைக் கோணலாக்கி பதிலளித்தார்.

"உங்களுக்கு பயமாக இருக்கலையா?"

"ஐயோ... ரொம்பப் பயந்தேன். பிள்ளைகள் பயத்துல வீட்டை விட்டு எங்கேயாவது ஓடிப் போயிடுவாங்கன்னு

ஆம்பிளைப் பிள்ளைங்கக்கிட்ட இதையெல்லாம் முன்பே சொல்ல மாட்டாங்க. ஆனா எனக்கு இது நடக்கப் போகுதுன்னு எப்படியோ தெரிஞ்சுக்கிட்டேன். அதனால எதுக்கும் பயப்படாம இருக்கணும்னு தீர்மானிச்சேன். ஏழு வயசுலதான் எல்லாமே விளங்குமே. அதனால அந்த வயசுல பயப்படாம இருக்குறது சிரமம்."

"ரொம்ப வலிச்சுதா?"

"ஆமா. அதெல்லாம் இப்ப கூட ஞாபகம் வருது. நான் கத்திக் கூச்சலிடாம இருக்க ரொம்பப் பாடுபட்டேன். திடீர்னு எல்லாரும் நான் அசையாம இருக்க என்னை இறுக்கிப் பிடிச்சிக்கிட்டாங்க. ஒஸ்தா மாமா வந்து என்னோட கால்கள் ரெண்டையும் அகற்றிப் பிடிச்சுக்கச் சொன்னார். அல்லாஹ்வே... கரண்ட் அடிக்குறது போல அப்படியொரு வலி. அதுக்கப்புறம் ஒரு கிழமைக்கு நல்ல நல்ல சாப்பாடெல்லாம் சாப்பிடக் கிடைச்சதுங்குறது மட்டும்தான் ஒரேயொரு ஆறுதல். அதுக்குப் பிறகுதான் நான் பெரிய மனுஷனாகிட்டேங்குற மாதிரியான உணர்வொண்ணு எனக்குள்ளே வந்துச்சு."

"அப்படீன்னா எங்களுக்கு மகன் பொறந்தா அவனுக்கும் சுன்னத் வைக்கணுமா?"

"கண்டிப்பா வைக்கணும். மகனுக்கு சுன்னத் வைக்கக் கூடாதுன்னெல்லாம் அப்போ நீ சொல்லக் கூடாது, ஆமா."

"அப்போ நாங்க ஒஸ்தா மாமாவைக் கூப்பிடத் தேவையில்ல. ஒரு டாக்டர்கிட்ட மகனைக் கூட்டிட்டுப் போய் வலிக்காம இதைச் செஞ்சிடுவோம். வலியே இல்லாம செய்றதுக்கு டாக்டர்மாருக்குத் தெரிஞ்சிருக்குமே."

"இதைச் செய்றதால மகனுக்கு ஒரு பாதிப்பும் ஏற்படாது. இந்த வலிக்கு முகங்கொடுக்குற அளவுக்கு மகன் பயமில்லாதவனா இருக்கணும். மகன் அப்படித்தான் வளருவான்னு நான் நம்புறேன். அத்தோடு என்னோட கூட்டாளியான இப்ப இருக்குற ஒஸ்தா மாமாவோட வேலையை வேறு யாருக்காவது கொடுத்தா அவருக்குக் கோபம் வரும்."

"அதுக்குப் பரவாயில்ல. நீங்க ஒஸ்தா மாமாவைக் கூப்பிட்டு அவருக்குக் கொடுக்குற கட்டணத்தையும்,

பரிசுகளையும் அவருக்கே கொடுத்துடுங்க. அந்த வேலையை மட்டும் டாக்டர் செய்யட்டும்."

"இன்னிக்கு என்ன இதைப் பற்றி நிறைய கதைக்கிறாய்? கர்ப்பமா இருக்கியா?"

"இல்லல்ல... எனக்குக் குழந்தை பொறக்கும்னா தலைப் பிள்ளை பெண்குழந்தையா இருக்கணும்னுதான் எப்பவும் நான் பிரார்த்திச்சிட்டிருக்கேன்."

"சரி. அப்போ வா... நாங்க பெண்குழந்தையொண்ணுக்கு முயற்சிப்போம்" என்று கூறி சிரித்தவாறே அவர் மீண்டும் என்னை ஆரத் தழுவிக் கொண்டார்.

நாங்கள் ஒருபோதும் குழந்தைகளைக் குறித்து அவ்வளவாகப் பேசிக் கொண்டதில்லை. நான் மலடியொருத்தி இல்லையென்றால் வெகுவிரைவில் குழந்தையொன்றைப் பெற்றெடுத்து விடுவேன் என்று அவர் நம்பிக் கொண்டிருக்கக் கூடும். இருந்தாலும் நானோ குடும்பக் கட்டுப்பாட்டு முறையொன்றைப் பின்பற்றி கொஞ்ச காலத்துக்கேனும் கர்ப்பம் தரிப்பதைத் தாமதப்படுத்த விரும்பினேன்.

"நாங்க குடும்பக் கட்டுப்பாட்டு முறையொன்றைப் பின்பற்றுவோமா?" என்று நான் ஒரு தடவை அவரிடம் கேட்டுப் பார்த்தேன்.

"என்னது? நானொரு ஆம்பளை. என்னோட ஆண்மையைக் கொச்சைப்படுத்தாதே தாரி" என்று அவர் மிகுந்த அதிர்ச்சி யோடு கூறினார். அதன் பிறகு நான் ஒருபோதும் அதைக் குறித்து கதைக்கவேயில்லை. இயற்கைக்கு முரணான அந்தக் காரியத்தைச் செய்ய ஏன் நான் விரும்புகிறேன் என்பது அவருக்குப் புரியவேயில்லை.

"அதெல்லாம் ஆண்டவனுடைய நாட்டப்படிதான் நடக்கும். அவன் நாடிய விதத்தில் எங்களுக்குக் குழந்தைகளைத் தருவான்" என்று மாத்திரம் அவர் கூறினார்.

உண்மையில் ஆண்டவன் என்றொருவன் இருக்கிறானா? பெரும்பாலான நேரம் நான் அதைக் குறித்தே யோசித்துக் கொண்டிருந்தேன். இறைவனின் நாட்டங்களின் பின்னணியில்

என்னதான் இருக்கிறது என்பதை என்னால் ஒருபோதும் புரிந்து கொள்ளவே முடியவில்லை. அந்த ஆண்டவன் எனது கல்வி நடவடிக்கையைத் தொடர ஏன் எனக்கு அனுமதி வழங்கவில்லை? நான் பெலோவைத் திருமணம் முடிக்க சம்மதம் தெரிவிப்பதுதான் அவனுடைய விருப்பம் என்பதனாலா? பெலோவுடன் சந்தோஷமாகப் படுத்து, குழந்தைகளைப் பெற்றுக் கொள்வதுதான் அவனுடைய ஒரே எதிர்பார்ப்பா? இல்லாவிட்டால் அவனுக்கு எங்களைக் குறித்தும், எமது இலட்சியங்கள் குறித்தும் தேடிப் பார்க்க நேரமே இல்லையா? ●

8

இந்த வருடம் முடிவதற்கு இன்னும் இரண்டு மாதங்கள் தான் மீதமிருக்கின்றன. ஏழை எளியவர்கள் மிகவும் மோசமான நிலைமை எதிர்கொண்டிருக்கிறார்கள். பொருட்களின் விலை வானை எட்டும் அளவுக்கு உயர்ந்திருப்பதோடு, மேல்தட்டு பணக்காரர்களைத் தவிர சாமானிய பொதுமக்கள் பொருட்களின் தட்டுப்பாட்டுக்கும் முகம்கொடுத்துக் கொண்டிருக்கிறார்கள். ஊழலையும், துஷ்பிரயோகங்களையும் பற்றி கதைக்கும் மக்கள் ஆண்டின் நடுவே நடைபெற்ற தேர்தலைக் குறித்தும் இப்போதும் பெருமைதான் பேசிக் கொண்டிருக்கிறார்கள். பெரும்பாலான பணக்காரர்கள் ஒன்றுக்கும் உதவாத பொருட்களை வாங்கி வருவதற்காகவும், தமது விடுமுறையைக் கழிப்பதற்காகவும் வெளிநாடுகளுக்குப் பயணித்துக் கொண்டிருக்கிறார்கள்.

எனது கண்ணாடி மேசை மீதிருக்கும் வாசனைத் திரவிய போத்தல்களைக் காணும்போதெல்லாம் நான் ஏதோ பெரிய குற்றம் செய்தது போன்ற உணர்வே எனக்குள் தோன்றுகிறது. இவை அனைத்துமே எமது திருமணத்தின் போது பெலோ எனக்கு அன்பளிப்பாக அளித்தவை.

நான் எனது மேசையைத் துப்புரவாக்கிக் கொண்டிருக்கும் போது அமீனா ஒரு மூலையில் மறைந்திருந்து நான் செய்வதைப் பார்த்துக் கொண்டிருப்பதை என்னால் கண்ணாடி வழியே காண முடிந்தது. எனது அறைக்கு அவள் இதுவரை ஒருபோதும் வராதது ஒரு விதத்தில் எனக்கு வியப்பளித்தது. நான் ஒரு தடவை அவர்களது அறைவாசல் வரை போய்

விட்டுத் திரும்பி வந்தேன். அதன் பிறகு அவர்களது இராஜ தானிகளை நெருங்கவே அஞ்சினேன். வெளிப்பார்வைக்கு அவள் பரிபூரணமான ஒருத்தி போலத் தென்பட்ட போதிலும், அவளது அனைத்து உரோமங்களிலும் கூட கோபமே நிறைந்து வழிகிறது. இவ்வாறான நிலைமையில் நாங்கள் ஒரே கூரையின் கீழ், ஒரே கணவனைப் பகிர்ந்து கொண்டு வாழ்வது கூட ஒரு விதத்தில் பார்த்தால் விந்தை யானதுதான். காரணம் எந்தவொரு எளிய செயலும் கூட, விபரீதமானதாகப் பார்க்கப்படும் அபாயம் இருக்கிறது.

எமக்கு காலைவேளையில் ஒரு மணித்தியாலம் மாத்திரமே தண்ணீர் விநியோகிக்கப்படும். நாளின் எஞ்சிய மணித் தியாலங்கள் முழுவதிலும் குழாய்களில் தண்ணீரே வராது என்பதால் அந்த ஒரு மணித்தியால காலத்துக்குள் அன்றைக்குத் தேவையான தண்ணீரை நாங்கள் சேகரித்துக் கொள்ள வேண்டியிருந்தது.

அன்றைய தினம் கழிவறை சுத்திகரிப்பானது எனக்கு திருப்தியளிக்காத காரணத்தால், விடிகாலையிலேயே தேவையான அளவு தண்ணீரைச் சேகரித்து வைத்திருந்ததால் எமக்கு சேவகம் செய்யும் சிறுவனான ஆதமிடம் மீண்டும் கழிவறையைச் சுத்தம் செய்யுமாறு உத்தரவிட்டேன்.

மறுகணமே அமீனாவின் கோபப் பார்வை எங்கள் மீது படிந்தது. நாங்கள் தண்ணீரை வீண்விரயம் செய்கிறோம் என்று நினைத்த அவள் பொறுமையற்றவளாக எம்மைத் திட்டத் தொடங்கினாள்.

“இப்படித் தண்ணியை வீணாக்கினா இன்னிக்கு எப்படி மகளைக் குளிப்பாட்டுறது?!” என்ற கூர்மையான கத்தரிக் கோலால் வெட்டுவது போன்ற அவளது குரலைக் கேட்டதும் எனது மனம் வெகுவாகப் புண்பட்டது. நான் குற்றவாளி என்ற உணர்வை எனக்குள்ளே விதைப்பதுதான் அவளது நோக்கம். பீப்பாய்களில் வேண்டியளவு தண்ணீர் இருந்ததால் நான் அவளது கத்தலைப் பொருட்படுத்தவேயில்லை. என்றாலும், இவ்வாறான ஏச்சுகளால் மனம் புண்படாதிருக்க என்னால் முடியவில்லை.

நான் அமீனாவை, முதல் மனைவி பாத்திமாவோடு ஒப்பிட்டுப் பார்த்தேன். எம் இருவரிடையே ஒன்று போல எதையும் காண முடியாது என்ற போதிலும், பாத்திமாவிடம் ஒரு தாயின் இதமான தோற்றத்தைக் காண முடியும். கல்வி நடவடிக்கைகளுக்காக தனது பிள்ளைகளை என்னிடம் அனுப்பி வைப்பதற்கு அவள் ஆர்வம் காட்டினாள். கூச்ச சுபாவமுள்ள சிறுவனான அபூவுக்கு நான் ஆங்கிலம் கற்றுக் கொடுத்தேன்.

அவ்வாறான சந்தர்ப்பங்களில் எனது பாடசாலை வாழ்க்கை குறித்து எனக்குள் குழப்பமான சிந்தனைகள் ஏற்படுவதைத் தவிர்க்க முடியவில்லை. எனக்கு ஏற்பட்ட இழப்பைக் குறித்து முணுமுணுத்தவாறு சுயகழிவிரக்கத்தோடு வாடிக் கொண்டிருக்கத் தேவையில்லை என்று எனக்கு நானே கூறிக் கொண்டேன். இருந்தாலும், என்னால் அந்த உணர்விலிருந்து விடுபட முடியாத சந்தர்ப்பங்களும் அவ்வப்போது உருவாகிக் கொண்டேயிருந்தன.

நேற்று நான் குப்பைக் கூடையிலிருந்து கண்டெடுத்த ஒரு பத்திரிகைத் தாளில் 'பெண்களும், அரச பதவிகளும்' பற்றிய ஒரு கட்டுரை பிரசுரமாகியிருந்தது. அதில் குறிப்பிடப்பட்டிருந்த பெண்களில் பலரும் இபோ மற்றும் யொரூபா கோத்திரத்தைச் சேர்ந்தவர்களாக இருந்தார்கள். நானும் கூட அவ்வாறானதோர் உயர் பதவியைப் பெற்றுக் கொள்ள எந்தளவு ஆர்வத்தோடிருந் தேன்?! பல நாடுகளையும் நேரில் போய்ப் பார்க்க வேண்டும் என்ற ஆசையும் எனக்குள்ளே இருந்தது. நான் ஒருபோதும் இந்தப் பிரதேசத்தைக் கடந்து எங்கும் போனதேயில்லை என்ற எண்ணமே எனக்கு மிகுந்த கவலையைத் தருகிறது. நான் கடலை இதுவரை ஒருபோதும் கண்டதேயில்லை. என்னை லாகோஸ் நகரத்துக்குக் கூட்டிக் கொண்டு போகு மாறு பெலோவிடம் கேட்டால் அவர் கூட்டிக் கொண்டு போகாமலிருக்க மாட்டார். இருந்த போதிலும், சுதந்திரமாக, யாரையும் எதிர்பார்க்காமல் தனியாக பயணங்கள் போகவே நான் விரும்புகிறேன்.

பாடசாலையிலிருந்து விலகி, செல்வந்தரான ஹாஜியார் ஒருவரைத் திருமணம் செய்யும் ஆர்வத்தோடிருக்கும் பல

சிறுமிகள் இப்போதும் வகுப்பறைகளில் இருப்பார்கள் என்பதை நானறிவேன். ஆனால், அன்று அவ்வாறான வாழ்க்கையை கடுமையாக எதிர்த்த நானே இன்று பணக்கார ஹாஜியாரொருவரைத் திருமணம் முடித்திருக்கிறேன். உண்மையில் பெலோ எந்தளவு பணக்காரர் என்பது எனக்குத் தெரியாது. நான் அவர் பணக்காரர் என்றுதான் நினைத்துக் கொண்டிருக்கிறேன். ●

9

"நாட்டுல ராணுவ ஆட்சி வந்திருக்காம்னு ஆட்கள் பேசிக்குறாங்க" என்று சந்தையிலிருந்து வந்த பாரோ மாமா கூறினார். இன்று ஜனவரி முதலாம் திகதி.

இன்று காலையிலிருந்தே நான் வானொலியை இயக்கி யிருக்கவில்லை. மதிய நேரத்தில் அவர் கூறியதைக் கேட்டு வானொலிப் பெட்டியை முடுக்கி விட்ட பிறகே இராணுவ ஆட்சி மலர்ந்திருக்கும் அறிவிப்பைக் கேட்கக் கிடைத்தது. இராணுவத்தால் முன் தினம் நள்ளிரவில் ஆட்சியதிகாரம் கைப்பற்றப்பட்டிருந்தது. ஊரடங்குச் சட்டம் கூட அறி விக்கப்பட்டிருந்தது. இருந்தாலும் நாங்கள் இவை அனைத்தை யும் குறித்து இப்போதுதான் கேள்விப்படுகிறோம்.

இன்று வடக்கில் வாழ்ந்து கொண்டிருக்கும் நாங்கள் இந்த ஆட்சி மாற்றத்தை மிகவும் சொற்பமாகவே உணர்கிறோம். நாட்டின் எல்லைகளும், விமான நிலையங்களும் கூட மூடப்பட்டிருப்பதாக அறியக் கிடைத்தது. சொகோதோ மாநில முதலமைச்சரைக் கைது செய்திருந்தார்கள். அரச பாராளுமன்ற உறுப்பினராக சேவையாற்றும் ஒருவர் எமக்கு அருகாமையில் வசித்து வருகிறார். அவருக்கு என்னவாகி யிருக்குமோ என்பது எனக்குத் தெரியவில்லை. அவர் இந்த ஊரைச் சேர்ந்த ஒருவர் என்பதோடு, அவரது வீடு கூட எமது வீட்டிலிருந்து ஒரு சில யார்கள் தூரத்திலேயே அமைந் திருந்தது. அவரை யாரும் கைது செய்யக் கூடாது என்று நான் உள்ளுக்குள் பிரார்த்தித்தேன்.

எமது வீட்டிலிருந்த வேறெவரிடத்திலும் இந்த ஆட்சி மாற்றம் எவ்வித சலனத்தையும் ஏற்படுத்தவில்லை.

"எங்கக்கிட்ட தேவையான அளவு வாஷிங் பவுடர் இருக்கு, இல்லையா?" என்று மாத்திரம் பாத்திமா கேட்டாள். சவர்க்காரத் தூள் தட்டுப்பாடு குறித்த செய்தி மாத்திரம்தான் அவளது சிந்தனையில் தோன்றியிருக்கிறது.

ஹவ்ஸா கோத்திரத்தைச் சேர்ந்த பெண்களான நாங்கள் ஒருபோதும் பொருட்களை வாங்கி வரவென சந்தைக்குப் போவதேயில்லை. வீட்டுக்குத் தேவையான பொருட்கள் அனைத்தையும் கணவரோ அவரது சேவகனோதான் கொண்டு வந்து தருவான். அதனால், கடந்த பல மாதங்களாக அரிசி, சீனி போன்ற அத்தியாவசியப் பொருட்களின் விலை அதிகரித்திருப்பதைக் குறித்து பாத்திமாவோ, அமீனாவோ அறியாமல் இருந்தது ஆச்சரியப்படத்தக்க ஒன்றல்ல. எதைக் குறித்தும் அறியாமல் இருப்பதுவும் கூட ஒரு விதத்தில் நல்லதுதான். இருந்தாலும், நான் அவ்வாறானதொரு நலவை எதிர்பார்க்கவில்லை.

இப்போது முன்னாள் அரச தலைவர்களுக்கு என்ன நடந்திருக்கும்? பாரோ மாமா கூறும் விதத்தில் பார்த்தால், பொதுமக்கள் இந்த ஆட்சி மாற்றத்தால் மிகவும் மகிழ்ச்சியடைந்திருக்கிறார்கள். ஏதேனுமொரு மாற்றம் இந்தக் காலகட்டத்தில் அவசியம் என்பது உண்மைதான். இருந்தாலும் எமது மிகப் பெரும் எதிர்பார்ப்பு சிதைந்து விட வாய்ப்பிருக்கிறது. தலைநகரத்தில் என்னதான் நடந்து கொண்டிருக்கிறது என்பதை அறிந்து கொள்ள எனக்கு மிகவும் ஆவலாக இருக்கிறது. ஆனால், இந்த அனைத்துக் களேபரங்களும் நடந்து கொண்டிருக்கும் லாகோஸ் நகரத்தை விட்டு வெகு தொலைவில்தானே நாங்கள் வசித்துக் கொண்டிருக்கிறோம்.

இந்த ஆட்சி மாற்றத்தால் பெரும்பாலான வியாபாரிகள் சிக்கலுக்குள் அகப்பட்டிருந்தார்கள். பெலோவுக்கு அவ்வாறானதோர் நிலைமை வரக் கூடாதென்று நான் பிரார்த்திக்கிறேன். அன்றைய பத்திரிகையை வாங்கிக் கொண்டு வருமாறு நான் ஆதமை அனுப்பி வைத்த போதிலும், பத்திரிகை தீர்ந்து விட்டிருந்தது. நாளைய பத்திரிகைகளில் இன்னும் புதிய செய்திகள் இருக்கக் கூடும். என்னதான் இருந்தாலும் என்னுடன் அரசியல் பற்றிக் கதைக்க இந்த வீட்டில் யாருமேயில்லை.

ஊரடங்குச் சட்டம் விலக்கப்பட்டிருந்ததால், பெலோ சற்று நேரத்துக்கு முன்புதான் வீட்டிலிருந்து கிளம்பிப் போனார். தனிமைப்படுவதைத் தாங்கிக் கொள்ள முடியாமல் கட்டிலிலேயே படுத்திருந்த நான் அவர் போவதைப் பார்க்க ஜன்னலைத் திறந்து விட்டேன்.

இன்றைய தினம் சந்தை தினம் என்பதால், கிராமப்புறங் களிலிருந்து வந்த ஆண்களும், பெண்களும், சிறுவர் சிறுமி யர்களும் வரிசையாக சந்தைக்குப் போய்க் கொண்டிருந்தார்கள். சிலர் ஒட்டகங்களினதும், கழுதைகளினதும் முதுகுகளில் ஏறியமர்ந்து வந்து கொண்டிருந்ததோடு, பலரும் நடந்து போய்க் கொண்டிருந்தார்கள். ஒரு கூட்டம் மாடுகள் தமது வண்டிகளோடு புழுதியைக் கிளப்பியவாறு ஜன்னலை ஒட்டி நடந்து போய்க் கொண்டிருந்தன. அவற்றின் பின்னால் கழுதைகள் இரண்டின் மீது தானிய மூட்டைகளை ஏற்றி விட்டு யாரோ ஒருவனும், ஒருத்தியும் நடந்து போய்க் கொண்டிருந்தார்கள்.

நான் ஒட்டகங்களைப் பார்க்கவே பெரிதும் விரும்பினேன். அவை காலத்தினாலும், அனுபவத்தினாலும் களைத்துப் போய் எவருடனும் வாதம் புரியாமல், மிகவும் ஒழுங்காக அனைத்தையும் பொறுமையுடன் தாங்கிக் கொண்டிருக்கும் முதியவர்களை ஒத்தவை. என்றாலும், அவற்றின் முதுகுகளில் ஏறியமர்ந்து கொள்பவர்கள்தான் மன்னர்களைப் போல நடந்து கொள்கிறார்கள்.

இதனிடையே தெருவில் நடந்து போகும் ஓர் ஆணினதும், பெண்ணினதும் குரல்கள் எனது காதில் விழுந்தன.

"எப்படி சுக நலன்கள்?"

"நல்லாயிருக்கிறேன்."

அது சந்தைக்கு பொருட்களைக் கொண்டு செல்லும் அந்தப் பெண்ணின் குரல். எனக்கும் அவர்களுடன் சந்தைக்குப் போக முடிந்தால் எவ்வளவு நன்றாக இருக்கும்? ஆனால் அது கற்பனையில் மட்டுமே சாத்தியமாகும். நான் எவ்வாறு அங்கெல்லாம் போக முடியும்? யாருடன்தான் போவது? நான் உடுத்துத் தயாராகி சந்தைக்குப் போவதாகச்

சொன்னால் மறுகணமே பாத்திமா மயங்கி விழுந்து விடுவாள். நான் மனம் குழம்பியிருக்கும் சமயங்களில் இவ்வாறு கழுதையின் முதுகில் பொருட்களை ஏற்றிச் செல்லும் பெண்ணின் பின்னால் போய் விட எனக்குத் தோன்றும். இருந்தாலும், அந்தப் பெண்ணுடன் செல்லும் அவளது கணவனுக்கும் கூட மேலுமொரு மனைவி வீட்டிலிருக்கக் கூடும்.

குரல்களினிடையே எனது எண்ணங்கள் சென்று கொண்டிருக்கையில் பொருட்கள் அடங்கிய மூட்டைகளைத் தமது முதுகில் சுமந்திருக்கும் ஒரு ஒட்டகக் கூட்டம் புகையிரதத்தைப் போல வரிசையாக எனக்கு முன்னால் சென்று கொண்டிருப்பது எனது பார்வையில் பட்டது. தெருவின் மறுபுறத்தில் உமரின் வாகனத் திருத்தகம் இருக்கிறது. பெலோவின் பளபளப்பான பஜ்ரோ வாகனமானது ஒட்டகங்களுக்கு இடமளித்தவாறு பின்னோக்கி நகர்வதை நான் கண்டேன். அவ்வாறென்றால் பெலோ இவ்வளவு நேரமாக அந்த வாகன திருத்தகத்தில்தான் இருந்திருக்க வேண்டும்.

அன்று மாலை நேரம் பெலோ வீட்டுக்குத் திரும்பி வந்தபோது பத்திரிகைகள் சிலவற்றை வாங்கிக் கொண்டு வந்திருந்தார். அவை கைது செய்யப்பட்ட நபர்களைக் குறித்த செய்திகளாலும், நாட்டிலிருந்து தப்பித்துப் போக முயற்சித்த நபர்களைக் குறித்த செய்திகளாலும் நிறைந்திருந்தன. ஊழல் மற்றும் துஷ்பிரயோக குற்றச்சாட்டுகள் குறித்தும், அவற்றைக் கண்டுபிடிக்க அமைக்கப்பட்டுள்ள குழு குறித்தும் அவற்றில் எழுதப்பட்டிருந்தன.

பத்திரிகைகளை வாங்கிக் கொண்டு வர பெலோவுக்கு ஞாபகம் வந்ததைக் குறித்து நான் மகிழ்ச்சியடைந்தேன். அவர் பத்திரிகைகளை வாங்கிக் கொண்டு வந்தது கூட எனக்காகத்தான் இருக்கும். எனது மனதினுள்ளே சந்தோஷம் கலந்த எதிர்பார்ப்பொன்று துளிர்த்தது.

இவ்வாறான சின்னச் சின்ன விடயங்கள் கூட எனது வாழ்க்கைப் பாதையை மாற்ற உதவக் கூடும். கண்ணைத் திறந்து கொண்டே இந்த சிறைக்குள் வந்து மாட்டிக் கொண்டதைக் குறித்து நான் பெரும்பாலான நேரம் என்னையே

திட்டிக் கொண்டிருந்தேன். இந்தத் திருமணத்தை அப்போதே எதிர்க்க எனக்கு அப்போது சக்தி இருந்திருக்க வேண்டும். இதுதான் எனது தலைவிதியா? இல்லாவிட்டால் என்னுடைய மூடத்தனமா? எனக்குள்ளேயிருந்த மனக்குழப்பமும், ஏனையவர்களுக்காக வாழ்க்கையைத் தியாகம் செய்வதற்காக எனக்குள்ளே எழுந்த தியாக மனப்பான்மை போன்ற பெருமையும்தான் என்னை இந்த நிலைமைக்கு ஆளாக்கியவை.

பாடசாலைக் காலத்தில் நான் வாசித்த ஜூலியஸ் சீஸர் நாடக வசனமொன்று எனக்கு ஞாபகம் வருகிறது.

நாம் பிறக்கும் போதிருக்கும்

விண்கோளிடமில்லை

நம் விளைவுக்கு நாம்தான் காரண கர்த்தா!

ஜூலியஸ் சீஸர் புத்தகமாவது என்னிடமிருந்தால் எவ்வளவு நன்றாக இருக்கும். அதுவும் கூட நூலகத்திலிருந்து இரவல் வாங்கிய புத்தகம் என்பதால் திருப்பிக் கொடுக்க வேண்டியிருந்தது.

சுகாதார அதிகாரியாக ஒரு பெண் நியமிக்கப்பட்டிருப்பதாக பத்திரிகைகளில் பிரசுரமாகியிருக்கிறது. ●

10

நான் சில காலமாக உனக்கு எதுவுமே எழுதவில்லை. எழுதுவதற்கு புதிதாக எதுவுமேயில்லை. புழுதிப் புயற்காலம் முடிந்து கொண்டு வருகிறது. நாங்கள் சமைக்கிறோம், சாப்பிடுகிறோம், சும்மா இருக்கிறோம். மின்சாரம் இருக்கும் நேரங்களில் தொலைக்காட்சியைப் பார்க்கிறோம். அதையும் தொலைவிலிருந்துதான் பார்க்க முடியும். இல்லாவிட்டால் எனக்குப் பொறுப்பளிக்கப்பட்டுள்ள நாள் வரும்வரைக்கும் நான் காத்திருக்க வேண்டியிருக்கும்.

இதுவரையான பெலோவுடனான தாம்பத்திய உறவில் நான் சந்தோஷமடைந்தேனா என்பது எனக்குத் தெரியாது. அது காதலேதுமற்ற வெறும் பாலியல் உறவு மாத்திரமா? இருந்தாலும், அந்த உறவு எனக்குள்ளிருந்த கவலையை சில கணங்களுக்கேனும் குறைத்தது என்பதுதான் சற்று விந்தை யானது.

திங்கட்கிழமையும், செவ்வாய்க்கிழமையும் அமீனாவுடைய தினங்கள். ஆனால் இந்தத் திங்கட்கிழமை அவளுக்குக் காய்ச்சல் வந்து படுக்கையில் ஓய்வாகப் படுத்திருந்தாள். பாத்திமாதான் சமையல் பொறுப்புகளை ஏற்றுக் கொண் டிருந்தாள் என்றாலும் நான் அவளுக்கு உதவி செய்யப் போகவில்லை. அவ்வாறு போனால் இரவுப் பொழுதை நான் பெலோவுடன் கழிக்க விரும்புவதாக அவர்கள் நினைத்துக் கொள்ள வாய்ப்பிருக்கிறது.

மாலை வேளையில் பெலோ வீட்டுக்கு வந்ததுமே அமீனா, பாத்திமாவையும் கூட்டிக் கொண்டு வெளிநாட்டுப் பெண்

மருத்துவரொருவரைப் பார்க்கப் போனாள். பெலோ அவர்களுடன் போகாத போதிலும், அவர் அவர்களைத் தனது காரில் சாரதியோடு அனுப்பி வைத்தார். அவர்கள் போனதன் பிறகு அவர் பத்திரிகைகளையும் எடுத்துக் கொண்டு எனது அறைக்கு வந்தார். ஏனைய நாட்களில் அவர் எனது அறைக்கு எதையாவது அனுப்பி வைப்பதாயின் ஆதமிடமோ, ஜெஸீமாவிடமோதான் கொடுத்தனுப்புவார். அவர் அதுவரையில் எனது அறைக்கு வந்ததேயில்லை.

"இன்னிக்கு ராத்திரி என்னோட ரூமுக்கு வர்றியா?" என்று நாணத்தோடு கேட்பவர் போல தயக்கத்தோடு கேட்டார்.

"இன்னிக்கு ராத்திரி என்னோடதான்னு எனக்குத் தெரியலையே" என்று சிரிப்பை அடக்கிக் கொண்டு மெல்லிய குரலில் கூறினேன்.

"இன்னிக்கு உன்னோட நாளில்லங்குறது எனக்கும் நல்லாத் தெரியும்" என்று அவர் கூறினார்.

"இன்னிக்கு வீட்டு வேலைகளையெல்லாம் பாத்திமாதான் செஞ்சா. அதனால நீங்க அவக்கிட்டத்தான் கேட்கணும்" என்று புன்னகைத்தவாறே கூறினேன்.

"யார்கிட்டக் கேட்கணும்னு எனக்கு சொல்லித் தரத் தேவையில்ல. உன்னைத் தேடி வந்ததுக்கு எனக்கு இவ்ளோ பெரிய தண்டனை கிடைக்கும்னு எனக்குத் தெரியாதே" என்று கூறி விட்டு பத்திரிகைகள் இரண்டையும் எனது கட்டிலின் மீது வீசி எறிந்து விட்டு வேகமாக அறையிலிருந்து வெளியே சென்றார். அந்தத் தருணத்திலேயே மருந்து எடுப்பதற்காகப் போயிருந்த பெண்களிருவரையும் சுமந்து கொண்டு வந்த வாகனமானது வெளியே நிறுத்தப்படும் ஓசை கேட்டதால் அவரைத் தொடர்ந்து செல்ல என்னால் முடியவில்லை.

அடுத்து என்ன செய்ய வேண்டும் என்று எனக்குத் தெரியவில்லை. அவரிடம் போய் அவருடன் கதைத்துக் கொண்டிருக்க நான் விரும்பினேன். அவரது மனதை நோகடித்து விட்டேன் என்று எனக்குத் தோன்றியது. அவரது மனதை நோகடிக்க நான் ஒருபோதும் விரும்பியதில்லை. இருந்தாலும்,

இன்றைய தினம் என்னுடையதல்ல என்பதால், அவரிடம் போய் நான் எவ்வாறு கதைக்க முடியும்?

நான் மெதுமெதுவாக சமையலறைக்கு வந்தேன். பாத்திமா அப்போதும் பதற்றத்தோடு வேலை செய்து கொண்டிருந்தாள். அவளுக்கு சமையலறையில் வேலைகள் அதிகமாக இருக்கும் சந்தர்ப்பங்களில் போய் அவளுக்கு உதவுவது எனது வழக்கம். உதவிகள் தேவைப்படாத சந்தர்ப்பங்களிலும் கூட நான் அவளருகே நின்றுகொண்டு ஏதாவது கதைத்துக் கொண்டிருப்பேன். அவள் என்னை ஒரு மகளைப் போலத்தான் கருதுகிறாள்.

எப்படியோ இந்த சங்கடமான நிலைமை அவளால்தான் தீர்த்து வைக்கப்பட்டது.

"தாரி... அவரோட சாப்பாட்டைக் கொண்டு போய்க் கொடு. எனக்கு அமீனாவுக்கு மருந்து கொடுக்குற வேலையிருக்கு" என்று பெலோவுக்கான சாப்பாட்டைத் தட்டில் இட்டவாறு என்னிடம் கூறினாள்.

அந்த அனுமதியைத் தொடர்ந்து நான் கதவைத் தட்டாமலே அவரது அறைக்குள் நுழைந்தேன். நான் உள்ளே நுழையும்போது அவர் இஷா தொழுகையைத் தொழுது விட்டு வியாபார சஞ்சிகையொன்றை வாசித்துக் கொண்டிருந் தார். அவர் என்னைக் கண்டும் காணாதது போல காட்டிக் கொள்ள முற்பட்ட போதிலும், அவரது விழிகள் அவரை யறியாமலே என்னைக் கண்டு ஒளிர்வது எனக்குத் தென் பட்டது.

"தட்டை எடுத்துட்டுப் போக நான் திரும்ப வருவேன்" என்றேன்.

"தேவையில்ல. வேறு யாரையாவது அனுப்பி வை" என்று அவர் சஞ்சிகையிலிருந்து தலையைத் தூக்காமலே கூறினார். நான் மெதுவாக நடந்து சென்று அவரது கட்டில் மீது அமர்ந்துகொண்டேன்.

"என்ன செய்றாய்? எனக்குக் களைப்பாயிருக்கு. என்னைத் தொந்தரவு செய்யாமப் போயிடு" என்றார்.

கட்டிலில் அமர்ந்திருந்த நான் சஞ்சிகையைப் பறித்தெடுக்க முயற்சித்தேன்.

"இனி பிரம்பைத்தான் எடுக்கணும். ஸ்கூல் மாஸ்டரெல்லாம் பிள்ளைகளுக்கு அடிப்பாங்களே. அந்த மாதிரி ஒரு பிரம்பு" என்ற அவரது விழிகள் ஆசையினாலும், எதிர்பார்ப்பினாலும் பிரகாசிக்கத் தொடங்கின. நான் அந்த ஆசையையும், எதிர்பார்ப்பையும் அரவணைத்துக் கொண்டேன். இதுதான் காதல் என்று நீ நினைக்கிறாயா?

ஆனால், மறுநாள் காலைவேளையில் அந்த சந்தோஷம் முற்றுமுழுதாக தலைகீழாகப் புரண்டது.

"தாரி... அமீனா இந்த நாட்கள்ல உன் மேல கடுங்கோபத்துல இருக்கிறாள்" என்ற பாத்திமாவின் கூற்று எனக்கு அந்தளவு வியப்பை அளிக்கவில்லை.

"அவள் இந்த நாட்கள்ல மந்திரவாதிகளைத் தேடிப் போயிட்டிருக்கா. உன்னையும், பெலோவையும் பிரிக்க எதையாவது செய்யணுமாம். அவளுக்கு உன்னை இந்த வீட்டை விட்டுத் துரத்திடணுமாம். அதுக்காகத்தான் அன்னிக்குத் தனியாப் போயிருக்கா" என்று எனது காதில் இரகசியமாகக் கூறினாள்.

"அதனால நீ இனிமே சாப்பிடுற, குடிக்குற விஷயங்கள்ல கவனமா இருக்கணும். இப்படியேதோ செய்வினையைச் செஞ்சுதான் பெலோவையும் அவள் மயக்கிப் பிடிச்சிருக்காள். அந்த மாந்திரீகத்தோட சக்தி இப்ப போயிட்டுதாம். அது உன்னாலதான் நடந்ததாம். இந்த மனுஷங்க எல்லாம் எவ்வளவு முட்டாள்கள் பாரு. சூனியமோ, செய்வினையோ, மாந்திரீகமோ என்ன எழவோ.... பெலோ அவக்கிட்ட ஏமாந் துட்டார். இப்போதான் அவருக்கு அமீனா யாருங்குறது புரிஞ்சிருக்கு."

கொடிய விஷப்பாம்பொன்று எனதுடலைத் தீண்டியது போல எனது தேகம் முழுவதும் விஷமேறி மனதை அழுத்தி யது. பாத்திமா எனது நலனுக்காகத்தான் இவையனைத்தையும் என்னிடம் கூறினாள் என்றாலும், இவையனைத்தையும் நான்

அறிந்து கொள்ளாமலே இருந்திருந்தால் இன்னும் எவ்வளவு நன்றாக இருந்திருக்கும் என்று எனக்குத் தோன்றியது.

நான் இந்த வீட்டுக்கு வந்த நாள் முதலே அமீனா என் மீது கோபத்துடன் இருக்கிறாள் என்பதை உணர்ந்திருந்தேன். நான் அவளுடைய இடத்தில் இருந்திருந்தால் எப்படியிருந் திருக்கும் என்று யோசித்துத்தான் அந்தக் கோபத்தை ஏற்றுக் கொள்ளவும், அந்த நிலைமைக்கு என்னைத் தயார்படுத்திக் கொள்ளவும் முயற்சித்திருந்தேன். நான் இரண்டாவது மனைவி யாக இருந்திருந்தால், மூன்றாவது மனைவி வரும்போது மனத் தாங்கல் வராமல் இருக்குமா என்ன என்று என்னை நானே கேட்டுக் கொண்டேன்.

ஆனால் இப்போதோ எனது மனதில் பயம் குடிகொண் டிருக்கிறது. என்னைக் கொல்ல முயற்சிக்கும் ஒருத்தியுடன் ஒரே கூரையின் கீழ் ஒன்றாக வாழ்வது எந்தளவு ஆபத்தானது?

செய்வினை, மாந்திரீகம், பில்லி சூனியம் போன்றவற்றின் பயங்கரங்களையும், அபாயங்களையும் பற்றி விடுதியில் நான் கதை கதையாகக் கேட்டிருப்பது நினைவுக்கு வருகிறது.

“கர்ப்பிணிப் பெண்ணோட வயித்துல இருக்குற குழந் தையைக் கொல்ல, பெண்ணொருத்தியோட மனசைக் கவர, ரெண்டு பேரைப் பிரிக்கன்னு எல்லாத்தையும் மாந்திரீகம் தெரிஞ்சவங்களால செய்ய முடியும்” என்று டிகோ ஒருநாள் விடுதியில் வைத்து கூறியிருந்தாள்.

“பெலோ உன்னோட மனசைக் கவர அப்படி மந்திரித்த எதையாவது உனக்குச் சாப்பிடக் கொடுத்திருப்பார்” என்று சர்பியா கூறினாள்.

பெலோவின் மருமகளான குலு விடுதியில் எம்முடன் ஒன்றாகத் தங்கியிருந்ததால் அப்படி நடக்கவும் சாத்திய மிருந்ததுதான். பெரும்பாலான சமயங்களில் குலு தனது வீட்டிலிருந்து வரும் உணவுகளை எமக்குப் பகிர்ந்தளித்திருக் கிறாள். இருந்தாலும், பெலோவைப் பற்றி நன்கு அறிந்து கொண்ட பிறகும், உணர்வுகளால் அவருடன் நெருங்கியதன் பிறகும்தான் அவர் அவ்வாறான ஒன்றைச் செய்திருப்பார் என்று கற்பனை பண்ணிப் பார்ப்பது கூட சிரமமாக

இருந்தது. அவர் அவ்வாறான ஒன்றைச் செய்தாரா என்று அவரிடமே பல தடவைகள் கேட்க நினைத்து தோற்றிருக்கி றேன்.

பெலோ மிகவும் குறைந்த வயதிலேயே பாத்திமாவைத் திருமணம் முடித்திருக்கிறார். எப்படியும் வாலிபனொருவனின் முதலாவது திருமணம் பெற்றோரினால் பார்த்து முடித்து வைக்கப்படும் ஒன்றாகவே இருக்கும். ஆகவே பாத்திமாவும் அவரது பெற்றோரினால் பார்த்துக் கட்டி வைக்கப்பட்ட வளாகத்தான் இருப்பாள்.

பாத்திமா தனக்கு அதிர்ஷ்டத்தைக் கொண்டு வந்தவள் என்றுதான் பெலோ கருதுகிறார். எழுத வாசிக்கத் தெரியாத பாத்திமாவுக்கு, இந்த நான்கு சுவர்களைத் தாண்டி வெளியே நடக்கும் எதைப் பற்றியும் அறிந்து கொள்ளத் தேவைப்படவே யில்லை. பிள்ளைகளைப் பெற்று வளர்ப்பது மற்றும் வீட்டைப் பராமரிப்பது குறித்து அவள் தனது தாயிடமிருந்தோ, தாயின் தாயிடமிருந்தோ அறிந்து கொண்ட பாரம்பரிய அறிவு மாத்திரமே அவளிடம் இருக்கிறது. இந்த வீட்டுக்குக் குடி வந்ததாலோ, நவீன உபகரணங்கள் சிலவற்றைப் பயன்படுத்தத் தொடங்கியதாலோ அவளது வாழ்க்கையில் எவ்வித மாற்றங்களும் ஏற்பட்டிருக்கவில்லை.

எனக்கிருந்த ஆரம்ப கட்டத் தயக்கம் எல்லாம் போய் இப்போது நாங்கள் இருவரும் நெருக்கமான தோழிகளாக ஆகி விட்டிருக்கிறோம். முதல் மனைவியாக பாத்திமா ஒரே கூரை யின் கீழ் மேலும் இரு மனைவிமாரோடு வீட்டு வேலைகளையும் செய்து கொண்டு, அவர்களது பேறுகாலப் பராமரிப்பு வேலை களையும் பார்த்துக் கொண்டு எந்தவொரு பிரச்சினையுமில்லாமல் அமைதியாக வாழ்ந்து வருவதை என்னால் யோசித்துக் கூட பார்க்க முடியவில்லை. இவ்வாறான நிலைமையில் ஒரு மனிதனுக்குள் பொறாமையும், கோபமும், வைராக்கியமும் தோன்றுவது தவிர்க்க முடியாதது. என்னாலென்றால் இந்தச் சட்டகத்துக்குள் என்னைப் பொருத்திக் கொள்ளவே முடியாது. அமீனாவுக்கும் கூட அப்படித்தானிருக்கும்.

எனக்குள்ளிருந்த கவலை படிப்படியாக அதிகரித்ததோடு கோடை காலத்தில் அது மென்மேலும் அதிகரித்தது. குளிர்

மிகுந்த தென்றல் காற்று கோடை காலத்துக்கு இடமளித்து விட்டுக் காணாமல் போனது போல இருந்தது. அவ்வளவு காலமும் வீசிக் கொண்டிருந்த குளிர்ச்சியான தென்றல் காற்றானது ஏதோ மாய மந்திரங்களுக்குக் கட்டுப்பட்டது போல திடீரென்று தீப்பற்றியெரியுமளவு உஷ்ணத்துக்கு மாறி யிருந்தது. காலையிலிருந்து மாலை வரைக்கும் கருணையே யில்லாமல் தனது கதிர்களைப் பரப்பியிருக்கும் சூரியன் மறைந்த பிறகும் அதன் சுட்டெரிக்கும் கடும் வெப்பமானது மிகவும் மெதுவாகவே மறைந்தது. வீட்டின் சுவர்கள் எந்தளவு கொதித்துப் போயிருந்தன என்றால், நள்ளிரவும் கடந்த பிறகுதான் அவற்றைக் கையால் கூட தொட முடியும் என்ற நிலைமை இருந்தது. நள்ளிரவுக்குப் பிறகுதான் வீடு கொஞ்சமேனும் குளிர்ச்சியாகக் காணப்பட்டது.

எமது அறைகளில் மின்விசிறி இருந்த போதிலும், ஜெனரேட்டர் செயற்பட்டால் மாத்திரமே பகல்வேளைகளில் மின்சாரம் கிடைக்கும். வெப்பமானது கடுமையாகத் தாக்கும்போது மின்விசிறிகளாலும் பயனிருக்காது. மெல்லிய இறப்பர் மெத்தைகளிலிருந்தும் தாங்கமுடியாத சூடு வெளியேறுவதால், கட்டிலில் படுத்திருப்பது கூட சிரமமாகவே இருக்கும். ஆகவே நான் பன்பாயினை சீமெந்துத் தரையில் விரித்து அதன் மீது படுத்திருப்பேன்.

பகல்வேளைகளில் பலரும் வெயிலில் வெந்து வேலைகளைச் செய்து கொண்டிருக்கையில் நாங்கள் ஜெனரேட்டரை இயக்கி மின்விசிறியைச் சுழல விட்டும், பெலோவின் அறையில் குளிர்பதனத்தை இயங்கச் செய்தும் சுகமாக இருப்பதைக் குறித்து எனக்குள் ஏதோ பெருங்குற்றம் செய்தது போல குற்றவுணர்ச்சியை உணர்ந்தேன். எப்படியோ எனக்கு எல்லா வசதிகளும் கிடைத்திருக்கின்றன. எல்லாப் புகழும் அல்லாஹ்வுக்கே!

இந்தக் காலநிலையில் வசிக்க ஓலை வேய்ந்த மண் குடிசைகளே பொருத்தமானவை. கோடையில் பூமி எனும் பாத்திரத்தில் ஒரு புறத்தில் நாங்கள் வெந்து கொண்டிருக்கை யில், உலகின் மறுபுறத்தில் பனிக்காலம் தோன்றியிருப்பது நினைத்துக் கூட பார்க்க முடியாத ஒன்று, அல்லவா?

பெரும்பாலான எமது அயல்வாசிகள் நவீன நாகரீகத்தில் ஈர்க்கப்பட்டு தமது மண்குடிசைகளுக்கு தகரக் கூரையை வேய்ந்திருக்கிறார்கள். தகரக் கூரைகளின் கீழ் கோடையின் கடும் சூட்டைத் தாங்கவே முடியாமலிருக்கும். தமது பயிர்நிலங்களில் வேலையில்லாததால் பெரும்பாலானோர் மதிய வேளைகளையும், மாலை நேரங்களையும் தமது வீடுகளுக்கு அருகிலிருக்கும் மரத்தடிகளிலேயே கழித்தார்கள். தமது வீடுகளுக்குள் நிலாமுற்றம் இருந்தாலும், இல்லா விட்டாலும் பெண்களுக்கு அவ்வாறாக மரத்தடிகளில் இருப்பதற்குக் கூட அனுமதியில்லை.

இந்தச் சூடான காலநிலையானது மனிதர்களின் கோபத்தைக் கிளறி விடுவதற்கும் ஒரு காரணமாக அமைகிறது. கோடை காலத்தில் பிள்ளைகள் குழப்படி மிகுந்தவர்களாகக் காணப்பட்டார்கள். பாத்திமாவினதும், அமீனாவினதும் பிள்ளைகள் சண்டை பிடித்துக் கொண்டு அழுதார்கள். அவர்களிடமிருந்து நிறைய முறைப்பாடுகள் வந்து கொண்டேயிருந்தன.

பாத்திமா பழங்கால மூட நம்பிக்கைகளில் எந்தளவு மூழ்கியிருந்தாள் என்றால், அந்த நம்பிக்கையானது அவளது வாழ்க்கையில் அனைத்துக் காரியங்களிலும் பிரதிபலித்தது. அவளைப் பொறுத்தவரையில் சமையலில், உணவுகளில் போலவே குளியலின் போதும், உறங்கும்போதும் நாம் செய்யக் கூடாத காரியங்கள் பல இருந்தன.

கடந்த சில தினங்களுக்கு முன்பு ஒரு நாள், அபூ விளையாடிக் கொண்டிருக்கும்போது பந்து கூரையின் மீது விழுந்து அங்கேயே நின்றது. அதை எடுத்துக் கொடுப்பதற்காக நான் ஏணியில் ஏற முற்பட்டதுதான் தாமதம், பாத்திமா உடனடியாக ஓடி வந்து நான் ஏறுவதைத் தடுத்தாள்.

"பொம்பளை ஏணில்ல ஏறினா அந்தப் பொம்பளைக்கு பைத்தியம் பிடிக்கும்னு சொல்வாங்க. தவறிக் கூட ஏறிடாதே தங்கச்சி" என்று எனக்கு அறிவுறுத்தியவள் அமீனாவின் சில நடவடிக்கைகளையும் கூட குற்றம் காணும் கண்ணோடுதான் பார்த்தாள்.

“அவளைக் கொஞ்சம் பாரேன். ஏதோ பொய்க்கால் காரனைப் போல குதியுயர்ந்த செருப்பைப் போட்டுக் கொண்டு அவள் டக்கு, டக்குன்னு நடக்குறதைப் பாரேன்.”

“அவளோட சிகையலங்காரத்தைக் கவனிச்சியா? அதுக்கு இருபத்தஞ்சு நைரா செலவாச்சுதாம்.”

“போன தடவை மக்காவுக்கு ஹஜ் செய்யப் போனாள். திரும்பி வர்றப்ப தங்க மாலை, காப்பு, துணிமணின்னு நிறைய வாங்கிட்டு வந்து கூட்டாளிகளுக்கெல்லாம் நல்ல விலைக்கு வித்துட்டா. அந்த முட்டாள்களும் ஏமாந்து போய் வாங்கிட்டாங்க” என்று அமீனாவின் மக்கா யாத்திரை குறித்தும் அவள் கோபத்தோடுதான் கூறினாள்.

“ஒண்ணு கவனிச்சியா? என்னவோ நாங்க சமைக்குற சாப்பாடு போதாதது போல அவள் அவளோட ரூமுல அவளுக்காகவும், அவளோட பிள்ளைகளுக்காகவும் தனியா சமைச்சுக்குறா.”

அமீனா எப்போதாவதுதான் எல்லோருக்கும் பொதுவாக சமைக்கப்படும் உணவைச் சாப்பிட்டாள். எனக்கு பொறுப் பளிக்கப்படும் நாட்களில் அவள் உணவுக்காக வெளியே வருவது கூட இல்லை.

“மூஞ்சூறு போல ஒளிஞ்சிருந்து சாப்பிடுறா.”

பாத்திமாவின் இவ்வாறான பல வார்த்தைகளால் எனது மனம் குழம்பிப் போவதால் அவை எனது காதில் விழாம லிருந்தால் நன்றாக இருக்குமே என்றுதான் எனக்கு எப்போதும் தோன்றும்.

நேற்று மாலை நேரம் நான் எனது அறையில் இடப்பட்டுள்ள தரைக் கம்பளத்தின் மீது அமர்ந்திருந்து நகம் வெட்டிக் கொண்டிருந்தேன். நகத் துண்டுகள் கம்பளத்தில் சிதறி யிருந்தன.

“ஐயோ.... என்ன நடக்குது இங்க? ஒரு வேலையிலும் கவனமில்ல” என்று பாத்திமா கத்தத் தொடங்கினாள்.

“அப்படி என்ன நான் செஞ்சேன் ராத்தா?”

"என்ன செஞ்சேன்தான். ஒருத்தரோட நகத் துண்டினாலும், தலைமுடியாலும் என்னவெல்லாம் செய்ய முடியும்னு தெரியாதா? உம்மா கூட சொல்லித் தந்ததில்லையா?" என்று கூறியவாறே அவள் விழுந்து கிடந்த நகத்துண்டுகளைக் கவனமாக பொறுக்கியெடுக்கத் தொடங்கினாள்.

நகத் துண்டுகளைக் கொண்டு செய்யப்படக் கூடிய பில்லி சூனியம், செய்வினைகளைப் பற்றித்தான் அவள் குறிப்பிட்டிருக்கிறாள். நான் இவையனைத்தையும் எனது மனதிலிருந்து அகற்ற முயற்சித்தேன். இருந்தாலும், மனதில் பதிந்திருக்கும் இவ்வாறான விடயங்கள் சதையில் குத்தப்பட்டிருக்கும் சின்னச் சின்ன முற்கள் போல அவ்வப்போது குத்தி வலியைத் தந்து கொண்டிருந்தன.

"தாரி, நீ வர்றதுக்கு முன்னாடி அவள் மாந்திரீகர்கள்கிட்டப் போய் ஏதேதோ செஞ்சிருக்கா ஒரு மகன் பொறக்கணும்னு. அதனால உனக்கு இப்போ மகன் பொறந்துடுமோன்னு அவள் பயந்துட்டிருக்கா."

பாத்திமாவுக்கு நான்கு மகன்கள் இருப்பதோடு, அமீனாவுக்கு இரண்டு பெண் பிள்ளைகள் மாத்திரமே இருக்கிறார்கள். ●

11

மீண்டும் அமீனாவுக்குப் பொறுப்பளிக்கப்பட்ட நாளொன்றில் பெலோ நகரத்துக்கு வெளியே போயிருந்தார். அவர் நகரத்துக்கு வெளியே செல்லும் ஒவ்வொரு நாளும் அமீனாவுக்குப் பொறுப்பளிக்கப்பட்ட தினங்களாகவே இருப்பது எனக்கு ஆச்சரியத்தைத் தரவில்லை. என்னதான் இருந்தாலும் பெலோ ஒருபோதும் தனது ஏனைய மனைவி மாரைக் குறித்து எதையுமே என்னிடம் கூறியதேயில்லை. என்னைப் பற்றியும் அவர்கள் இருவரிடமும் அவர் கதைத் திருக்க மாட்டார் என்றே நம்புகிறேன்.

சில சந்தர்ப்பங்களில் நிகழும், எதிர்பாராத சிறு சிறு சம்ப வங்கள் எனக்கும், அமீனாவுக்கும் இடையிலுள்ள உறவை விரிசலாக்கும் ஒரு மாய சக்தி போல ஆகியிருந்தன. ஒரு நாள் தாங்க முடியாத வெப்பத்தின் காரணமாக நான் முற்றத்திலிருந்த வேப்ப மரத்தடியில் அமர்ந்து பத்திரிகை யொன்றை வாசித்துக் கொண்டிருந்தேன். அவ்வேளையில் கணிதப் பாடத்தில் சந்தேகம் கேட்டு அபூ என்னிடம் வந்தான்.

'அபூ எங்கே?' என்று ஜெஸீமாவிடம் கேட்டவாறுதான் அன்றைய தினம் பெலோ வீட்டுக்குள் நுழைந்தார். அப்போது அமீனா வீட்டு வேலையொன்றைச் செய்தவாறு ஜெஸீமாவின் அருகில்தான் நின்று கொண்டிருந்தாள்.

"தாரியோட இருக்கிறான்" என்று ஜெஸீமா அவருக்குப் பதிலளித்தாள்.

"பெரியவங்களை எப்படிக் கூப்பிடணும்னு உன்னோட உம்மா கத்துக் கொடுக்கலையா உனக்கு?" என்று பெலோ

ஜெஸீமா மீது எரிந்து விழுந்ததோடு அமீனாவையும் அறைந்தார்.

"அவளை உம்மான்னு கூப்பிடச் சொல்லிக் கொடுக்க முடியலைன்னா சித்தின்னாவது கூப்பிடச் சொல்லிக் கொடுக்கத் தெரியாதா உனக்கு?" என்ற பெலோவின் வார்த்தை களால் நான் அசௌகரியமாக உணர்ந்த போதிலும், அந்த நிகழ்வு அத்தோடு முடிந்து போக வேண்டும் என்றுதான் உள்ளுக்குள் பிரார்த்தித்துக் கொண்டிருந்தேன்.

கடும்வெப்பமானது எமது உடல் பலத்தை முழுமையாக குன்றச் செய்து கொண்டிருக்கிறது. வீட்டினுள்ளே கூட ஓரிடத்திலிருந்து இன்னோரிடத்துக்குச் செல்வது மிகவும் சிரமமான செயலாகத் தோன்றுகிறது. நாள் முழுதும் தொண்டையானது தாகத்தால் வரண்டு போகும்போது எதைக் குடித்தாலும் உடனடியாக வியர்த்து வழிந்து உடல் முழுவதையும் நனைத்து விடுகிறது. இவ்வாறான நிலைமையில் சிறியதொரு விடயத்தாலும்கூட கோபம் எழக் கூடிய மனதைக் கட்டுப் படுத்திக் கொள்வது மிகவும் சிரமமானது.

அன்று அவையனைத்தையும் தாங்கிக் கொள்ள முடியாமல் தான் நான் வேப்ப மரத்தடிக்கு வந்திருந்தேன். அந்த வேப்ப மரமிருந்த பகுதி கூட பெரியதொரு மதிலால் சூழப்பட்டு, வெளியுலகத்தோடு முற்றுமுழுதாக பிரிக்கப்பட்ட ஒன்றுதான்.

வெளியுலகத்தோடு தொடர்புள்ள ஒன்றேயொன்று என்றால் அது எனது அறையில் ஆகவும் உயரத்தில் இருக்கும் சிறியதொரு சதுரச் சாளரம் மாத்திரமேயாகும். அந்த ஜன்னல் எந்தளவு உயரத்தில் இருந்ததென்றால் நான் கதிரை யொன்றின் மீது ஏறி நின்று மேலே எட்டிப் பார்த்தால்தான் அதிலிருந்து வெளியே பார்க்க முடியும்.

அவ்வாறு பார்க்கும்போது தண்ணீர்க் கலயங்களைத் தமது தலைகளின் மீது வைத்துக் கொண்டு வீடுகளுக்குச் சென்று கொண்டிருக்கும் பெண்கள்தான் பார்வைக்குத் தென்படுவார்கள். சிலர் கழுதைகளின் முதுகுகளில் தண்ணீர்க் கலயங்களை வைத்து நடக்க விட்டு அவற்றின் பின்னால் நடந்து போய்க் கொண்டிருப்பார்கள். அவர்களுக்கிருக்கும் சுதந்திரம் கூட எனக்கு இல்லை.

எனது அறையிலுள்ள அந்த ஜன்னலை ஏன் அந்தளவு உயரத்தில் வைத்திருக்கிறார்கள் என்பதை என்னால் புரிந்து கொள்ளவே முடியவில்லை. இது ஒரு பெண்ணின் துயரங் களை எடுத்துக் கூறும் ஒரு குறியீடு மாத்திரமல்லாமல் அவளுக்கு வழங்கப்பட்டிருக்கும் சிறைத் தண்டனை என்று எனக்குத் தோன்றுகிறது.

எனது சுதந்திரத்தை கட்டுப்பாடு எனும் எல்லைகளை விதித்துக் கத்தரித்து வரையறுத்திருப்பதால், நான் எனது வாழ்நாள் முழுவதும் வெளியுலகை இவ்வாறான சிறிய துளையின் வழியேதான் பார்க்க வேண்டியிருக்குமா? இவ்வா றான அனைத்து கட்டுப்பாடுகளையும் உடைத்து விட்டு வெளியுலகைக் காண எனக்கிருந்த ஆசையானது பெரும் மன அழுத்தத்தைத் தந்ததோடு, அது பெரும்பாலும் உடல் வலிகளையும் ஏற்படுத்தியது.

கழுத்தில் கட்டப்பட்டிருப்பது எவ்வளவு நீண்ட கயிறாக இருந்தாலும், அதை முழுமையாக அவிழ்த்து விடும் விடு தலைக்கு ஒப்பிட முடியாது. எந்த விதத்தில் பார்த்தாலும் பெலோ ஒரு மோசமான கணவன் அல்ல. என்றாலும், நான் ஹவுஸா கோத்திரத்தைச் சேர்ந்த திருமணம் முடித்த ஒரு பெண்.

அங்குமிங்குமாக நடந்து சென்று, பல்வேறு இடங்களைப் பார்வையிட்டு கல்வி நடவடிக்கைகளில் ஈடும்படும் இளம்பெண்களைக் காணும்போது எனக்குள்ளே ஒருவித பொறாமைதான் தோன்றுகிறது. நான் வாசித்திருந்த அரை குறை ஆடைகளுடன் ஆண்களும், பெண்களும் குளிக்கும் கடலின் காட்சியைக் கற்பனை செய்து பார்க்க நான் மிகவும் பாடுபட்டுக் கொண்டிருக்கிறேன்.

இஸ்லாம் மார்க்கத்தைப் பொறுத்தவரையில் ஒரு பெண்ணின் குரல்கூட தனிப்பட்ட அந்தரங்கமான ஒன்று. அவளது குரலை பிற ஆடவர்கள் கேட்கவே கூடாது.

12

எப்படியோ கடைசியில் எனது பாடசாலைக்குச் செல்ல எனக்கு சந்தர்ப்பம் கிடைத்தது.

பெலோவின் ஏனைய மனைவிமாருடன் நான் எங்கும் போக விரும்புவதில்லை என்பதையும், சாரதியுடன் தனியாகப் போக எனக்கு அனுமதியில்லை என்பதையும் நன்றாக அறிந்துகொண்டேதான் 'நான் ஸ்கூலுக்குப் போயிட்டு வரட்டுமா?' என்று ஒரு நாள் அவரிடம் கேட்டேன். என்னை வெளியே எங்கேயாவது கூட்டிக் கொண்டு போகுமாறு நான் எனது கணவனிடம் கேட்ட முதல்தடவை அதுதான். நான் தயாராகி முற்றத்துக்கு வந்தபோது அவர் புதிய வாகனத்தோடு தயாராக இருந்தார்.

"ஏன் நாங்க மற்றக் காரில் போகக் கூடாது?" என்று நான் கேட்டதை, புதிய காரைப் பாதுகாப்பாக வைத்திருக்கத்தான் அவ்வாறு கூறுகிறேன் என்று அவர் நினைத்திருக்கக் கூடும். எமது ஆடம்பர வாழ்க்கையை எதற்காக உலகத்துக்குப் பறைசாற்ற வேண்டும் என்று அவரிடம் கேட்க என்னால் முடியவில்லை. ஆகவே அவர் நினைப்பதை நினைத்துக் கொள்ளட்டும் என்று கருதியவாறே காரில் ஏறிக் கொண்டேன்.

அன்றைய தினம் பாடசாலைக்கு பிற ஆட்கள் அனுமதிக்கப் படும் நாளல்ல என்றபோதிலும், காவல்காரரர் என்னைக் கண்டதுமே இனங்கண்டுகொண்டு உடனடியாக நுழை வாயிலைத் திறந்துவிட்டார். பெலோ என்னை இறக்கி விட்டு விட்டு அயலிலிருந்த தனது நண்பர்களைச் சந்திக்கும் எதிர் பார்ப்போடு காரைத் திருப்பிக் கொண்டு போய்விட்டார்.

ஜானகி டீச்சர் என்னைக் கண்டதுமே மிகவும் மகிழ்ச்சி யடைந்ததைக் காண முடிந்தது. நின்று போயுள்ள எனது கல்வி நடவடிக்கைகள் குறித்து விசாரிக்காமல் இருக்கும் அளவுக்கும், கடந்த காலக் கதைகளைக் கிளறிப் பார்க்கா திருக்கும் அளவுக்கும் அவர் மேம்பட்டவராக இருந்தார்.

"ஏன் கணவரைக் கூட்டிட்டு வரல?"

"அவர் என்னை இறக்கி விட்டுட்டு, அவரோட கூட்டாளி களை சந்திச்சுட்டு வரப் போயிட்டார். என்னைக் கூட்டிட்டுப் போக வருவார்."

பெலோவைக் காணும் ஆவலோடு அவர் இருப்பது எனக்குத் தெளிவானது. நான் பெலோவைத் திருமணம் முடித்தது அவரது பணத்துக்காகவல்ல என்பதை ஜானகி டீச்சரிடம் தெரிவிக்க நான் விரும்பினேன். நான் அவரைத் திருமணம் முடித்ததற்கான உண்மையான காரணத்தை அவரிடம் தெரிவிக்க எனக்குத் தேவைப்பட்ட போதிலும் அந்தப் பேச்சை எப்படித் தொடங்குவது என்பது எனக்கு விளங்கவில்லை. நான் பெலோவின் ஒரே மனைவி அல்ல என்பதை ஜானகி டீச்சர் அறிந்திருப்பாரா என்பது கூட எனக்குத் தெரியவில்லை.

வெளிநாட்டவர்கள் பலதார மணத்தைக் குறித்து எவ்வா றான கருத்துகளைக் கொண்டிருக்கிறார்கள் என்பது குறித்த புரிதல் எனக்கு இருந்ததால் அதைப் பற்றி பேசாமல் இருப் பதுவே உசிதமானது என்றும் எனக்குத் தோன்றியது. பலதார மணம் குறித்து முன்னர் பாடசாலையில் நடைபெற்ற விவாதமொன்றின் முடிவு கூட அப்போது எனக்கு நினைவு வந்தது. அது மிகவும் மோசமானதென்றே அன்று தீர்ப்பு வழங்கப்பட்டது.

"வாப்பா சொன்னதாலதான் கல்யாணம் முடிச்சேன் மேடம்" என்று சற்றுநேரம் மௌனமாக இருந்ததன் பிறகு திடீரென்று உளறினேன். நான் சொல்வது உண்மையல்ல என்ற போதிலும், வாய்க்கு வந்ததை உளறியிருந்தேன்.

"ஏன் நீ இப்போ சந்தோஷமா இல்லையா?" என்று கேட்டார்.

"இல்ல மேடம். சந்தோஷமாத்தான் இருக்கேன்."

"பெலோ ஹாஜியார் ரொம்ப நல்லவர்னும், பெரிய பணக்காரர்னும் நிறையப் பேர் சொல்லி நான் கேள்விப் பட்டேன்" என்று கூறினார்.

"ஆமா மேடம்" என்று பதிலளித்தேன். நிறைய விடயங்களை அவரிடம் கூற வேண்டிய தேவை என்னிடம் இருந்தபோதிலும், எனது நாவு திக்கித் தடுமாறியது. நான் புன்னகைத்தவாறே அவரைப் பார்த்துக் கொண்டிருந்தேன். பெலோவின் பிரபல்யத்தைக் குறித்து அவர் கூறிய விடயங்களை நான் யோசித்துப் பார்த்தேன். நான் அதிர்ஷ்டசாலி என்று அவர்கள் கருதுவதற்கு இவை போதாதா என்ன? நான்தான் அவற்றை மதிக்காமல் இருக்கிறேனா?

"எப்படியோ அவர் கைது செய்யப்படாம தப்பிச்சுட்டார்" என்று புன்னகையோடு கூறினேன்.

ஊழல்களில் ஈடுபட்ட பெரும்பாலான அரசாங்க அதிகாரிகளும், வியாபாரிகளும் அந்தக் காலகட்டத்தில் இராணுவத்தால் கைது செய்யப்பட்டிருந்தார்கள்.

"இப்பல்லாம் உங்களுக்கு வாசிக்க நேரம் கிடைக்குதா?" என்று அவர் கேட்டார்.

"நேரம் நிறையக் கிடைக்குது. வாசிக்கத்தான் புத்தகங்களில்ல மேடம்."

"நீ புத்தகங்களைத் தேடிப் போகல, அதான். கணவரோட போய் புத்தகங்கள் கொஞ்சம் வாங்கிக்கோ. ஒரு மாசத்துக்கு ஒரு புத்தகத்தையாவது உன்னால வாங்க முடியாம இல்லையே."

நான் வாசிப்பதற்காக அவரிடமிருந்து இரண்டு புத்தகங்களைக் கேட்டு வாங்கிக் கொண்டேன்.

"மறுபடியும் வா. நாங்களும் உங்க வீட்டுக்கு ஒருநாள் வர்றோம். நீ பக்கத்துலதானே இருக்கே" என்று நான் விடை பெற்றுக் கொள்ளும்போது அவர் கூறினார்.

இருந்தாலும், அவருடைய வருகையை நான் எவ்வாறு அனுமதிப்பேன்? பலதார மணம் செய்துகொண்டவர்களின் வாழ்க்கை எவ்வாறு கழிகிறது என்பதை நேரில் பார்ப்பதுதான் அவரது விருப்பமாகவும் இருக்கக் கூடும்.

என்னைக் கூட்டிச் செல்வதற்காக பெலோ விடுதிக்கு அருகில் வந்து நின்ற கணத்திலிருந்து விடுதியிலிருந்த மாணவிகள் அவரது காரையே வைத்த கண் வாங்காமல் மிகுந்த வியப்போடு பார்த்துக் கொண்டிருந்தார்கள். ஒருவிதத்தில் எனக்குக் கிடைத்திருக்கும் இவ்வாறான வரப்பிரசாதங்களை மதிக்காமல் இருப்பது குறித்து என்னையே நான் கடிந்து கொண்டேன். அங்கிருந்த சில பெண்பிள்ளைகள் பெலோவின் நான்காவது மனைவியாக ஆகக் கூட பெரும் ஆவலோடு காத்திருப்பார்கள் என்பது உறுதி. நான் காரில் ஏறும்போது கூட பெண்பிள்ளைகள் இருவர் எவ்வித நாணமுமில்லாமல் தம் பக்கம் அவரது பார்வையைத் திருப்புவதற்காக ஏதேதோ செய்து கொண்டிருப்பதைக் கண்டேன்.

"என்ன மனம் அலைபாயுதோ?" என்று வேடிக்கையாகக் கேட்டேன்.

"வற்றாளைக் கிழங்கு பக்கத்துலேயே இருக்கும்போது மரவள்ளி எதுக்கு?" என்று அவர் கூறினார்.

"எதிர்காலத்துல என்ன நடக்கும்னு யாருக்குத் தெரியும்?" என்று நான் கேள்விப்பட்டிருந்த கதைகளை வைத்துக் கூறினேன். மூன்று, நான்கு மனைவிமார் இருந்த சில பணக்கார ஹாஜியார்மார்கள் கூட விலைமாதுக்களைத் தேடிப் போய்க் கொண்டிருந்தார்கள்.

"நீ கவலைப்படாதே. எனக்கு மரவள்ளி தேவைப்படும்னா நானே தேடிப்பேன். நீ அதைப் பற்றி யோசிக்கத் தேவையில்ல."

நான் அவரைக் கோபப்படுத்தி விட்டேனோ என்றும் கூட ஒரு கணம் எனக்குத் தோன்றியது. ஜானகி டீச்சரின் ஆலோசனைக்கு ஏற்ப அவருடன் நல்ல விதத்தில் குடும்பம் நடத்த வேண்டும் என்று தீர்மானித்திருந்த நான் எனது வாயிலிருந்து வெளியேறிய அந்த வார்த்தைகளையிட்டு மிகவும் வருந்தினேன். அவ்வாறென்றால் வேறு என்னதான் நான் சொல்வது?

நான் என்ன தவறிழைத்தேன் என்று அவரது செயல்களைக் குறித்து அவர் என்னிடம் கூறாமலிருக்கிறார்? அவருடன் எதையும் நேராகக் கதைக்குமளவிற்கு தைரியத்தை எப்போது ஏற்படுத்திக் கொள்ளப் போகிறேன்? இந்தக் கணத்தில் அவரது மனதில் அலைமோதிக் கொண்டிருக்கும் எண்ணங் களை அறிந்து கொள்ள ஒரு வழியிருந்தால் எவ்வளவு நன்றாக இருக்கும்?

அவர் மிகவும் மெதுவாக காரைச் செலுத்திக் கொண்டிருந் தார். அதற்கு முன்பு ஒருபோதும் என்னுடன் இருக்கும்போது அவர் இந்தளவு மெதுவாக தனது வாகனத்தைச் செலுத்தியதே யில்லை. என்னைப் பாடசாலைக்குக் கூட்டிக் கொண்டு போகுமாறு நான் கூறியதும் அவர் கூறிய வார்த்தைகள் எனக்கு நினைவுக்கு வந்தன.

“நானும் கூட கூட்டாளியொருத்தனைச் சந்திக்க டவுனுக்குப் போக வேண்டியிருக்கு. போறப்ப போகலாம்” என்று அவர் கூறியது அமீனாவின் காதில் விழட்டும் என்பதற்காக இருக்கலாம். என்னைப் பாடசாலைக்குக் கூட்டிக் கொண்டு போக மாத்திரம் வெளியே கிளம்புவதை அமீனா தெரிந்து கொள்ளாதிருப்பதற்காகத்தான் அவர் அவ்வாறு கூறியிருக்கக் கூடும். அன்றைய தினம் கூட அமீனாவுடைய தினம்தான் என்பதால் அவர் என்னுடன் இவ்வாறு வருவது கூட அவளது கோபத்தைக் கிளறக் கூடும்.

அவளின் தினமல்லாத வேற எந்த தினத்திலும் அவர் அவளுடன் இவ்வாறு வெளியே போனதாக எனக்கு நினைவில்லை.

அன்று நான் ஏதோ விலக்கப்பட்ட கனியைச் சுவைப்பது போல உணர்ந்ததால், எனதுள்ளம் மகிழ்ச்சியில் பூரித்திருந்தது. அவரை மனதால் அல்லாமல், உடலால் என் பக்கம் ஈர்த் தெடுக்க நான் விரும்பினேன்.

“என் மேல கோபமா?” என்று கேட்டவாறு எனது விரல்களால் அவரது கன்னத்தைத் தடவிக் கொடுத்தேன்.

“நீ சொன்ன அந்த மரவள்ளியை எப்படித் தேடிக் கண் டெடுக்குறதுன்னுதான் யோசிச்சிட்டிருக்கேன்” என்று

கூறியவாறு அவர் எனது கன்னம் அவரது தோளை அழுத்தும்விதமாக என்னை இழுத்தெடுத்து அரவணைத்துக் கொண்டார்.

மெதுவாகச் சென்ற எமது கார் எமது வீட்டைக் கடந்து செல்வது எனக்குத் தென்பட்டது.

“எங்க போயிட்டிருக்கோம்?” என்று ஆச்சரியத்தோடு கேட்டேன்.

அது ஒரு இனிய மாலை நேரம். நீல ஆகாயத்தின் மீது முடிச்சுகளிடப்பட்ட பஞ்சுப் பொதிகள் போல வெண்ணிற மேகங்கள் பரந்திருந்தன. குளிர்பதனப்படுத்தப்பட்டிருந்த அந்தக் காருக்குள் குளிர்ந்த காற்று பரவியிருந்தது. தொலை வில் வானில் ஊதா நிறத்தைப் பரவச் செய்தவாறு சூரியன் மறைந்து கொண்டிருந்தது. அந்த ரம்யமான மாலை நேரத்தில் நிலா மேலே எழுந்து வருகையில் மரஞ்செடிகொடிகள் ஏது மற்ற புல்வெளி மீது படர்ந்திருந்த கடுங்குரூரமான சூரியக் கீற்றுகள் மெதுவாக செயலிழந்து கொண்டிருந்தன.

“நீதான் நம்ம பயிர்நிலத்துக்கு ஒருபோதும் போனதில்லையே” என்று கூறியவாறே வரகு நடப்பட்டிருந்த வயல்களுக்கு நடுவேயிருந்த புழுதி நிறைந்த மண்பாதையில் காரைத் திருப்பினார். சற்று நேரத்தில் மாமரங்கள் நிறைந்த பகுதி யொன்றில் கார் நுழைந்தது. எவருமே இல்லாத அந்தச் சூழலில் அமைதிதான் எங்கும் அரசாண்டது. அந்த அமைதி யானது மாலைத் தென்றல் மீது மென்தூறல் விழுவதைப் போன்ற மெல்லிசைப் பாடலால்தான் சற்றேனும் குலைந்தது. முதன்முதலாக ஒரு ஆடவனுடன் தனிமைப்பட்ட கண மொன்றைப் போல எனது மனம் வெகுவாக பதறிக் கொண்டிருந்தது.

“இப்ப எதுக்காக பயிர்நிலத்துக்குப் போகணும்?” என்று திகைப்பும், தடுமாற்றமும் கொண்ட குரலில் கேட்டேன்.

அவர் காரை நிறுத்தி விட்டு எனது தலையிலிருந்த முக்காட்டை அகற்றினார். மறுகணமே அவரது உதடுகள் எனது கூந்தலை முத்தமிட்டன.

"நான் அந்தப் பொண்ணுங்களை ஆசையோடு பார்த்துட்டிருந்தேன்னு நிஜமாவே நீ நினைக்கிறியா?"

"ஆமா. நாலாவதா ஒருத்தியத் தேடிட்டிருக்கீங்கன்னுதான் நான் நினைச்சேன்."

"மூணாவதா வந்தவளோட வாயிலேயே அப்பவே ரெண்டு அடி போட்டிருக்கணும்னு எனக்குத் தோணுது. ஆனா இந்தக் காலத்துல நாங்க எங்க பொஞ்சாதிகளுக்கு அடிக்கிறதில்லங்குறது தான் கவலையா இருக்கு" என்று கூறியவர் தனது உதடுகளை எனது உதடுகளின் மீது பதித்தார். தண்ணீரில் மூழ்கப் போவதைப் போல நான் அவரைக் கட்டியணைத்துக் கொண்டேன். உயிர் பெற்ற எனது உணர்ச்சிகள் என்னை எரித்தவாறு அவரிடம் செல்லப் போராடிக் கொண்டிருந்தன.

"என்ன செய்றீங்க?" என்று அவரது இரு கைகளாலும் எனது மேலாடை அவிழ்க்கப்பட்ட வேளையில் முனகியவாறே கேட்டேன்.

"சொல்லு. நான் உனக்கு என்ன செய்யணும்?"

சூழ்ந்திருந்த இருளில் அவரது விழிகளின் பிரகாசத்தை மாத்திரமே அவ்வேளையில் நான் கண்டேன்.

நாங்கள் வீடு திரும்பிய போது இரவு எட்டு மணியையும் கடந்திருந்தது. கள்ளக் காதலனை இரகசியமாகச் சந்தித்து விட்டு வருவதைப் போல எனதுள்ளம் என்னைக் குற்றவாளியாக உணரச் செய்தது. அத்தோடு இன்னும் சிறிது நேரத்தில் அமீனா அவருடன் படுக்கையைப் பகிர்ந்து கொள்ளும் விதம் மனதில் தோன்றியதும் எனக்குள்ளே கோபமும் உருவானது.

சற்று நேரத்திற்குப் பிறகு நான் குளியலறையை நோக்கி நடக்கும்போது பாத்திமாவின் அறைக்கதவை அமீனா தட்டிக் கொண்டிருக்கும் ஓசை கேட்டது.

"ராத்தா, ஆஸ்பிரின் மாத்திரையொண்ணு தர்றீங்களா? அவருக்குத் தலைவலிக்குதாம்."

தீயாய்ப் பற்றியெரியும் இந்த வெயிலில் நான் பெலோவை நகரம் முழுதும் சுற்றியலையச் செய்ததால்தான் அவருக்குத்

தலைவலி ஏற்பட்டிருக்கிறது என்று கூறுவதைப் போன்று அமீனா என்னை முறைத்துப் பார்த்தாள். பாடசாலைப் பிள்ளையொன்று தனக்குச் சிரமமான பாடமொன்று கற்பிக்கப்படும்போது பொய்யாக தலைவலி என்று கூறி விட்டு, ஆஸ்பிரின் மாத்திரையை விழுங்கும் காட்சி மனதில் தோன்றியதால் எழுந்த சிரிப்பைக் கஷ்டப்பட்டு நான் அடக்கிக் கொண்டேன்.

அமீனாவுடன் படுக்கையைப் பகிர்ந்து கொள்ள விரும்பாத தாலேயே தலைவலிக்கிறது என்று அவர் கூறியிருப்பார். எனது மனதில் தோன்றிய மெல்லிய சந்தோஷத்தோடு உதடுகளில் மென்புன்னகையும் எழுந்தது.

அவர் அவளுடன் படுக்கையைப் பகிர்ந்து கொள்வது எனக்குப் பிடிக்கவில்லையா? அவர்கள் இருவரையும் குறித்து எனக்குள்ளே ஏற்பட்ட இந்த எண்ணத்தின் காரணமாக எனக்கு உறக்கமே வரவில்லை. இருந்தபோதிலும், அந்தத் தருணத்தில் நான் அவளை வெறுத்தேன். ●

13

நேற்று பின்னேரம் பெலோ கடிதமொன்றை எடுத்துக் கொண்டு வந்திருந்தார். அது ஜஸ்டினாவிடமிருந்து வந்த கடிதம். அதைக் கண்டு எனது மனதிலெழுந்த சந்தோஷத்தை வார்த்தைகளால் விவரிக்க முடியாது. அந்தக் கடிதத்தை என்னிடம் கொண்டு வந்து தந்த அபூவை நான் கட்டி யணைத்துக் கொண்டேன். அந்தக் கடிதத்திலிருந்த தகவலைக் கண்டு நான் எந்தளவு மகிழ்ச்சியடைந்தேன் என்றால், எனக்கு வந்த கடிதத்தைத் திறந்து பார்த்திருந்த பெலோவை அதனாலேயே அந்தக் கணமே மன்னித்தேன். (இங்கு, தனது மனைவிக்கு வரும் கடிதங்களைத் திறந்து பார்க்கும் முழு உரிமையும் கணவனுக்கு இருக்கிறது.)

அடுத்து வரப் போகும் இரண்டு வார காலத்துக்குள் அவள் எமது வீட்டுக்கு வருகை தரப் போவதாக அந்தக் கடிதத்தில் குறிப்பிடப்பட்டிருந்தது. வியர்வையைப் பற்றியோ, புழுதியைப் பற்றியோ இனிமேல் கவலைப்பட்டுக் கொண் டிருக்கத் தேவையில்லை. களஞ்சிய அறையிலிருக்கும் மேலதிக கட்டில்களில் ஒன்றை நாளைக் காலையிலேயே எனது அறைக்குக் கொண்டு வந்து இடுமாறு பெலோவிடம் கூற வேண்டும்.

அந்தக் கடிதமானது, தபாலில் தொலையாமல் என்னை வந்தடைந்ததற்காக நான் ஆண்டவனுக்கு நன்றி தெரிவித்தேன். இவ்வாறு மாநிலங்களைக் கடந்து வரும் கடிதங்கள் பெரும் பாலும் தபாலில் தொலைந்து போகும். நான் நிறைய விடயங்களைச் செய்வதற்கும், நிறைய இடங்களுக்குப் போய் வருவதற்கும் திட்டம் போட்டிருக்கிறேன். ஜஸ்டினாவுடன்

செல்வதற்கு பெலோ எனக்கு அனுமதி தருவார் என்பதே எனது ஒரே எதிர்பார்ப்பாக இருக்கிறது.

அவளது வருகை எனக்கு மகிழ்ச்சியைத் தந்தபோதிலும், அந்த வருகையைத் தடுக்கும் விதமாக ஏதேனும் நடந்து விடுமோ என்றும் கூட எனக்குள் பயமொன்று தோன்றி யிருக்கிறது. அவ்வாறு எந்த அசம்பாவிதமும் நடந்து விடக் கூடாது என்று நான் இறைவனைப் பிரார்த்திக்கிறேன். நான் இன்று எந்தளவு சந்தோஷமாக இருக்கிறேன் என்றால், அமீனாவும் கூட என்னுடன் பாசமாகப் புன்னகைத்திருந்தாள். ஜஸ்டினாவுடன் கதைப்பதற்கு என்னிடம்தான் எவ்வளவு விடயங்கள் இருக்கின்றன.

ஜஸ்டினா தனது கடிதத்தை மிகுந்த கண்ணியத்தோடு எழுதியிருந்தாள். அதை பெலோதான் முதலில் திறந்து பார்ப்பார் என்று அவள் ஐயமடைந்திருப்பாள். அவளென் றால் விநோதமான ஒருத்திதான். அவள் கடிதத்தை இந்தளவு மரியாதையாகவும், ஒழுங்காகவும் எப்படி எழுதியிருப்பாள் என்பதை என்னால் யோசித்துக் கூட பார்க்க முடியவில்லை. அவள் பெலோவைக் குறித்து மிகவும் கண்ணியமாக எழுதியிருந்தாள்.

அவள் யுரோபா கோத்திரத்தைச் சேர்ந்த கிறிஸ்துவப் பெண் என்பதை பெலோ அறிவார். வியாபாரக் கொடுக்கல் வாங்கல்களில் ஹவ்ஸா கோத்திரத்தினர் அல்லாத பலரோடும் பெலோ பழக வேண்டியிருப்பதால், அவர் இதை அந்தளவு பொருட்படுத்தவேயில்லை.

வியாபாரிகள் குறித்து இங்கே குறிப்பிடும் இந்தக் கணத்தில் நான் பெலோ தனது வியாபாரங்களின் மூலம் எவ்வாறு இலாபமீட்டுகிறார் என்பது குறித்து அவரிடம் விசாரித்தது எனக்கு ஞாபகம் வருகிறது.

"ஆம்பளைங்களோட விஷயங்கள்ல நீ எதுக்குத் தலை யிடுறாய்?" என்ற பதில் மாத்திரம் அவரிடமிருந்து வந்தது.

திடீரென்று அவருக்கு ஏதேனும் நிகழ்ந்து விட்டால் அவரது சொத்துபத்துகள் பற்றிய அறிவு எம்மில் எவருக்கும் துளியேனும் இருக்கவில்லை. இது எனது தீய எண்ணம்

அல்ல. மரணமானது எந்தக் கணத்திலும், யாரிடமும் வந்து விடலாம். அவ்வாறே இந்த நாட்டில் பெண்களுக்கெதிரான சட்ட திட்டங்கள் எவ்வளவு அநீதமானவை என்பதை கடந்த வாரம் பத்திரிகையொன்றில் வாசித்து அறிந்து கொண்டேன். அதற்கிணங்க சொத்து உரிமை தொடர்பான சட்டதிட்டங் களும் பெண்களுக்கு எதிராகவே இருக்கின்றன.

நான் அவரது வியாபாரம் பற்றி விசாரித்த பிறகு அவர் அவ்வப்போது ஏதோ சிறுபிள்ளையின் ஆசையைத் தீர்த்து வைப்பது போல ஏதோ கொஞ்சம் விபரித்தார். அதன் பிறகு இரண்டு தடவைகள் நான் வாசித்துப் பார்ப்பதற்காக சில ஆவணங்களை வீட்டுக்கு எடுத்துக் கொண்டு வந்தார். அவரது ஆவணங்களுக்குப் பொறுப்பாக, அவரது நம்பிக்கைக்குப் பாத்திரமாக மூஸா லவாலி இருப்பதை நான் அவற்றின் மூலம் அறிந்து கொண்டேன்.

“அந்த லவாலியோட பதவியை எனக்குத் தந்து சம்பள மொண்ணும் தர உங்களால முடியாதா?” என்று ஒருநாள் பலத்த எதிர்பார்ப்போடு அவரிடம் கேட்டேன்.

“உனக்கு எதுக்கு சம்பளம்? உனக்கு பணம் ஏதாவது தேவைன்னா என்கிட்டக் கேளு.”

“எனக்குப் பணம் எதுவும் வேணாம். நான் கொஞ்சம் புத்தகங்களை வாங்க விரும்புறேன்” என்று என்னுடைய உண்மையான தேவையை விவரிக்க முற்படாமல் நான் சுருக்கமாக பதிலளித்தேன். எனக்கு பணம் தேவையில்லை. எனக்கு அவரிடம் அதை விவரிக்கவும் தெரியவில்லை.

“அப்போ நான் டவுனுக்குப் போறப்ப என்னோட வந்து உனக்குப் பிடிச்சதையெல்லாம் வாங்கிக்கோ” என்றார்.

பெலோ, தனது ஆங்கில அறிவிலிருந்த குறைபாடுகளைச் சரி செய்யவே லவாலியை அந்தப் பதவியில் அமர்த்தியிருக் கிறார். லவாலி ஆங்கிலத்தில் நல்ல புலமை வாய்ந்த ஒருவர். இருந்தாலும், தமது கையெழுத்துகளை மாத்திரமே போடத் தெரிந்த பெரும்பாலான வர்த்தகர்களுக்கு மத்தியில் பெலோ ஆங்கில அறிவில் முன்னணியில் இருப்பதையும் இங்கு குறிப்பிட வேண்டும்.

ஹவுஸா கோத்திரத்தைச் சேர்ந்த பெண்கள் ஈடுபடவில்லை என்ற போதிலும், இபோ, யுரோபா கோத்திரங்களைச் சேர்ந்த பெண்கள் வர்த்தக நடவடிக்கைகளில் முன்னணியில் இருக்கிறார்கள். ஹவுஸா கோத்திரத்தைச் சேர்ந்த பெண்களில் பெரும்பாலானோர் வீடுகளுக்குள்ளேயே அடைபட்டுள்ள தோடு, விரல் விட்டு எண்ணக் கூடிய ஒரு சிலர் மாத்திரமே ஆசிரியைகளாகவும், காரியதரிசிகளாகவும் பணி புரிகிறார்கள். ஹவுஸா கோத்திரத்தைச் சேராத நைஜீரியப் பெண்கள் செய்யும் தொழில்களெல்லாம் கற்பனை பண்ணிக் கூட பார்க்க முடியாத அளவுக்குப் பரந்தவை. பெரும்பாலான யுரோபா கோத்திரப் பெண்கள் இந்த நகரத்திலும் கூட சிறந்த வர்த்தகர்களாக ஆகியிருக்கிறார்கள்.

கடந்த நாட்களில் ஒரு நாள் சொகோத்தோ மாநிலத்தில் இராணுவ மேலதிகாரியொருவர் பாடசாலைகள் பலவற்றை யும் பார்வையிடச் சென்றமை தொலைக்காட்சியில் காண பிக்கப்பட்டது. அவர் மகளிர் பாடசாலையொன்றின் மாணவி களை அழைத்து, அவர்களுள் தமது கல்வி நடவடிக்கைகளைப் பூர்த்தி செய்வதற்கு முன்பு பாடசாலையிலிருந்து விலகச் செய்து திருமணம் முடிப்பதற்காக பெற்றோரினால் வற்புறுத்தப்படுபவர்கள் இருப்பின் உடனடியாகத் தன்னிடம் வந்து முறைப்பாடு செய்யுமாறு கேட்டுக் கொண்டார். சொகோத்தோ மாநிலத்தில் இதுவரையில் ஒரு பெண் மருத்துவர் கூட உருவாகவில்லை என்றும், வெளிநாட்டவர் களுக்குப் பதிலாக உள்நாட்டவர்களுக்கு தொழில்வாய்ப்பை தான் வழங்கப் போவதாகவும் தெரிவித்தார். அந்த உரையைக் கேட்டதன் பிறகு, நான் எவ்வளவு தோல்வியடைந்தவள் என்ற உணர்வும், எந்தளவு தவறிழைத்திருக்கிறேன் என்ற உணர்வும் எனக்குள்ளே தோன்றின. கல்விக்காக நான் எந்த எதிர்ப்பையும், போராட்டத்தையும் மேற்கொள்ளாமலே அனைத்தையும் கைவிட்டு வந்திருக்கிறேன்.

வெளிநாட்டவர்கள் என்று குறிப்பிட்டதால் எனக்கு கடந்த வாரங்களில் ஒரு நாள் வாகனத் திருத்தகத்தில் நான் சந்தித்த கெஸபிலியோ தம்பதிகள் நினைவுக்கு வருகிறார்கள். அவர்கள் இருவரும் ஆங்கில அறிவற்றவர்களாக இருந்தார்கள். இருப்பினும், அந்தக் கணவனுக்கு நல்லதொரு வேலை

கிடைத்திருந்தது. அது லஞ்சம் கொடுத்ததால் பெற்றுக் கொண்டதாக இருக்கலாம்.

புதிய ஆட்சியின் கீழாவது இவ்வாறான ஊழல் நடவடிக்கைகள் முடிவுக்கு வர வேண்டும் என்று எனக்குத் தோன்றுகிறது. தொழிலொன்றை வழங்குவதற்காக லஞ்சம் வாங்குபவர்கள் அனைவரையும் தூக்குமேடைக்கு அனுப்ப வேண்டும் என்றும் நான் கருதுகிறேன்.

எனது தோழியொருத்தி இங்கு சில தினங்கள் தங்கிச் செல்ல வரப் போவதாக நான் பாத்திமாவிடம் கூறினேன். அவள் மேல்நாட்டு முறைப்படி வளர்ந்த, ஹவுஸா கோத்தி ரத்தைச் சேராத ஒருத்தி என்பதைத் தெரிந்து கொண்டதும் பாத்திமா சற்றுத் தயங்கினாள்.

"எனக்குத்தான் இங்கிலீஷ் தெரியாதே. அவளோடு எப்படிக் கதைக்கப் போறேனோ?"

ஆனாலும் அவள் ஜஸ்டினாவுக்குப் பிடித்த உணவுகளைத் தயாரித்துத் தரும் அளவுக்கு மனமிரங்கியிருந்தாள். வீட்டுக்குத் தங்க வரும் இந்த விருந்தாளி குறித்து அமீனா என்ன நினைப்பாளாக இருக்கும்? அவள் என்ன நினைத்தாலும் எனக்கென்ன? அதைப் பற்றி நினைத்துப் பார்ப்பது கூட எனது சந்தோஷத்தைத்தான் கெடுக்கும். பாத்திமாவுக்கு ஆங்கிலம் தெரியவில்லை என்றாலும், ஜஸ்டினாவுக்கு ஹவுஸா கோத்திர மொழி கொஞ்சம் தெரியும்.

14

நேற்று வீட்டினுள்ளே பெரும் சச்சரவு ஏற்பட்டது. பெலோவுக்கு இந்தளவு கோபம் வரும் என்பதை நான் முதன்முதலாகக் கண்ட சந்தர்ப்பம் அது. வெகுகாலமாக மெதுவாக வீசிக் கொண்டிருந்த காற்று, திடீரென்று புயலாக மாறி சுழன்றடித்தது போலிருந்தது அது.

கடந்த சில மாதங்களாக அமீனாவின் நடவடிக்கைகளில் ஒரு வித்தியாசம் தெரிகிறது. அது தொடர்ச்சியாக வளர்ந்து வருகிறது. ஒரு நாள் விட்டு ஒரு நாளாவது அவள் வீட்டை விட்டு வெளியே சென்று வர ஏதாவது காரணத்தை உரு வாக்கிக் கொள்கிறாள். அவள் பாத்திமாவின் அனுமதியோடு தான் வெளியே போய் வருகிறாள் என்றுதான் ஆரம்பத்தில் நான் எண்ணியிருந்தேன். அனுமதி பெறுதல் என்பது சற்று காரசாரமான வார்த்தை என்று தோன்றுகிறது. அவள் எங்கு போனாலும் பாத்திமாவிடம் சொல்லி விட்டுப் போவதாகவே நான் நினைத்துக் கொண்டிருந்தேன்.

இரண்டு கிழமைக்கு முன்பு ஒரு நாள் அமீனா வாடகைக் காரொன்றில் ஏறிச் செல்வதைத் தான் கண்டதாக பாடசாலை விட்டு வந்த ஹாரூன் ஒரு நாள் கூறினான்.

“இப்படி நடக்கும்னு நான் உன்கிட்ட சொல்லலையா?” என்று அப்போது பாத்திமா என்னைப் பார்த்துக் கேட்டாள்.

அவள் எங்குதான் போயிருப்பாள் என்பதை எங்களால் அனுமானிக்கக் கூட முடியவில்லை. அவளிடம் பாத்திமா விசாரித்த வேளையில் பக்கத்து ஊரிலிருக்கும் தனது தோழி யொருத்தியைச் சந்திக்கப் போனதாக அமீனா கூறியிருந்தாள்.

தோழியின் வீட்டுக்குப் போவதற்கு வாடகைக் கார் தேவையில்லை. நடந்தே போய் விடலாம். வாடகைக் காரில் போவதென்றால் அது தூரப் பயணமாகத்தான் இருக்க வேண்டும்.

அமீனா ஆடையணிகலன்கள் மீது அதிக கவனம் செலுத்துவதால் அவள் கடைத் தெருவுக்குப் போயிருக்கக் கூடும் என்றுதான் நான் நினைத்தேன். முன்பு எந்தப் பயணம் போனாலும் தனது மகளான லூபாவைக் கூட்டிக் கொண்டு போகப் பழகியிருந்தாள். இப்போதோ எல்லாப் பயணங் களையும் தனியாகத்தான் போய் வருகிறாள்.

நேற்றைய தினம் என்னுடைய நாளாக இருந்தது. காலை யிலேயே பெலோ கடுனா பிரதேசத்துக்குப் போகத் தயாராகிக் கொண்டிருப்பதாக எனக்கு அறியக் கிடைத்தது. அமீனா அதை அறிந்திருந்தாளா என்பது எனக்குத் தெரியாது. பொதுவாக அவர் கடுனாவுக்குப் போனால் நள்ளிரவில்தான் வீடு திரும்புவார். மாலை நேரம் அமீனா வீட்டிலிருந்து வெளியேறு வதை நான் கண்ட போதிலும் அதை அவ்வளவாகப் பொருட் படுத்தவில்லை.

ஏனைய எனது அனைத்து நாட்களையும் போலவே நேற்றும் விஷேட இரவுணவை அவருக்காகத் தயாரித்தேன். பெரும்பாலான நாட்களில் பெலோ மதிய உணவுக்கு வீட்டுக்கு வர மாட்டார். அவர் எவ்வளவு பெரிய செல்வந்த ராக இருந்த போதிலும், எமது வீட்டில் உணவு தயாரிப்பதில் ஒரு ஒழுங்கு பின்பற்றப்படவேயில்லை. நான் வீட்டின் மூன்றாவது மனைவியாக உணவுகளில் ஏதேனும் மாற்றத்தைக் கொண்டு வர முயன்ற போதிலும், அதைச் செயற்படுத்துவது இலகுவானதாக இருக்கவில்லை.

போஷாக்கு நிறைந்த உணவுகளை பிள்ளைகளின் காலை உணவாக வழங்குவதற்கு நான் முயன்றேன். பெரும்பாலான நாட்களில் காலை உணவாக பாணும், தேநீரும் மட்டுமே பரிமாறப்படும். ஆகவே பிள்ளைகளின் காலை உணவுவோடு முட்டையையும் சேர்த்துக் கொடுக்கலாம் என்று நான் ஆலோசனை கூறியதும் பாத்திமா அதற்கு மறுப்பு தெரி வித்தாள்.

“பிள்ளைகளுக்கு முட்டைகளைச் சாப்பிடக் கொடுப்பது கூடாது” என்று மாத்திரமே அவள் கூறினாள்.

நேற்று நான் பெலோவின் இரவுணவாக விஷேட ஆகாரமொன்றைத் தயாரித்துக் கொண்டிருந்தேன்.

“அமீனா எங்கே?” என்று பெலோ பாத்திமாவிடம் விசாரிக்கும் குரல் எனக்குக் கேட்டது.

“தெரியாது” என்ற பாத்திமாவின் பதிலால் பெலோ பெரிதும் கோபமடைந்தார்.

“தெரியாது? எங்கே போறேன்னு சொல்லிட்டுப் போகலையா?” என்று அமீனா வெளியே போய் வருவதை அறிந்திருந்த பெலோவின் கேள்வி ஒரு ஆணையைப் போல ஒலித்தது.

“இல்ல. எதையாவது வாங்கிட்டு வரப் போயிருப்பாள்” என்று பாத்திமா திக்கித் திணறியவாறே பதிலளித்தாள்.

“வாங்கிட்டு வர? என்ன வாங்கிட்டு வர? வீட்டுல யார்க்கிட்டயாவது சொல்லிட்டா போயிருக்கா?” என்ற அவரது கேள்வியில் அவர் என்னைத்தான் குறிப்பிட்டிருக்கக் கூடும். எனக்கு பிள்ளைகள் இல்லை என்பதால் என்னைக் கூப்பிட அவருக்கு ஒரு பெயர் இருக்கவில்லை. பாத்திமாவை அபூவின் உம்மா என்றும், அமீனாவை ஜெஸீமாவின் உம்மா என்றும்தான் அவர் அழைத்து வந்தார்.

முன்பு கூறியிருந்தது போல நேற்று அவர் கடுனாவுக்குப் போயிருக்கவில்லை. அமீனா வீட்டில் இல்லை என்பதை அவர் எவ்வாறு தெரிந்து கொண்டிருப்பார் என்பதை அறிய எனக்குள்ளே பெரும் ஆர்வம் தோன்றியிருந்தது. சிலவேளை அவர் அவளை தவறான இடத்தில், தவறான ஆளோடு கண்டிருக்கக் கூடும். அவ்வாறு நிகழ்ந்திருந்தால், அவர் ஏன் அவளைக் கையோடு கூட்டிக் கொண்டு வரவில்லை?

இந்த நிகழ்வைக் குறித்து மீண்டும் யோசித்துப் பார்க்கும் போது அமீனா அந்தளவு பாரதூரமான தவறு எதையும் செய்யவில்லை என்பது எனக்குப் புரிகிறது. இருந்தாலும் அந்த நேரத்தில் இந்தளவு சிறிய விடயத்துக்கு பெலோ

கோபப்பட்டது அவர் ஆணாதிக்க சிந்தனையுடையவர் என்பதால்தான் என்பது அப்போது என்னால் புரிந்து கொள்ள முடியவில்லை. ஒருவரது ஆதிக்கத்துக்குக் கட்டுப் பட்ட பின்னர் அவனது அல்லது அவளது சிந்தனைகளும் கூட அவரது கட்டுப்பாட்டுக்குள்ளாவதற்கு இது மிகச் சிறந்த ஒரு உதாரணம்.

உண்மையில் அமீனா தனது சுய விருப்பத்தின் பேரில் வீட்டிலிருந்து வெளியே போய் வருவதில் தவறென்ன இருக்கிறது? குர்ஆனிலும் கூட பெண்களுக்கு தமது தேவை களுக்காக வெளியே போய் வர அனுமதியிருப்பது குறிப்பிடப் பட்டிருக்கிறதே.

இருந்தாலும், அந்தச் சம்பவம் எனக்குள் பயத்தை விதைத் திருந்தது. அவள் மீண்டும் திரும்பி வரும்போது நடைபெறப் போவதைக் குறித்து எனதுள்ளம் பதறத் தொடங்கியிருந்தது. முதல் மனைவியாக தனக்குரிய பொறுப்பை நிறைவேற்றத் தவறியிருந்ததால் பெலோவிடமிருந்து நன்றாக திட்டு வாங்கி யிருந்த பாத்திமா தனது மனதை ஆற்றிக் கொள்ள பெரும் பாடுபட்டுக் கொண்டிருந்தாள்.

அமீனாவுக்குக் காதலனொருவன் இருக்கிறானா? அவனைச் சந்திக்கத்தான் அவள் தினந்தோறும் போய் வரு கிறாளா?

அமீனாவுக்குப் பொறுப்பளிக்கப்பட்டுள்ள நாட்களில் கூட அவள் வேண்டாவெறுப்பாக எதையாவது சமைத்து வைத்து விட்டு, அவளது தோழியுடன் வீட்டை விட்டு வெளியே கிளம்பிப் போய் விடுவாள். அவளது சமையலைக் குறித்தென்றால் விஷேடமாகக் குறிப்பிட எதுவுமேயில்லை. அவள் சமைக்கும் சாதாரண உணவுகள் கூட சுவையற்றவை யாகவே இருக்கும். நான் திறமை வாய்ந்த இல்லத்தரசியொருத்தி யாக இல்லாத போதிலும், நான் சமைக்கும் கறிகள் அவள் சமைப்பதை விடவும் மிகவும் சுவையாக இருக்கும். அவ ளுக்குக் கொஞ்சம் ஆங்கிலம் தெரியும் என்றபோதிலும், அந்தளவு படித்தவளல்ல. அவள் ஆடை அணிகலன்கள், ஒப்பனை சாதனங்கள், பாதணிகள் போன்றவற்றில்தான் மிகுந்த ஆர்வமுடையவளாக இருக்கிறாள். என் மீதுள்ள

பொறாமை கூட அவள் இவ்வாறு வீட்டை விட்டுக் கிளம்பிப் போவதற்கு ஒரு காரணமாக இருக்கலாம்.

சற்று நேரத்துக்குப் பிறகு, இந்தப் பதற்றங்களெல்லாம் ஓரளவுக்குத் தீர்ந்ததும் நான் அவரது அறைக்குள் நுழைந்தேன். அவ்வேளையில் அவர் என்னைப் பார்த்த கோபப் பார்வையை எவரேனும் கண்டிருப்பார்களானால், அவரைக் கோபத்துக்குள்ளாக்கியது நான்தான் என்றுதான் நிச்சயமாகக் கருதியிருப்பார்கள்.

"உங்களுக்குக் குடிக்க எதையாவது எடுத்துக் கொண்டு வரட்டுமா?"

"வேணாம்" என்று என்னைக் கண்டும் காணாததுபோல எதையோ வெறித்துப் பார்த்தவாறு உறுமினார்.

எனது மனம் நொந்தது. இருந்தாலும், அது அவருக்கு என் மீதுள்ள கோபத்தினால் அல்லவே. என்னைத் தவிர வேறு எவராலும் அவரைக் கோபப்படுத்தவோ, மனம் நோகச் செய்யவோ முடியும் என்று நினைத்துப் பார்க்கக் கூட நான் விரும்பவில்லை. நான் இருக்கும்போது அவர் அமீனாவைக் குறித்து இந்தளவு யோசிக்க வேண்டுமா என்ன?

'என்னதான் இருந்தாலும் பெலோவின் இரண்டு பிள்ளை களின் தாய் அவள்' என்று எனக்கு நானே கூறிக் கொண் டேன்.

அதே சமயத்தில் கற்கள் பாவிய தரையில் அவளது குதியுயர்ந்த காலணி மோதும் ஓசையோடு நுழைவாயிலைத் திறந்து கொண்டு அவள் வீட்டுக்குள் நுழைவது கேட்டது. சமையலுக்கு உதவி செய்யப் போவது போல நான் சமையலறையை நோக்கி ஓடிப் போனேன். எனது ஆர்வம் அதிகரித்துக் கொண்டேயிருந்தது.

'இந்தக் காலத்தில் ஆண்கள், பெண்களுக்கு அடிப்பதில்லை' என்று மாமர நிழலில் வைத்து பெலோவின் வாயிலிருந்து உதிர்ந்த வாக்கியங்கள் எனக்கு நினைவுவந்தன.

பெண்களைக் கட்டுப்படுத்தத் தெரியாத ஆண்கள் இங்கு கோழைகளாகத்தான் கருதப்படுகிறார்கள். நவீனமயப்படுத்த

லுக்கு இரையான ஆண்கள் இதைத்தான் 'வீட்டின் ஒழுக்கம்' என்று குறிப்பிடுகிறார்கள்.

"அபூ, நீ போய் ஜெஸீமாட உம்மாக்கிட்ட நான் வரச் சொன்னேன்னு சொல்லு."

அபூ தனது தந்தைக்குத் தூது போனான். மறுகணமே அமீனா பெலோவின் அறையை நோக்கிச் செல்வது தென் பட்டது. சமையலறையானது பெலோவின் அறையிலிருந்து தொலைவாக இருந்தது. ஆகவே அவரது அறைக்குள் கதைத்துக் கொள்வது எதுவும் எனக்குக் கேட்கவில்லை. வெகுநேரமாக அந்த அறைக்குள் இருந்த அமீனா திடீரென்று அறையிலிருந்து வெளிப்பட்டு வேகமாகத் தனது அறைக்குள் புகுந்து கொண்டு சத்தமாகக் கதவை அடைத்துத் தாழிட்டுக் கொண்டாள். இரவுணவுக்காகக் கூட அவள் அதன் பிறகு வெளியே வரவேயில்லை.

இனி வரும் காலம் முழுவதும் நிலைத்திருக்கப் போகும் பெலோவின் கோபத்தை எவ்வாறு தேற்றப் போகிறேனோ என்று எனக்குள்ளே பயம் உருவானது.

ஆண்களுக்கு பல பெண்களை மணமுடிக்க அனுமதியிருக் கிறது என்றால், அமீனாவுக்கு காதலனொருவன் இருப்பான் என்றால் அதிலென்ன தவறிருக்கிறது என்று நான் உள்ளுக்குள் யோசிக்கத் தொடங்கினேன். என்றாலும், அதை என்னாலே கூட ஏற்றுக் கொள்ள முடியவில்லை.

அமீனாவுக்கும் எனக்கும் இடையில் நட்புறவொன்றை ஏற்படுத்திக் கொள்ள முடியாமலே போகுமா? எமக்கிடையே வயதில் அந்தளவு இடைவெளி இல்லை என்பதனால் நாங்கள் நெருங்கவும் வாய்ப்பிருக்கிறது. பாத்திமாவைப் போல அல்லாமல் அமீனா ஐந்தாம் வகுப்பு வரை படித்திருக் கிறாள். பெண்களுக்குக் கல்வியை வழங்குவதன் அத்தியா வசியம் பற்றி நாங்கள் பாடசாலையில் எத்தனை எத்தனை கட்டுரைகள் எழுதியிருப்போம்?

ஆனால், அமீனாவுக்கு பாடசாலைக் கல்வியைத் தொடரக் கிடைத்திருக்கவில்லை. இருந்தாலும், அவள் தேவையான ஏனைய அறிவைப் பெற்றுக் கொண்டிருக்கிறாள்,

இல்லையா? ஆகவே அறிவை வளர்த்துக் கொள்ள ஒரே வழி பாடசாலைக்குப் போவது மாத்திரம்தானா? நான் கூட பாடசாலைக் கல்வியைப் பூர்த்தி செய்திருக்கிறேனா? இல்லையே.

நான் இந்தளவு அமீனாவை வெறுக்கக் காரணமென்ன என்று என்னாலே யோசித்துப் பார்க்க முடியவில்லை. வீட்டு வேலைகளில் நான் செய்யும் அனைத்திலும் அவள் ஏதாவது குறையைக் கண்டுபிடித்துக் கொண்டேயிருப்பாள். நேற்று காலைவேளையில் பிள்ளைகளுக்காக நான் முட்டை பொறித்துக் கொண்டிருந்தேன். அடுப்பிலிருந்த பாத்திரத்தில் முட்டையானது பொறிபடுவதை பாத்திமா வியப்பாகப் பார்த்துக் கொண்டிருந்தாள். முட்டையை உடைத்து ஊற்று வதை அவள் அப்போதுதான் முதன்முறையாகக் கண்டாள். ஹாரூனும், சேனுவும், அபூவும் மிகுந்த மகிழ்ச்சியோடு முட்டையைச் சாப்பிட்டதோடு, லூபாவுக்கும், ஜெஸீமாவுக்கு முட்டை சாப்பிட அமீனா இடமளிக்கவில்லை. அவளுடன் ஒற்றுமையாகவும், சந்தோஷமாகவும் இருக்க நான் எடுத்துக் கொண்ட அனைத்து முயற்சிகளும் வீணாகிப் போன போதிலும் எனதுள்ளம் களைப்படையவேயில்லை.

நான் பெலோவின் அறைக்குப் போனபோது அவர் கட்டிலில் படுத்திருந்தார். இரவு ஒன்பது மணி கடந்து, இஷாத் தொழுகையும் நிறைவேற்றப்பட்டிருந்ததால் நான் முன்பு கொண்டு போய் வைத்திருந்த உணவைத் திறந்து பார்த்தேன். அவர் அதைக் கையால் கூட தொட்டிருக்கவில்லை. கண்களை மூடிக் கொண்டு கட்டிலில் படுத்துக் கொண்டிருந்த போதிலும், அவர் உறங்கவில்லை என்பதை உணர்ந்தேன்.

“நீங்க சாப்பிடலையா?” என்று பயத்தோடு கேட்டேன்.

“அப்புறமா சாப்பிடுறேன். எனக்குத் தலைவலிக்குது” என்ற அவரது குரல் மிகவும் சாந்தமாக இருந்தது. கோபம் தணிந் திருந்தது. எதுவுமே நிகழாதது போல நடந்து கொள்ள நான் முயற்சித்தேன்.

“என்கிட்ட தலைவலிக்குப் பூசுற பாம் இருக்கு. இருங்க... எடுத்துட்டு வரேன்.

அந்தத் தைல போத்தலை எடுத்துக் கொண்டு வந்த நான் அவரது நெற்றியில் பூசி தடவிக் கொடுத்தேன். அவர் அதற்கு எவ்வித எதிர்ப்பையும் தெரிவிக்கவில்லை. இருந்தாலும், அவரது மனதினுள்ளே ஏதோ வலியிருப்பதாக எனக்குத் தோன்றியது. இந்த வீட்டில் அனைத்துக் காரியங்களுக்குமான பொறுப்பு அவர் மீதே சுமத்தப்பட்டிருக்கிறது. அவர்தான் வீட்டின் தலைவர்.

மறுகணமே அவர் ஏதோ அடைக்கலம் தேடுவதைப் போல அவரது தலையை எனது மடியின் மீது வைத்து என்னை அணைத்துக் கொண்டார். பிறகு கோபம் தணிந்த சிறு குழந்தையொன்றைப் போல உறங்கிப் போனார்.

'ஆம்பளைகளுக்குத் தலைவலியைத் தர்ற பொம்பளைகள்' என்று அவர் தூங்க முன்பு ஒருதடவை முணுமுணுத்தார்.

அவர் விழித்துக் கொள்வதை விரும்பாத நான் வெகுநேர மாக அந்தக் கட்டிலிலேயே அசையாமல் அமர்ந்திருந்தேன். உணவு ஆறிப் போயிருந்தது. நானும் அதுவரை சாப்பிட்டிருக்க வில்லை. என்றாலும் எனது பசி தணிந்திருந்தது.

நான் முதன்முதலாக சமையலறை வேலைகளைப் பொறுப் பேற்ற சந்தர்ப்பத்தில் வீட்டில் எல்லோருக்கும் போலவே பெலோவுக்கும் சாதாரண அலுமியத் தட்டில்தான் உணவு பரிமாறப்படுவதை அவதானித்தேன். தமது மனைவிமார்களின் அறைகளில் ஒன்றுக்கும் பயனற்ற விதத்தில் பெறுமதியான தட்டுகள் அடுக்கி வைக்கப்பட்டிருக்கையில் பெலோவுக்கு மாத்திரமாவது ஏன் அவ்வாறான தட்டுகளில் உணவு பரிமாறப்படவில்லை என்பதை என்னால் யோசித்துப் பார்க்கக் கூட முடியவில்லை. ஆகவே நான் என்னிடமிருந்த பெறுமதியான தட்டுகளில் அவருக்கென உணவு பரிமாறிய வேளையில் அவர் அதற்கு எதிர்ப்புத் தெரிவிக்கவில்லை. என்னைப் பின்பற்றி ஏனைய இருவரும் கூட பிறகு அவ்வாறு அவருக்குப் பரிமாறியது எனக்கு மகிழ்ச்சியளித்தது.

பிறகு அவருடனே நானும் உறங்கி விட்டிருந்தேன். அவரது கைகள் என்னைத் தேடியதும்தான் நான் விழித்துக் கொண்டேன்.

"சாப்பாடு ஆறிட்டிருக்கு. சாப்பிடுற எண்ணமில்லையா?" என்று கேட்டேன்.

"சாப்பாடு இங்க பக்கத்திலேயே இருக்கும்போது வேற சாப்பாடு எதுக்கு?" என்று சிரித்தவாறே கேட்டார்.

குற்றமிழைத்தவனுக்குத் தண்டனை வழங்குவது போன்ற ஆக்ரோஷத்தோடு அவர் என்னிடம் நடந்து கொண்டார். தனது உணர்ச்சிகளைத் தீர்த்துக் கொள்வது எந்தளவு அவருக்கு முக்கியமாக இருந்ததென்றால், எவ்வித முன் னேற்பாடுமில்லாமல் அவர் பலவந்தமாக என்னை ஆட் கொண்டிருந்தார். பிறகுதான் உணவருந்தினார்.

"டவுன்ல வசிக்க உனக்கு விருப்பமா?" என்று சாப்பிட்ட வாறே கேட்டார்.

என்னிடம் பதிலிருக்கவில்லை.

"நான் டவுன்ல ஒரு வீடு கட்டிட்டிருக்கேன்" என்று அவர் மீண்டும் கூறினார். ●

15

இளம்பச்சை நிறக் காம்புகளிலிருந்து உதிர்ந்த வெண்ணிற வேப்பம்பூக் கொத்துகள் கொண்ட சூழல் மிகவும் ரம்யமானதாக இருக்கிறது. வேப்பம்பூக் கொத்துகள் நிரம்பிய ஜாடியொன்று எனது மேசையின் மீதிருக்கிறது. அவை வெகுவிரைவில் சருகாகி விடும். சில பூக்கள் ஜாடியைச் சூழ உதிர்ந்து கிடப்பதோடு, சில ஜாடியிலிருக்கும் தண்ணீரில் மிதந்து கொண்டிருக்கின்றன. உதிரும் வரைக்கும் அவை அழகாகவே இருந்தன. இது மரங்களில் பூக்கள் பூக்கும் காலம். வீட்டுக்குள் இவ்வாறு வைக்கப்படும் பூக்கள் பகல் நேர வெப்பத்தை சற்றேனும் குறைப்பதாக உணர்கிறேன்.

ஜஸ்டினா வரும் வரைக்கும் மகிழ்ச்சியோடு நான் காத்துக் கொண்டிருக்கிறேன். இருப்பினும், மேலுமிரண்டு மனைவிமார் இருக்கும் இந்த வீட்டுக்கு அவளை அழைப்பதை ஒரு விதத் தில் சங்கடமாகவும் உணர்கிறேன். அமீனாவின் வாழ்க்கையில் சிக்கல் ஏற்பட்டிருப்பதுவும் அதற்கு ஒரு காரணம்.

நாங்கள் அனைவருமே கவலைக்கோ, சந்தோஷத்துக்கோ ஆளாகுவது கூட ஏதேனும் ஒன்றின் மீதான எதிர்பார்ப்பினால் தான், இல்லையா? எவருக்குள்ளும் இருக்கக் கூடிய பயமோ, தேவையோ கூட இந்த எதிர்பார்ப்புக்குள் மறைந்திருக்கலாம். ஏதேனுமொன்று நிஜமாகவே நிகழ்வதைக் காட்டிலும், அதைக் குறித்த எதிர்பார்ப்பை மனதுக்குள் சுமந்து கொண் டிருப்பது எந்தளவு சுவாரஸ்யமானது? காதலிலும் கூட அதுதான் நிஜமானது என்று தோன்றுகிறது. எதிர்பார்ப்பின் கடைசிக் கணம் வரைக்கும் காத்திருப்பதைப் போன்றதொரு மகிழ்ச்சி வேறு எங்கிருந்து கிடைக்கப் போகிறது?

நான் அந்தளவு மகிழ்ச்சியோடுதான் ஜஸ்டினாவின் வருகையை எதிர்பார்த்துக் காத்துக் கொண்டிருக்கிறேன். அவள் எந்தக் கணத்தில் வந்து நிற்பாள் என்பது தெரியாததால் தான் இவ்வாறு காத்துக் கொண்டேயிருக்க நேர்ந்திருக்கிறது. தொலைபேசி வசதி கொண்ட இங்கிலாந்து போன்ற பிரதேசங்களில் மாத்திரமல்லாமல், லாகோஸ் நகரத்தில் கூட இந்த நிலைமை இதை விடவும் வித்தியாசமானதாக இருக்கும் என்று நினைக்கிறேன். அவ்வாறிருந்திருந்தால், ஜஸ்டினா வந்து சேரும் நேரத்தை சரியாக என்னால் அறிந்து கொள்ள முடிந்திருக்கும்.

ஜஸ்டினா வரப் போவதால் மேலதிக உணவு, பானங்களை வாங்கி வருமாறு நான் பெலோவிடம் கூறினேன். அவரோ நான் எதிர்பார்த்தேயிராத அளவுக்கு நிறைய உணவுவகை களைக் கொண்டு வந்திருந்தார். பால் மா, காலை உணவுக் கான தானிய வகைகள், தகரப் பேணியில் அடைக்கப்பட்ட இறைச்சி, இனிப்பு வகைகள் போன்றவை குளிர்சாதனப் பெட்டிக்குள்ளும், சமையலறை அடுக்குகளிலும் நிறைந்தன. அநாவசியமான பொருட்களையே அவர் அதிகமாக வாங்கி வந்திருந்தார். பொருட்களை வாங்க நான் போயிருந்தால் தேவையான பொருட்களை மாத்திரம் வாங்கி இந்த வீண் செலவைத் தவிர்த்திருக்கலாம். இருந்தாலும், இவை அனைத்தை யும் அவர் செய்தது என்னை மகிழ்ச்சிக்குள்ளாக்கத்தான் என்பதால் நான் அதைக் குறித்து அவரிடம் குறை கூறவில்லை.

ஜஸ்டினாவை எதிர்பார்த்துக் காத்திருக்கும் இந்தக் கணத்தில் எனக்கு நகரத்தில் கட்டப்பட்டுக் கொண்டிருக்கும் வீட்டைக் குறித்து திடீரென்று ஞாபகம் வருகிறது. அதைப் பற்றி முதன்முறையாகக் கேள்விப்பட்ட கணத்தில் எனக்குள்ளே மிகுந்த அதிர்ச்சி தோன்றியதோடு உண்மையில் அவர் என்ன கூறவிழைகிறார் என்பது கூட எனக்குப் புரியவில்லை. நாங்கள் அனைவரும் அந்த வீட்டுக்குப் போகப் போகிறோமா? அல்லது அந்த வீட்டின் இல்லத்தரசி நான் மாத்திரம்தானா? இல்லத்தரசி நான் மாத்திரமென்றால் வீடு எங்கு கட்டப்பட்டாலும் பரவாயில்லை. சந்தைக்குப் போய் வரவும், வீட்டு வேலைகளை வழமை போலச் செய்யவும் அப்போதாவது எனக்கு சுதந்திரம் கிடைக்குமா?

ஜஸ்டினாவுக்காக பெலோவினால் கொண்டு வரப் பட்டிருக்கும் பொருட்களைக் காணும் எவரும் அவள் உள்நாட்டுப் பொருட்கள் எதையுமே பாவிக்காத ஒரு வெளி நாட்டுக்காரி என்றுதான் நினைக்கக் கூடும். அவற்றையெல்லாம் பார்க்கும்போது எனக்கு நாங்கள் அவ்வப்போதாவது மேலைநாட்டு உணவுகளைச் சுவை பார்க்க வேண்டும் என்று தோன்றுகிறது. ஜஸ்டினா வந்த பிறகு, பாத்திமா கோஷி மற்றும் மொய்ஸா ஆகாரங்களைச் செய்து தருவதாகச் சொன்ன வாக்குறுதிகளை நிறைவேற்றுவாள்.

அவ்வாறே பிள்ளைகள் முன்பை விடவும் நல்ல விதத்தில் வீட்டில் நடந்து கொள்ளக் கூடும். வீட்டில் இருப்பது ஐந்தே ஐந்து பிள்ளைகள்தான் என்றபோதிலும், சண்டை சச்சரவு களுக்கும், கூச்சல்களுக்கும் குறைவேயில்லை. பாத்திமாவின் மூத்த மகன் வீட்டிலிருக்கவில்லை. இரண்டாவது மகனான ஹாரூனும் விடுதியில் தங்கிப் படித்துக் கொண்டிருந்தான்.

ஐந்து பிள்ளைகள் மாத்திரம் இருக்கும்போதே வீட்டில் இந்தளவு களேபரம் நிகழுமாயின் பத்துப் பன்னிரண்டு பிள்ளைகள் இருப்பார்களானால் என்ன நிலைமை ஏற் பட்டிருக்கும் என்பதை நினைத்தே பார்க்க முடியவில்லை. எமது வீட்டைப் போன்ற ஒரு வீட்டில் இருபது பிள்ளைகள் கூட இருப்பது விந்தையானதல்ல.

அவ்வாறே இந்த வீட்டுப் பிள்ளைகளிடத்தில் சில தீய பழக்கங்கள் இருப்பதையும் காண முடிகிறது. நான் அவற்றை வெறுப்பது, நான் பாடசாலை விடுதியிலிருந்து வந்து இன்னும் நீண்ட காலம் ஆகவில்லை என்பதனாலாக இருக் கலாம். அவர்கள் முற்றத்தில் அனைத்து இடங்களிலும் எச்சில் துப்பவும், சிறுநீர் கழிக்கவும் பழகியிருக்கிறார்கள். எச்சில் துப்புவது மோசமான பழக்கம் இல்லையென்றும், அது ஆபிரிக்கச் சம்பிரதாயங்களிலொன்று என்றும் சிலர் வாதிடக் கூடும். இருந்தாலும் அது மிகவும் மோசமான செயலென்றே நான் கருதுகிறேன். அதுவும் வீட்டுக்குள் எச்சில் துப்புவதைப் போன்ற என்னைக் கோபமூட்டக் கூடிய செயல் வேறு எதுவுமில்லை.

●

எனது எதிர்பார்ப்பைப் பூர்த்தி செய்தவாறு கடைசியில் ஜஸ்டினா ஒரு நாள் வந்து சேர்ந்தாள். அவளைக் கண்டதும் எனது கவலைகள் எல்லாம் பறந்தோடிப் போயின.

ஜஸ்டினா வீட்டை வந்தடையும்போது முற்பகல் பதினோரு மணியிருக்கும். அவள் பேருந்து நிலையத்திலிருந்து வீட்டுக்கு நடந்து வந்தபோது சுற்றி வர இருந்த அனைவரது விழிகளும் அவளையே நோக்கியிருந்தன. அவள் அழகான பாவாடையொன்றையும், பட்டுச் சட்டையொன்றையும் அணிந்திருந்தாள். முக்காடிட்டு தலையை மறைத்திருக்கவு மில்லை. பெரும்பாலான கண்கள் அதனால்தான் அவளை உற்றுநோக்கியிருக்கும். அவள் முன் தினம் மாலைவேளையில் தான் சொகோதோவுக்கு வந்திருக்கிறாள். மறுநாள் காலை வேளையில் அங்கிருந்து புறப்பட்டிருக்கிறாள்.

"எனக்குக் கொஞ்சம் ரெஸ்ட் எடுக்கணும்" என்றவாறேதான் அவள் வீட்டுக்குள் நுழைந்தாள்.

"நான் வந்த வாகனத்துல 'ஓய்வே அற்றவன்'னு எழுதப் பட்டிருந்துச்சு. ஆட்டு வாடையடிக்குமொரு விவசாயிக்கும், வாசனைத் திரவியங்கள்ல குளிச்ச ஒரு ஹாஜியாருக்கும் நடுவுல உட்கார்ந்து நெருங்கிட்டுத்தான் இங்க வந்து சேர்ந் தேன். இன்னும் அந்த வாடைகள் என்னோட மூக்கை விட்டுப் போகல. அந்த ஆட்டு வாடையை விட வாசனைத் திரவிய நறுமணங்களைத்தான் என்னால் தாங்கிக் கொள்ள முடியாம இருந்துச்சு."

"எப்படியோ அந்த 'ஓய்வே அற்றவன்' உன்னை இங்க பத்திரமா கொண்டு வந்து சேர்த்துட்டான்தானே" என்று கேட்டேன்.

"ஆமா. எப்படியும் அதுதானே நடக்கணும். நான் வந்த அடுத்த வாகனத்துல 'எமக்கிடையேயான பிணைப்பு, நம்பிக்கைதான்'னு எழுதப்பட்டிருந்துச்சு. அந்தப் பயணத்தில யும் அது நல்லா விளங்கிச்சு. சரி, வேறென்ன விஷேசங்கள்? உன்னோட புருஷன் எங்க? எனக்கு அவரைக் காணும் வரைக்கும் பொறுமையே இல்ல" என்று அவள் மூச்சு விடாமல் கதைத்துக் கொண்டேயிருந்தாள்.

"அவர் வீட்டுல சும்மா இருக்குற ஒருத்தர்னு நினைச்சுட்டியா?"

"இல்லல்ல... அவர் நிறையக் காசு சம்பாதிக்குற ஒருத்தர்னு எனக்குத் தெரியும்."

"நான் வீட்டுல சும்மா இருக்குறதால அவர் எனக்கும் சேர்த்து காசு சம்பாதிக்க வேணும்தானே."

"எனக்கு அவரைப் பார்க்குற வரைக்கும் பொறுமையே இல்ல."

நாங்கள் அதுவரையில் இருவரும் கை கோர்த்து நின்று கொண்டிருந்தோம். ஒருவரையொருவர் நேரில் கண்டதால், எம் இருவரினுள்ளும் இயல்பாக சுவாசிக்கக் கூட முடியாத அளவுக்கு ஒரு ஆனந்த அதிர்வு தோன்றியிருந்தது.

"எப்படியோ கடைசில என்னைப் பார்க்க வந்திட்டாய் நீ."

"ஆகவே பெலோ மேடம், நீ இப்போ கல்யாணம் முடிச்ச ஒரு மனுஷி... ஆஹா."

"வா... நாங்க ரூமுக்குப் போய் எதையாவது குடிப்போம்."

"இன்னிக்கு உன்னோட நாளா?" என்று அறைக்குள் வைத்து அவள் கேட்டாள். அவளது விழிகள் முழுவதும் குறும்புத்தனமான பார்வை நிரம்பி வழிந்தது.

"இல்ல... பதறாதே. இன்னிக்கும் இல்ல. நாளைக்கும் இல்ல. இன்னிலருந்து இன்னும் நாலு நாளைக்கு இல்ல. நான் என்னோட நாளை முடிச்சுட்டேன்."

"அப்போ கிழமைக்கு ரெண்டு நாட்கள். எனக்குப் புரியுது."

"இல்ல. உன்னால எதையும் புரிஞ்சுக்கவே முடியாது."

"அப்படீன்னா ஹாஜியாருக்கு இந்த நாலு நாட்கள் இடைவெளி ரொம்ப நீளமானதாத் தோணுமே."

"ஏன் அப்படி? அவரை ஹாஜியார்னு கூப்பிடாதே. எனக்குப் பிடிக்கல."

“அப்படீன்னா நான் அவரை எப்படிக் கூப்பிடணும்?” என்று கேட்டவாறே என்னைத் திரும்பிப் பார்த்தாள்.

“தாரி, என்கிட்ட மறைக்காதே. நீ உச்சந் தலையிலருந்து உள்ளங்கால் வரைக்கும் அவர் மேல காதலால திளைச்சிருக் காய். நீ இப்போ பனியில பூத்த பூவைப் போல மேலும் அழகாக ஆகியிருக்காய். உன்னோட நாள் வரும்வரைக்கும் அவர் ஆவலோட காத்துட்டிருப்பார்.”

“அது நீ நினைச்சுட்டிருக்குற காதல் கிறுக்கு. இல்லேன்னா இப்படித்தான் இருக்கணும்னு நீ விரும்புறாய் போல.”

“என்னவோ... நீ முன்பை விட ரொம்ப அழகாயிட்டாய். உன்னோட நீண்ட இமைகளுக்குக் கீழால ஒரு பார்வை பார்த்தால் போதும். அதுலருந்து யாராலும் மீளவே முடி யாது. அதனாலதான் அவர் உன்னை மறுபடியும் ஸ்கூலுக்கு அனுப்ப விரும்பலையோ என்னமோ.”

“போதும் போதும். என்ன குடிக்க விரும்புறாய்?”

“இந்த நேரத்துலன்னா கோக் நல்லாயிருக்கும்.”

பாத்திமாவினதும், அமீனாவினதும் அறைகளுக்குப் போய் விட்டு வந்த நேரங்கள் தவிர்த்து அவள் வந்த கணத்திலிருந்து விடாமல் கதைத்துக் கொண்டேயிருந்தோம். ஜஸ்டினா ஹவுஸா பாஷையைப் பேசியது பாத்திமாவை வியப்பிலும், மகிழ்ச்சியிலும் ஆழ்த்தியது. ஜஸ்டினாவுக்கு ஹவுஸா பாஷை நன்றாகத் தெரியும் என்பதை நான் முன்பே பாத்திமாவிடம் தெரிவித்திருக்கவில்லை. அமீனாவோ ஆங்கிலத்தில்தான் உரையாடினாளே தவிர அவளும் கூட சம்பிரதாயமான விசாரிப்புகளை மாத்திரமே மேற்கொண்டிருந்தாள்.

அன்றைய தினம் பாத்திமாவுடைய தினமாக இருந்தமை அனைத்து விடயங்களிலும் நல்லதாகப் போயிற்று. அவள் சமைக்கும் உணவுகளும் மிகவும் சுவையாக இருக்கும். அன்றைய தினம் ஜோலோ முறைப்படி சமைத்திருந்த சோறும், கறிகளும் மிகவும் சுவையாக இருந்ததோடு அவள் அவற்றுக்காக மிகவும் பாடுபட்டிருந்தாள்.

16

ஜஸ்டினா பெலோவைக் காண்பதற்கு மிகவும் பொறுமை யற்றுக் காத்திருந்தாள். மாலை நான்கு மணியிலிருந்து அவள் அவரைக் காணத் தயாராக இருந்தாள்.

“இந்தளவு தாமதமாகும் வரைக்கும் அவர் அப்படி என்னதான் செய்றார்?”

“நீ இன்னிக்கு வருவாய்னு அவருக்குத் தெரியாதுதானே.”

“ஏன் இளமையான பொஞ்சாதியொருத்தி வீட்டுல இருக்குறதால சீக்கிரமாப் போகணும்ங்குற ஆசை அவருக்கு இருக்காதோ?”

“இன்னிக்கு நேர காலத்தோடு வீட்டுக்கு வந்தாலும் அவரால அவரோட இளமையான பொஞ்சாதியைக் காண வாய்ப்பே இருக்காது.”

“அதுவும் சரிதான். ஆனா உன்னோட நாள்ல மட்டும் அவர் நேர காலத்தோடு வீட்டுக்கு வருவார், இல்லையா?”

“உனக்குத் தெரியுமா? பக்கத்து வீட்டுக் காவல்காரர் இருக்காரே. அவருக்கு இப்ப அறுபத்தஞ்சு வயசு. அவரும் புதுசா ஒரு இளம்பெண்ணைக் கல்யாணம் பண்ணிக் கூட்டிட்டு வந்திருக்காராம்.”

“மீண்டும் இளமைக்குத் திரும்புறதுக்காக இருக்கும். சில பேர் நிஜமாவே அதையெல்லாம் நம்புறாங்க” என்றாள் அவள்.

ஜஸ்டினாவுடன் உரையாடிக் கொண்டிருக்கும்போதும் நான் அமீனாவைப் பற்றித்தான் யோசித்துக் கொண்டிருந்தேன்.

அமீனாவினதும், பெலோவினதும் இந்த முரண்பாட்டின் முடிவு என்னவாக இருக்கும்? நகரத்தில் கட்டப்பட்டுக் கொண்டிருக்கும் வீட்டைக் குறித்து பெலோ என்னிடம் கூறியவற்றை நான் ஐஸ்டினாவிடம் பகிர்ந்து கொண்டேன்.

"நீ ஏன் மௌனமாக இருந்தாய்? அந்த வீட்டுல யார் யார் குடியிருக்கப் போறோம்னு நீயே அவர்கிட்ட நேரடியாக் கேட்டிருக்கலாமே? நீதான் அந்த வீட்டுக்குப் போவாய்னு நான் நினைக்கிறேன்."

அமீனாவுடனான முதல் உரையாடலின் போதே அமீனா யார் என்பதை ஐஸ்டினா இனங்கண்டு கொண்டிருக்கக் கூடும். நான் அவளது அறைக்குப் போன முதல் தடவை கூட அதுதான் என்பதை ஐஸ்டினா புரிந்து கொண்டாள். அவளது அறையானது பல்வேறு வகையான பண்ட பாத்திரங்களும் நிறைந்து ஒரு பாத்திரக் கடையைப் போல காணப்பட்டது. ஒருவர் வசிக்கும் அறையை விடவும் அது கடையொன்றையே ஒத்திருந்தது. அவள் தனது மகள்களுக்கு சீதனமாக வழங்குவதற்காக இப்போதே பண்ட பாத்திரங் களைச் சேகரிக்கத் தொடங்கியிருக்கக் கூடும்.

ஐஸ்டினாவின் பல்வேறு விதமான கேள்விகளுக்கு நான் பதிலளித்துக் கொண்டிருக்கும்போதே பெலோ சற்று நேரகாலத்தோடு அன்று வீடு திரும்பினார்.

"ஐஸ்டினா வந்திருக்கிறாள்னு பெலோக்கிட்ட உங்களால சொல்ல முடியுமா ராத்தா? கார் இருந்தால் நாளைக்கு அவள் பகுரா பிரதேசத்துக்கும் போக விரும்புறாள்னும் சொல்லுங்க" என்று சற்று யோசித்து விட்டுத்தான் நான் பாத்திமாவிடம் கூறினேன்.

"நீயே போய்ச் சொல்லலாமே. ஏன் அவரோட பேச பயமா இருக்கா?" என்று பாத்திமா பதிலளித்த போதிலும், அன்று அவளுடைய நாள் என்பதால் நான் முதலில் அவளிடம் கேட்டதில் அவள் மகிழ்ச்சியடைந்திருக்கிறாள் என்பது தெரிந்தது. காரைக் கேட்டதால் நாங்கள் மறுநாள் ஒரு பயணம் போகவிருப்பதையும் அவளிடம் கூற அந்த வாய்ப்பைப் பயன்படுத்திக் கொண்டேன்.

சிறிது நேரத்துக்குப் பிறகு, ஐஸ்டினாவும் நானும் உரையாடிக் கொண்டிருந்தபோது அறையின் கதவை யாரோ தட்டும் ஓசை கேட்டது. அபூவோ, ஹாரூனோ, பாத்திமாவோ கதவைத் தட்ட மாட்டார்கள். அவர்கள் நேராக அறைக்குள்ளே வந்து விடுவார்கள். கதவைத் தட்டியவர் பெலோதான் என்பதைக் கண்டதும் நான் வியப்பில் ஆழ்ந்தேன். அவர் ஐஸ்டினாவை வரவேற்று குசலம் விசாரித்தார். ஐஸ்டினாவுக்கு ஹவுஸா பாஷை தெரியாமலிருக்கும் என்று நினைத்த அவர் அவளோடு ஆங்கிலத்தில் உரையாடினார். என்றாலும் பிறகு அவளுக்கு ஹவுஸா பாஷை தெரியும் என்பதைத் தெரிந்து கொண்டதும் அவரும் தனது தாய்மொழியிலேயே இயல்பாக உரையாடத் தொடங்கினார்.

“உங்களோட தோழிக்கு இன்னிக்கு ரொம்ப சந்தோஷமாக இருக்கும். நீங்க வரும்வரைக்கும் காத்துக் காத்து அவளுக்கு கடந்த சில நாட்களா உறக்கமேயில்ல” என்றார்.

சிறிது நேரத்திலேயே அவர்கள் இருவரும் நல்ல நண்பர்களாக ஆகி விட்டிருந்தார்கள். ஐஸ்டினா பெலோவுடன் ஏதோ பல காலம் பழகிய நண்பரோடு உரையாடுவது போல வேடிக்கையாகப் பேசிக் கொண்டு இயல்பாகக் கதைத்துக் கொண்டிருந்தாள்.

“தாரி உங்க கார்ல ஹாஸ்டலுக்கு வந்த முதல் நாள்லயே, அவள் எப்போவாவது உங்களைத்தான் கல்யாணம் பண்ணிப் பான்னு நான் சொன்னேன்.”

“அதை நீங்க எப்படித் தெரிஞ்சுக்கிட்டீங்க?”

“எப்படியோ தெரிஞ்சுக்கிட்டேன். ஆனா நான் எப்ப அதைப் பற்றிச் சொன்னாலும் அப்படியெல்லாம் ஒருபோதும் நடக்காதுன்னு இவள் என்கிட்ட சண்டை பிடிச்சிட்டிருப்பாள்.”

அவள், அவரை வசியம் செய்ததுபோல அவரது அமைதியான சுபாவத்தை சற்றேனும் உடைத்துத் தகர்த்திருந்தாள்.

“நீ உன்னோட மனசாட்சிக்கு இணங்கவா இதையெல்லாம் பேசிட்டிருக்காய்? உனக்கு இன்னும் பேசிப் பேசி போதுமாக வில்லையா?”

"ஏன் தாரி? அவர் என்கிட்ட எல்லாத்தையும் சொல்லிடு வார்னு நீ பயப்படுறியா?" என்று அவள் கேட்டாள்.

"இல்ல... அவள் எதையும் சொல்ல மாட்டாள் என்பது எனக்கு நிச்சயமாத் தெரியும்" என்று அவர் வெட்கத்தோடு கூறினார்.

"அவள் ஸ்கூலுக்குப் போயிட்டு வந்த செய்தியை உங்கக் கிட்ட சொன்னாளா?" என்று அவர் அவளிடம் கேட்டார்.

"ஆமாமா."

"அதுக்கப்புறம் பயிர்நிலத்தைப் பார்க்கப் போனதைப் பற்றி எதுவும் சொல்லலையா?"

"இல்லையே... பயிர்நிலத்துல என்ன நடந்துச்சு?" என்று வியப்போடு கேட்ட அவள்,

"ஆஹா... இவள் வெட்கத்துல சிவந்து போயிருக்காளே. என்ன நடந்துச்சுன்னு சொல்லுங்களேன்."

"அதை தாரிக்கிட்டயே கேளுங்க. பயிர்நிலத்துக்குப் போறதுக்கு அவளுக்கு நல்ல விருப்பம்" என்று கூறியவாறே அவர் எழுந்து சென்றார்.

"சொல்லு... சொல்லு... என்ன நடந்தது?" என்று அவள் தொடர்ந்தும் கேட்டு என்னைத் தொந்தரவு செய்து கொண்டிருந்தாள்.

"நாங்க மாமரத்தடியில கார்ல படுத்தோம்" என்று அவளிடமிருந்து தப்பிக்கவே முடியாமல் போன கணத்தில் கூறினேன்.

"ஆஹா... எனக்குப் புரியுது என்ன நடந்திருக்கும்னு. அன்னிக்கு உன்னோட நாளாக இருக்கலையா? கள்ளி. ரொம்ப நல்லா இருந்திருக்கும்ல? ஆனா அதுக்கெல்லாம் ஒரு பெரிய கார் இருந்திருக்கணுமே. நீதான் பணக்காரியாச்சே. அதுக்காக நன்றி செலுத்து அவருக்கு,"

"ச்சீ... வாயை மூடு. உன்னை மாதிரி சின்னப் பொண்ணுங்க கிட்ட எல்லாம் இதைப்பற்றிப் பேசக் கூடாது" என்றேன்.

“நல்லது பாட்டி. ஆனா நீ எப்பவும் அவரோட வயசைப் பற்றியே குறைசொல்லிட்டிருக்குறது ஏன்னுதான் எனக்குப் புரியல. நான் நினைச்சிருந்ததை விடவும் அவர் இளமையா இருக்கார்.”

“ஆஹா... நீயும் போய் அவரோட தோள்ல தொங்கப் பார்க்காதே. பாவம் அப்பாவி அவர்.”

“சும்மா யோசிச்சுப் பாரேன். நீயும் நானும் ரெண்டு பேருமா அவரோட தோள்ல சாஞ்சிட்டிருந்தா ரொம்ப அழகா இருக்கும்ல?”

“அப்படி ஏதாவது நடந்தா நானே உனக்கு விஷம் கொடுத்துடுவேன்.”

“அடிப்பாவி... அதனாலதான், நீ அவர் மேல பைத்தியமா இருக்காய்னு சொல்றேன்” என்று அவள் மறுகணமே பேச்சை மாற்றினாள். அதுதான் அவளுடைய இயல்பு.

“உண்மையைச் சொல்லு தாரி. நீ அவரை நல்லாப் பார்த்துக்குறியா?” என்று சற்று கறாராகக் கேட்டாள்.

“பார்த்துக்குறேன்தான். இருந்தாலும்.... இருந்தாலும்....”

“என்ன இருந்தாலும்?” என்று கேட்டாள்.

நான் எதுவும் பேசவில்லை. என்ன சொல்வதென்று எனக்குத் தெரியவில்லை. என்னுடைய வாழ்க்கையில் எனக்கு என்ன தேவைப்படுகிறது? ஓர் அடக்கமான மூன்றாவது மனைவியாக, மூத்த மனைவிமாரின் பிள்ளைகளோடு சண்டை பிடிக்க பிள்ளைகளைப் பெற்றுப் போட்டுக் கொண்டு இவ்வாறே தொடர்ந்தும் வாழ்ந்து மரித்துப் போவது மாத்திரம்தானா?

17

அந்த ஞாயிறு சந்தை நாளில் நானும், ஐஸ்டினாவும் பல மணித்தியாலங்களை சந்தையில் செலவழித்தோம். அங்கிருந்த ஒவ்வொரு காட்சியிலும், ஒவ்வொரு வாசனையிலும் எமது கிராமியமும், நைஜீரியத்தன்மையும் கலந்திருந்தன. குப்பைகளும், புழுதியும் மாத்திரம் இல்லையென்றால் அவ்விடம் மிகவும் மனம் கவரக் கூடியதாக இருந்திருக்கும்.

நாங்கள் விலங்குகளை அடைத்து வைத்திருக்கும் இடத்தால்தான் உள்ளே நுழைந்திருந்தோம். மறுபுறத்தில் பல்வேறு விதவான உருவங்களாலும், வாக்கியங்களாலும், முகமூடிகளாலும் அலங்கரிக்கப்பட்ட வாகனங்கள் பலவும் நிறுத்தி வைக்கப்பட்டிருந்தன. நூற்றுக்கணக்கான ஆடுகளும், செம்மறிகளும் விற்பனைக்காக வைக்கப்பட்டிருந்தன. இல்லத்தரசிகள் அவற்றை வாங்க பேரம் பேசும்போது அவை ஒன்றாகக் கோர்க்கப்பட்ட முத்து மாலைகள் போன்ற கண்களால் துயரம் கலந்த பார்வையோடு ஒன்றாகப் பார்த்துக் கொண்டிருந்தன.

மாடுகள், கோழிகள், தீக்கோழிகள் போன்றவையும் அவையிடையே இருந்தன. பொருட்கள் ஏற்றப்பட்ட ஒட்டகங்கள் தமது வீட்டுக்குத் தம்மை அழைத்துச் செல்ல எஜமான்கள் வரும்வரை காத்திருந்தன. விலங்குகளிடையே முன்னால் நடக்கும்போது அவற்றின் தாங்கமுடியாத எச்சங்களின் வாடைகள் எமது நாசிகளில் அறைந்தன.

சந்தையில் வைத்து நாங்கள் பாரோ மாமாவைச் சந்தித்தோம்.

"உங்களோட அமீனா ராத்தாவை இங்க கண்டீங்களா?" என்று ஏதோ ரகசியத்தைக் கூறப் போவதைப் போல எம்மைக் கண்டதுமே அவர் கேட்டார்.

"இல்ல... நாங்க காணல..." என்று நான் பதிலளித்த போதிலும் அவள் இங்கே என்ன செய்கிறாள் என்ற கேள்வி எனது மனதில் எழுந்தது. அவ்வாறே பாரோ மாமா அதைக் கேட்ட விதமும் எனக்குள் சந்தேகத்தை ஏற்படுத்தியது. நான் அதை எனது மனதிலிருந்து அகற்ற முயற்சித்த போதிலும், என்னுள்ளே எழுந்த சந்தேகம் என்னை விட்டு நீங்கவில்லை. அவள் இங்கு யாரையாவது சந்திக்க வந்திருப்பாளோ?

சிறிது நேரத்திற்குப் பிறகு, மாமரத்தடியில் அமர்ந்திருந்து சுரைக்காய்களால் பல்வேறு அலங்காரப் பொருட்களைச் செய்து கொண்டிருந்த ஒருவரைச் சந்தித்தோம். நான் அவரிடம் அழகான சுரைக்காய்ப் பூச்சாடியொன்றைச் செய்வித்து வாங்கிக் கொண்டேன்.

பேரம் பேசி நானும், ஜஸ்டினாவும் இன்னும் பல பொருட் களை வாங்கிக் கொண்ட போதிலும், பெலோ தந்திருந்த பணத்தில் பாதியளவு கூட செலவாகியிருக்கவில்லை.

ஐஸக்கையும், விக்டரையும் நான் சந்தையில் வைத்து சந்தித்தேன். எனது திருமணத்துக்குப் பிறகு அவர்களை நான் சந்தித்தது அதுதான் முதல் தடவை. அவர்களைக் கண்ட வேளையில் எனது மனதில் எவ்வித அதிர்ச்சியும் ஏற்படவில்லை. இருந்த போதிலும், அவர் என்னை 'மிஸஸ் பெலோ' என்று அழைத்ததைக் கேட்ட வேளையில் வெட்கமாக உணர்ந்தேன்.

நாங்கள் சந்தையின் நடுவே நடந்து சென்று ஒற்றையடிப் பாதைக்குத் திரும்பிய வேளையில் அமீனா, பெண்ணொருத்தி யுடன் தொலைவில் நடந்து செல்வது ஒரு நிழலைப் போல தென்பட்டது.

"அங்க பாரு.... அமீனா தோழியொருத்தியோட போயிட் டிருக்கா" என்று இரகசியமாக ஜஸ்டினாவிடம் கூறினேன்.

"அதுக்கு என்ன இப்போ?" என்று எனது கீழ்த்தரமான எண்ணத்தை உணர்ந்தது போல ஜஸ்டினா கோபத்தோடு கேட்டாள்.

"உன் மனசுல இருக்குற கசடு என்னன்னு என்னால புரிஞ்சுக்கவே முடியல. நீ ஏன் அமீனாவைக் கண்டு இந்தளவு பயப்படுறாய்?" என்று அவள் என்னைக் கடிந்து கொண்டாள். ●

18

வீட்டுக்குத் திரும்பியதன் பிறகு ஜஸ்டினா ஆழ்ந்த உறக்கத்தில் விழுந்தாள். ஆனால் உறக்கமோ என் அருகில் கூட வர மாட்டேன் என்றது. அது அமீனாவைக் கண்டு எனதுள்ளம் முரண்டு பிடித்ததாலாக இருக்கலாம். சந்தைக்குப் போக முன்பு மிகுந்த மகிழ்ச்சியோடு காணப்பட்ட என் மனதில் அமீனா எனும் அந்தக் கூரிய முள் தொடர்ச்சியாக நெருடிக் கொண்டேயிருந்ததால் மனம் வலிக்கத் தொடங்கியது.

நாங்கள் பகுராவுக்குப் போன பயணத்தின் போது ஜஸ்டினாவின் மாமா ஒருவரின் வீட்டுக்குப் போய் வரும் சந்தர்ப்பம் கிடைத்தது. இரவின் இருளில் மூழ்கத் தயாராக இருந்த சூரியன் தெளிவான வானத்தின் மீது செம்பினாலான மாத்திரையொன்று போலக் காட்சியளித்த வேளையிலேயே நாங்கள் பகுராவை நெருங்கியிருந்தோம்..

சித்திரை மாதம் தனது இறுதி தினங்களை நெருங்கிக் கொண்டிருந்தது. கடந்த வாரத்தின் அடைமழைக்குப் பின்னர் மேலும் மழையை எதிர்பார்த்தவாறு வயல்வெளிகள் விதைப்பு நடவடிக்கைகளுக்காகத் தயாராக இருந்தன. புயலினால் சரிந்து விழுந்தும், இலைகளுதிர்ந்தும் போயிருந்த மரங்களில் தளிர்கள் இளம்பச்சை நிறத்தில் எட்டிப் பார்த்துக் கொண்டிருந்தன. வகுப்பறையில் கேள்விகள் கேட்கப்படும் போது மிகத் திறமை வாய்ந்த மாணவர்கள் ஏனைய அனை வரையும் விட முதலில் கை தூக்குவதைப் போல ஆங்காங்கே யிருந்த பசிய நிறப் புதர்களில் மஞ்சள் நிறப் பூக்கள் சில பூத்திருப்பதைக் காண முடிந்தது. பொதுவாக பூக்கள் வைசாக மாதத்தில்தானே செழிப்பாகப் பூக்கும். இருந்தாலும்,

அங்கு பூக்கள் பூக்கத் தொடங்கியிருக்கின்றன. அது அவ்வளவு அழகாக இருக்கிறது. மகிழ்ச்சியில் பூரித்திருந்த என்னால் கதைக்கக் கூட முடியவில்லை.

நாங்கள் பகுரா வீதிக்குத் திரும்பிய வேளையில் சுற்றுச் சூழலானது கணத்துக்குக் கணம் மாறிக் கொண்டிருந்தது. வாகனங்களேதுமற்ற தெருவில் அவ்வப்போது பொதுப் பேரூந்துகளை மாத்திரமே காண முடிந்தது. மொத்தச் சூழலும் கிராமப்புறமாகவே காட்சியளித்தது. ஒரு கம்பின் இரண்டு முனைகளிலும் தண்ணீர்ப் போத்தல்களைக் கட்டி எடுத்துக் கொண்டு விவசாயிகளின் பிள்ளைகள் மாடுகளின் பின்னால் நடந்தார்கள். போனிக் குதிரையையோ, ஒட்டக மொன்றையோ ஓட்டிச் செல்லும் ஆணோ, பெண்ணோ ஆங்காங்கே பார்வையில் பட்டார்கள்.

பகுரா குளத்தருகே செல்ல எம்மிருவருக்கும் தேவைப் பட்டது. பெலோ விருப்பத்தோடு அந்தத் திசையில் வாகனத்தை ஓட்டிச் சென்றார். மறைந்து கொண்டிருக்கும் சூரியன் எமது வலப்புறத்திலும், மேலே எழுந்து கொண் டிருக்கும் சந்திரன் எமது இடப் புறத்திலும் தென்பட்டுக் கொண்டிருந்தன. அவற்றின் ஒவ்வொரு கீற்றும் தெளிவாகத் தெரிந்தன. மறைந்து கொண்டிருக்கும் சூரியக் கீற்றுகளால் தண்ணீரானது ஓரளவு பளபளத்துக் கொண்டிருந்தது. சில பிள்ளைகள் தொலைவில் கரையோரமாக குளித்துக் கொண் டிருந்தார்கள். அவர்களும் இல்லையென்றால், மொத்தக் குளமும் பேரமைதியில் மூழ்கியிருந்திருக்கும்.

நாங்கள் தண்ணீரையே பார்த்துக் கொண்டிருந்தோம். தண்ணீரில் இயல்பாகத் தோன்றும் நிச்சலனத்தைக் குழப்பும் மெல்லிய அலைகளின் வரிசையை நான் ஆர்வத்தோடு பார்த்துக் கொண்டிருந்தேன். அந்தளவு விசாலமான நீர்த் தடாகத்தை ஒருபோதும் கண்டிராத எனக்கு தண்ணீரானது மிகுந்த மகிழ்ச்சியைத் தந்தது. தண்ணீர்ப் பஞ்சம் ஏற்பட்டிருக்கும் காலங்களில் மழை நீரைச் சேகரித்துப் பயன்படுத்துவதல்லாமல், இந்தளவு தண்ணீரை நான் கண்ட முதல் சந்தர்ப்பம் அதுதான். என்னாலேயே புரிந்து கொள்ள முடியாத அளவு விசித்திரமான விடயங்கள் இந்தக் குளத்தினுள் நிறைந்திருக்கும் என்று எனக்குத் தோன்றியது.

சிறிது நேரத்திற்குப் பிறகு குளக்கரையோர ஒற்றையடிப் பாதையிலிருந்து ஒரு பெண்ணும், குழந்தையும் வெளிப் பட்டார்கள். அவள் மிகவும் கண்ணியமான முறையில் பெலோவிடம் நலம் விசாரித்தாள். அவள் தன்னிடம் பணி புரிந்தவள் என்று பெலோ கூறினார். அவள் எனக்கும் ஸலாம் தெரிவித்து விட்டு, தனது முதுகில் கட்டிக் கொண் டிருந்த குழந்தையை துணிப் பட்டையிலிருந்து விடுவித்தாள். அந்தக் குழந்தை ஒரு மாற்றுத் திறனாளி என்பதை அப்போதுதான் நான் கண்டேன்.

"இது என்னோட ராத்தாட பிள்ளை. இந்தப் பிள்ளைக்கு ஏன் இப்படியாச்சுன்னு அந்த அல்லாஹ்வுக்கு மட்டும்தான் தெரியும். இந்தப் பிள்ளை அவளோட வயித்துல இருந்த காலத்துல, அவளோட புருஷன்ட மூத்த பொஞ்சாதி அவளுக்கு மந்திரிச்ச எதையோ சாப்பிடக் கொடுத்தான்னு அவள் சொல்றாள். அல்லாஹ்வே... எவ்ளோ பெரிய கவலைக்குரிய விஷயம் இது."

அவள் தொடர்ந்தும் கூறிக் கொண்டே போகையில் எனது பாதங்கள் உதறத் தொடங்கின. நான் மரமொன்றில் சாய்ந்து கொண்டேன். அந்த மரத்தில் ஒட்டியிருந்த பூச்சியொன்று எனது கையைத் தீண்டியது. எவரிடமும் நான் கூறாதிருந்த எனது அனைத்து பயங்களும், பாத்திமாவின் ரகசியக் குரலும் ஒன்றாகத் திரண்டது போல அந்தப் பிள்ளை என்னை நோக்கி கைகளைத் தூக்கியது. ஐயோ ஆண்டவனே, எனக்கும் கூட இவ்வாறான கதிதான் ஏற்படக் கூடுமோ? இவ்வாறான நிலைமையைக் குறித்துத்தான் பாத்திமா கூறிக் கொண்டே இருக்கிறாளோ? அந்தச் சூழலின் தனிமை, தண்ணீரிலிருந்த திகிலூட்டும் தன்மை, அனைத்து இடங்களிலும் பரவிச் செல்லும் தென்றல் காற்றின் முணுமுணுப்பு ஆகியவை அனைத்தும் எனது எண்ணங்களோடு கலந்து குழம்பின.

நான் ஜஸ்டினாவையும் கூட்டிக் கொண்டு வாகனத்தை நோக்கி நடந்தேன். பெலோ எம்மை விடவும் சற்றுத் தொலை விலிருந்தார். அவர் அந்தப் பெண்ணுக்குக் கொஞ்சம் பணம் கொடுப்பது எனக்குத் தென்பட்டது. அவள் பெலோவுக்கு ஸலாம் தெரிவித்தவாறே வளைந்த கால்களைக் கொண்டிருந்த

அந்தக் குழந்தையைத் தூக்கிக் கொண்டாள். உறுதியான நீண்ட கழுத்து கூட இல்லாத அந்தக் குழந்தை என்னையே வெறித்துப் பார்த்துக் கொண்டிருந்தது. குழந்தையைத் தூக்கி வைத்துக் கொண்டிருந்த அந்தப் பெண்ணும் எங்களையே வெறித்துப் பார்த்துக் கொண்டிருக்கையில் பெலோ எங்களை நோக்கி நடந்து வந்தார்.

"லேட்டாயிடுச்சு. போகலாமா?" என்று கேட்டவாறே அவர் வாகனத்தில் ஏறினார்.

நாங்கள் ஜஸ்டினாவின் மாமா வீட்டுக்குப் போனோம். மாமாவும், அவரது மனைவியும் அன்பரா மாநிலத்திலிருந்து வந்தவர்கள். அவர்கள் புதிதாக திருமணம் முடித்த தம்பதிகள். அவர்களது வீடானது படிப்படியாகக் கட்டப்பட்டதோர் அரசாங்க வீடாக இருந்தது.

"நீங்க டவுன்ல கட்டிட்டிருக்குற வீடும் இப்படித்தான் இருக்குமா?" என்று ஜஸ்டினா எவ்விதத் தயக்கமுமில்லாமல் பெலோவிடம் கேட்டாள்.

"ஆமா. ஆனா அது இதை விடக் கொஞ்சம் பெருசா இருக்கும்னு நினைக்கிறேன்" என்று அவர் பதிலளித்தார்.

நான் அந்த வீட்டைப் பற்றி ஜஸ்டினாவிடம் கூறியதையிட்டு, அவர் கோபத்துக்குள்ளாவார் என்றுதான் நான் நினைத்தேன். ஆனால் அவரோ அதைப் பொருட்படுத்தக் கூட இல்லை என்பது போலவே காணப்பட்டார்.

நாங்கள் வீடு திரும்பியபோது நன்றாக இரவாகி விட்டிருந்தது. பாத்திமா உணவு தயார் செய்து வைத்திருந்தாள் என்றாலும் எனக்கு சாப்பிடத் தோன்றவில்லை. எனது எண்ணங்களெல்லாம் அந்தக் குழந்தையையே சுற்றிக் கொண்டிருந்ததோடு, அதன் பின்னணியிலிருந்த கதையும் ஞாபகம் வந்து கொண்டேயிருந்தது.

இரவுணவின் பின்னர் நானும், ஜஸ்டினாவும் நிலவொளி விழுந்த முற்றத்தில் அமர்ந்து வெகுநேரம் உரையாடிக் கொண்டேயிருந்தோம்.

“ஏன் அந்தப் பிள்ளையைக் கண்டதுமே நீ அந்தளவு பதறிப் போனாய்?” என்று, எனது மனம் கவலையுறும் போதெல்லாம் மென்மையாக விசாரிப்பது போலவே அன்றும் அவள் விசாரித்தாள்.

“அந்தப் பொம்பளை சொன்னதெல்லாம் உனக்கும் கேட்டுச்சுதானே? நீயும் பயந்து போனாயே... அமீனாவும் அப்படியொண்ணை செய்யத்தான் தயாராகிட்டிருக்கா.”

“போடி பைத்தியக்காரி. அது ஏதோ துரதிஷ்டவசமான நிகழ்வொண்ணு. அதை ஆண்டவனோட விருப்பமோ, என்னவோன்னு உனக்குப் பிடிச்ச மாதிரி என்ன வேணும் னாலும் வச்சுக்கோ. அதில்லாம அது ஒண்ணும் வேறு யாரோ செஞ்ச ஒண்ணுல்ல.”

“நானும் கூட சில சமயங்கள்ல இப்படிச் சொல்லித்தான் மனசைத் தேத்திக்குவேன்.”

“உன்னோட யோசனைகளுக்கு இப்படியெல்லாம் மோசமா சிந்திக்க இடம் கொடுக்காதே. அளவுக்கதிகமா யோசிச்சிட்டே இருந்தாத்தான் இப்படியெல்லாம் யோசனை வரும். அமீனா மந்திரவாதிகளைப் பார்க்கப் போகிறாளா இல்லையான்னு கூட உனக்குத் தெரியாதே.”

“அவள் போயிட்டிருக்காள். பாத்திமாவுக்கு அதெல்லாம் தெரியும். என்னோட தலைமுடியொண்ணு நிலத்துல கிடந்த அன்னிக்கு அவள் எனக்கு எவ்வளவு கத்தினாள்னு உனக்குத் தெரியாது. அதுக்கப்புறம் அவள் எனக்கு நல்ல அறிவுரையும் சொன்னா. நான் அமீனாவோட எவ்வளவுதான் ஒண்ணா சந்தோஷமா வாழ நினைச்சாலும் இப்படியிருந்தா எப்படி வாழ்றது?”

“இருந்தாலும் பாத்திமா உன்னோட பாதுகாப்புக்குக் கூடவே இருக்குறது எவ்வளவு நல்லது?!”

“ஆனா சில சமயங்கள்ல அவளும் கூட என்கிட்ட எல்லாத்தையும் சொல்றதில்லையோன்னு எனக்குத் தோணும். என்னதான் இருந்தாலும் டவுன்ல வீடு கட்டுறது அவளுக்கும்

தெரிஞ்சிருக்குன்னுதான் நான் நினைக்கிறேன். ஆனா அவ இதுவரைக்கும் அதைப் பற்றி என்கிட்ட எதையுமே சொன்னதேயில்ல."

"இருந்தாலும் நீதானே அவரோட விருப்பத்துக்குரிய பொஞ்சாதி" என்று ஜஸ்டினா வேடிக்கையாகக் கூறினாள்.

"விருப்பத்துக்குரிய பொஞ்சாதி... புண்ணாக்கு... எனக்கு அந்த வார்த்தையைக் கேட்கவே விருப்பமில்ல. இப்படியே போனா இந்த வீடு ஒரு பைத்தியக்கார மடம் ஆகிடும். எனக்கு இப்படியே கவலையோட தொடர்ந்தும் வாழ வேண்டி வந்தா என்ன நடக்கும்? கவலைப்பட்டுக் கவலைப்பட்டே எனக்குப் போதுமாகிப் போயிருக்கு இப்ப."

"முட்டாள் மாதிரி கதைக்காதே. நீ இந்தளவுக்கு மூட நம்பிக்கைகளை நம்புவாய்னு நான் ஒருபோதும் நினைச் சிருக்கல. நிஜமாவே நீ இந்தப் பைத்தியக்காரத்தனங்களை நம்புறியா?"

"நூற்றுக்கு நூறு நம்புறேனான்னு கேட்டா, இல்லன்னுதான் சொல்வேன். ஆனா நம்பலைன்னும் சொல்ல முடியாது. நம்பிக்கைக்கும், அவநம்பிக்கைக்கும் இடைப்பட்ட கோடு அழிஞ்சு கரைஞ்சு போயிடுச்சு. என்னோட வாழ்நாள் முழுக்க இந்த மாதிரியான உண்மையான சம்பவங்கள் காதுல விழுந்துட்டேயிருக்கும் என்குறப்ப எப்படி என்னால இவற்றையெல்லாம் முற்றுமுழுதாகப் புறக்கணிக்க முடியும்?"

"நீ இன்னும் கொஞ்சம் புத்தி யோசனையோட இருக் கணும். ஏதாவது சுவாரஸ்யமான ஒண்ணை எடுத்து வாசிச்சு இந்த மாதிரி யோசனைகள்ல இருந்து விடுபடப் பாரு."

"ஜஸ்டினா, எனக்கு உன்கிட்ட ஒரு விஷயம் சொல்லணும்."

நிலவை மேகம் மூடியிருந்ததால், முற்றம் இருண்டிருந்தது. வேப்ப மரம் இருண்ட நிழலொன்றைப் போல தென்பட்டது. பெலோ பாத்திமாவுடன் உறங்கிப் போயிருப்பார் என்று எனக்குத் தோன்றியது.

"என்ன?" என்று ஜஸ்டினா மெல்லிய குரலில் கேட்டாள்.

“என்னோட மாதவிடாய் நின்னு போயிடுச்சுன்னு நினைக்கிறேன். இப்போ ரெண்டு கிழமையிருக்கும்.”

“கர்ப்பத் தடுப்பு மாத்திரை பாவிக்கிறதா நீதானே சொன்னே?”

“ஆமா. மாத்திரை பாவிச்சேன்தான். இருந்தாலும், போன மாசம் அதைப் பாவிக்க முடியாமப் போயிடுச்சு. வாங்குறதுக்கு ஆளனுப்ப முடியாமப் போயிடுச்சு. பெலோவுக்கும், பாத்திமாவுக்கும் தெரியாம எதையும் வாங்கிட்டு வரச் சொல்றது எவ்வளவு கஷ்டம் தெரியுமா? பயிர்நிலத்துக்குப் போனோம்ல... அன்னிக்குத்தான் இருக்கும்.”

“இனி இதுல வருத்தப்படுறதுக்கு என்ன இருக்கு? அது உன்னோட முதல் காதல் பயணத்துலதானே நடந்தது. கவலைப்படாதே. சீக்கிரமா புதிய வீட்டையும் கட்டி முடிச்சிட்டாங்கன்னா எல்லாம் நல்லபடியா நடக்கும்.”

எதையாவது கூற வேண்டுமே என்பதற்காக ஜஸ்டினா கூறுகிறாள் என்று எனக்குத் தோன்றியது.

“அந்த வீடு இன்னுமின்னும் புதிய பிரச்சினைகளை உண்டாக்கும். மனத்தாங்கல்கள் அதிகரிக்கும், எப்படியும், கர்ப்பிணியா இருக்குறப்ப பிரச்சினைகளெல்லாம் இன்னுமின்னும் மோசமாகும்னுதான் எல்லாரும் சொல்வாங்க. எல்லோருமே கெட்டவங்க ஆகிடுவாங்களாம்.”

“இப்படியெல்லாம் யார் சொன்னாங்க? அப்படியெல்லாம் ஒண்ணுமில்ல. இதெல்லாம் உன்னோட வீண் கற்பனை” என்று ஜஸ்டினா கோபமாகக் கூறினாள். எனக்கு அந்த விடயங்களைப் புரிய வைக்க அவள் பெரும்பாடு பட்டாள்.

வீடோ பேரமைதியில் மூழ்கியிருந்தது. அது மயானத்திலிருக்கும் மரண அமைதியை ஒத்தது என்று எனக்குத் தோன்றியது.

‘வீட்டுக்குள் சுவாசிக்கும், உறக்கத்தில் கனவு கண்டு புரண்டு படுக்கும், குறட்டை விடும் ஓசைகள் இந்தளவு கேட்டுக் கொண்டிருக்கும் இந்த வேளையில் அமைதி நிலவுகிறது என்று

எவராலும் கூற முடியுமா என்ன?' என்று என்னை நானே கடிந்து கொண்டேன்.

"ஸ்கூல் ஹாஸ்டல்ல வச்சு கர்ப்பிணின்னு கண்டுபிடிக்கப் பட்ட அதிஷாவை வீட்டுக்கு அனுப்பி வச்சது உனக்கு நினைவிருக்கா?"

"ஆமா... அவள்தான் திரும்பி வரவேயில்லையே."

"அந்த மனுஷன் அவளைக் கல்யாணம் பண்ணிக்கிட்டாரோ தெரியாது."

"அமீனா மேல இருக்குற பயத்தைப் பற்றி நீ பெலோக்கிட்ட சொல்லலையா?"

"இல்ல. அமீனாக்கிட்ட நேரடியா அதைப் பற்றி விசாரிக்காம நான் எப்படி திடீர்னு போய் பெலோக்கிட்ட இதையெல்லாம் சொல்ல முடியும்?"

"நீ கர்ப்பமா இருக்குறது பெலோவுக்குத் தெரியுமா?"

"இல்ல. இன்னும் தெரியாது. தெரிஞ்சா அவர் ரொம்ப சந்தோஷப்படுவார்."

நாங்கள் உறங்கத் தயாரானோம். அறைக்குள் போய் கட்டிலில் விழுந்ததுமே ஜஸ்டினா உறங்கிப் போனது தெரிந்தது. நாளைக் காலையில் அவள் போய் விடுவாள். அதன் பிறகு நம்பிக்கையான எவரும் எனக்கிருக்க மாட்டார்கள்.

19

எனது வயிற்றில் குழந்தையொன்று வளர்ந்து கொண் டிருப்பது சந்தேகத்துக்கிடமின்றி நிரூபணமானது. காலை வேளையில் மசக்கை வாந்தியெடுக்காமலிருக்கும் அளவுக்கு நான் அதிர்ஷ்டசாலியாக இருக்கவில்லை. காலைநேர வாந்தி மாத்திரமல்லாமல், நாள் முழுதும் நான் நோயாளி போலவே அவதியுற்றுக் கொண்டிருந்தேன். எனது வீட்டு வேலைகள் அனைத்தையும் பாத்திமா பொறுப்பேற்றிருந்தாள். அவளுக் காக, இறைவனுக்கு நன்றி!

எனக்கு எந்த உணவையும் சாப்பிடப் பிடிக்கவேயில்லை. தனிமையில் இருப்பது மாத்திரமே எனது தேவையாக இருந்தது. இந்த மே மாதத்திலும் கூட கடும் சூட்டினை உணர்ந்தேன். காரணமேயில்லாமல் எனதுள்ளம் கோபத்தால் கனத்திருந்தது.

எமது பாடசாலையில் கற்பித்த அந்நிய ஆசிரியை ஒருத்தி எனக்கு நினைவுக்கு வந்தாள். அவள் தனது தோழியொருத்தி யிடம் கூறிய விடயமொன்று எனக்கு ஞாபகம் வந்தது.

"இந்த ஆபிரிக்கப் பொம்பளைகளுக்கு குழந்தை வயித்துல தங்குறதுவும், அதைப் பெத்துக்குறதும் ஒரு பொருட்டேயில்ல. மசக்கை வாந்தி கூட இதுங்களுக்கு வர்றதேயில்ல" என்ற அந்த வார்த்தைகள் நினைவுக்கு வந்ததால் எனது மனம் கோபத்தில் கொந்தளித்தது.

பெரும்பாலான அந்நிய தேசத்துப் பெண்கள் எம்மைக் குறித்து இழிவாகக் கதைக்கும்போது வெளிப்படும் தொனியே அவளது வாயிலிருந்தும் அன்று வெளிப்பட்டது. காலையில்

வாந்தியெடுத்த மறுகணமே அவளது அந்த வார்த்தைகள் நினைவுக்கு வந்ததால் நான் கோபத்தில் பல்லைக் கடித்தது மூடத்தனமான செயல் என்று எனக்கு இப்போது தோன்று கிறது. மாணவர்களான எமக்கு நன்றாகக் கற்றுக் கொடுக்கத் தேவையில்லை என்று அவளது கணவன் அவளுக்கு அறி வுறுத்தியிருந்தான். நாங்கள் நிறையக் கற்றால், வெளிநாட்டவர் களுடைய இடத்தைப் பிடித்துக் கொள்வோம் என்றும் அவ்வாறு நிகழ்ந்தால் அவர்கள் நாட்டை விட்டு வெளியேறும் நிலைமை உருவாகும் என்றும் அவர்கள் கருதினார்கள்.

நான் கர்ப்பமாகியுள்ள தகவலைக் கேட்டதுமே பெலோ மிகவும் மகிழ்ந்து போனார். அந்த மகிழ்ச்சியானது, ஒருவர் முதன்முறையாக தனது மனைவி கர்ப்பம் தரித்ததைக் கேள்விப்படும் மகிழ்ச்சியை ஒத்திருந்தது. நான் மாத்திரைகளைக் கொண்டு செய்து வந்த கர்ப்பத் தடுப்புகளைக் குறித்து அறிந்திராத அவர் இவ்வளவு காலமும் என்னை மலடியென்றே நினைத்துக் கொண்டிருந்திருக்கக் கூடும். ஒரு விதத்தில் இது எனக்கு மிகப் பெரும் ஆறுதல். கர்ப்பத் தடுப்பைத் தொடர்ந்தும் மேற்கொள்வது கூட எனது மன உளைச்சலை அதிகரிக்கும் ஒன்றுதான். இருந்தாலும் மறுபுறத்தில் எனதுள்ளத்தில் பேரச்சம் படர்ந்திருக்கிறது. அது பிரசவத்தைக் குறித்தோ, காலை நேர வாந்தியைக் குறித்தோ அல்ல. காலை நேர மசக்கை வாந்தி இன்னும் சில வாரங்களில் இல்லாமல் போய் விடக் கூடும். ஆனால் மற்றவை?!

●

ஜஸ்டினா கிளம்பிப் போனதற்குப் பிறகு நான் எனது பயங்களைக் குறித்தும், கவலைகளைக் குறித்தும் பகிர்ந்து கொள்வதற்கு யாருமே இல்லாததால் மிகவும் கவலைக்குள்ளா னேன். சில சமயங்களில் நான் செய்யும் அனைத்து விடயங் களுமே பயத்தைத் தரக் கூடியவையாக இருந்தன. வெகு காலத்திற்கு அதிலிருந்து விடுபடவோ, அவற்றை மறக்கவோ என்னால் முடியாதிருக்கும். எனக்குப் பின்னாலிருந்து ஏதோ வொரு பேரழுத்தம் என்னை முன்னே தள்ளிக் கொண்டு போவதைப் போன்றது அது. சிலவேளை எனது கை கால்கள் சூடுபட்டதைப் போல வலிக்கும். நான் அந்த யோசனையில்

ஆழ்ந்திருக்கும்போது எந்தப் புறம் பார்த்தாலும் எனது பயத்தை அதிகரிக்கும் காட்சிகளே தென்பட்டன. புத்தக மொன்றை எடுத்து வாசிக்க முற்பட்டாலும், பத்திரிகையின் தலைப்புச் செய்தியின் மீது தற்செயலாக பார்வை பட்டாலும் அவை அனைத்துமே எனது ரகசிய அச்சத்தை அதிகரிப்பவை யாகவே இருந்தன.

ஒரு நாள் நான் பழைய பத்திரிகைத் துண்டொன்றையெடுத்து வாசித்துப் பார்த்தபோது அதிலிருந்த விடயம் எனக்குள் பேரச்சத்தைத் தோற்றுவித்தது.

'தனது கணவனின் மூத்த மனைவியின் இளம்பெண்ணான மகளைக் கொன்ற இளம் மனைவி கைது'

அதில் குறிப்பிடப்பட்டிருந்த விதத்தில் அந்த இளம் மனைவி தனது கணவனின் மகளை தனது அறையில் படுத்துறங்குமாறு கூறியிருக்கிறாள். விடிந்ததும் பார்த்தால் அந்த மகள் படுக்கையிலேயே செத்துப் போயிருந்தாள்.

ஜஸ்டினா போனதற்குப் பிறகு மொத்த வீட்டையும் பேரமைதியும், பாழுந் தனிமையும் அரசாண்டு கொண்டிருக் கிறது. நான் மொத்த வீட்டையும் என்று குறிப்பிடும்போது இங்கு தங்கியிருப்பவர்கள், தூரத்துச் சொந்தக்காரர்கள் பற்றியெல்லாம் யோசிக்கவில்லை. எனது கணவரிடத்தில் தங்கி வாழும் இந்த ஏழை மாமாமாரினதும், வயதான அத்தைகளினதும் எண்ணிக்கையைக் கேட்டால் எவரும் வியப்பில் வாயடைத்துப் போவார்கள். முன்பெல்லாம் சில எழுத்தாளர்கள் பெரிய கூட்டுக் குடும்பங்களைப் பற்றி விபரிக்கும் வர்ணனைகள் எனக்கு ஒருபோதும் பிடித்தமானவைகளாக இருக்கவில்லை.

அதில் நல்லதும் இருக்கலாம்தான். நான் இப்போதிருக்கும் மனநிலையில் எதுவுமே எனக்கு நல்லதாகத் தெரியவில்லை. காணும் இடமெல்லாம் அவர்கள் எச்சில் துப்பி அசிங்கப் படுத்துவதே எனது கண்ணில் படுகிறது. ஆகவே தனிக்குடித்-தனம் போய் வேறொரு வீட்டில் இல்லத்தரசியாக இருக்க வாய்ப்புக் கிடைக்குமானால் அதுதான் எனக்கு மிகவும் மகிழ்ச்சியளிக்கக் கூடும்.

தனது உறவினர்களோடு கதைக்க பெலோவுக்கு ஒருபோதும் நேரம் இருக்கவேயில்லை. புன்னகைப்பதன் மூலமோ, ஸலாம் கூறுவதன் மூலமோ அவர்களை மகிழ்விப்பதை மாத்திரமே அவர் செய்து வந்தார். இருந்தாலும், அவருக்கு ஏதேனும் தேவை ஏற்பட்டால் அவர்கள் சீக்கிரமாக ஓடி வந்து அதைச் செய்து கொடுத்தார்கள். விருந்தாளிகள் வீட்டுக்கு வரும் சில சந்தர்ப்பங்களில் வீட்டுக்குள் இடமில்லாமல் வேப்ப மரத்தடியில் பாயை விரித்து பெலோ அவர்களுடன் உணவருந்துவார்.

என்னைப் பார்த்துப் போக வந்த எனது தாய் நான் கர்ப்பமடைந்திருப்பதைக் கண்டு மிகவும் மகிழ்ச்சியடைந்தாள். சிறிது காலத்துக்கேனும் அதை ஒரு ரகசியமாக வைத்திருக்க வேண்டும் என்று நான் விரும்பிய போதிலும், எனக்கு ஏற்பட்டிருந்த கடும் மசக்கை வாந்தியின் காரணமாக அதைப் பேண முடியவில்லை. என்னைச் சூழ நிறையப் பேர் இருந்ததனால், ஆரம்ப சில வாரங்களிலேயே அனைவரும் அதை அறிந்து கொண்டார்கள்.

இறைச்சியின் வாடையை என்னால் தாங்கவே முடியாமல் இருந்ததோடு, பல நாட்கள் என்னால் ஒழுங்காக உண வருந்தவே இயலாமல் இருந்தது. நான் மசக்கை வாந்தியெடுத்த முதல் நாளன்று, அமீனா உண்மையை அறிந்து கொள்வதற்குப் போல என்னையே வளைய வந்து கொண்டிருந்தாள். அது எனது வாட்டத்தை மேலும் அதிகரிப்பது போல ஆனது. அவளைக் கண்டதுமே நான் பயத்தில் நடுங்கிப் போனேன். ஜஸ்டினாவின் அறிவுரைகளால் எனது மூடத்தனமான யோசனைகளை அகற்றவே முடியாதிருந்தது. எனது யோசனையானது என்னை மீண்டும் குளக்கரைக்குக் கொண்டு சென்றது.

குளத்தில் சேர்ந்திருக்கும் நீர் பளபளப்பாக மின்னிக் கொண்டிருக்கிறது. அருகிலிருந்த முள்மரம் அதற்கு நிழல் தந்து கொண்டிருக்கிறது. மாறுகண்களையும், வளைந்த கால்களையும் கொண்ட குழந்தை நீரை நோக்கி தவழ்ந்து கொண்டிருக்கிறது.

"இந்தக் குழந்தையோட வாப்பாட மூத்த பொஞ்சாதி செய்த வேலைதான் இது" என்று அந்தக் குழந்தையின் தாய் எனது காதில் முணுமுணுக்கிறாள்.

"ஏழு மாசத்துல ஏதோ செய்வினையைச் செஞ்சிருக்காள் அவள்."

குழம்பித் தவித்துக் கொண்டிருக்கும் எனதுள்ளம் அச்சத்திலும் பதறுகிறது. என்ன செய்வதென்று எனக்குத் தெரியவில்லை.

'உன்னுடைய கூர்மையான அறிவு எங்கே? கிழவிகளோட கதைகளையெல்லாம் நம்ப உனக்கு வெட்கமாக இல்லையா?' என்று ஜஸ்டினா என்னைத் திட்டும் குரலும் அத்தோடு கேட்கிறது.

அவ்வேளையில் அங்கு நான் மாத்திரம் இருக்கவில்லை. என்னைப் போன்ற பலரும் ஒவ்வொருவரோடு இணைந்து காணப்படுகிறார்கள். ஒரு புறத்தில் பாரோ மாமாவின் கற்பனைக் கதைகளைக் கேட்டுக் கொண்டிருக்கிறேன் நான். இருளில் மூழ்கிக் கொண்டிருக்கும் குளத்தினருகே கண்ணுக்குத் தெரியாத சக்தியொன்றுக்கும், இறைவனுக்கும் ஆட்பட்டு மறுகரையிலும் நின்று கொண்டிருக்கிறேன் நான். உள்ளுக்குள் மறைத்து வைத்திருக்கும் பயத்திலும், குருதியிலும் குளித்தவாறு பூஜைக்குட்படுத்தப்படும் என்னைப் போன்ற ஒருத்தியும், பாடசாலையிலும், நூலகத்திலும், விவாத அரங்குகளிலும் சிறந்த பெயர் வாங்கிய நான் இன்னுமோர் இடத்திலும் இருக்கிறோம்.

மாந்திரீகப் பூஜைகளுக்குப் பெயர் போன சுரூ நகரத்தி லிருக்கும் முதலை கங்கைக்குப் போக அமீனா தயாராகிக் கொண்டிருப்பதாக எனக்கு அறியக் கிடைத்தது. அது எதற்காக என்பதை நான் அறியேன். அவளுக்கு ஆண்குழந்தை பிறக்க வேண்டும் என்பதற்காக இருக்கலாம். கணவரது சொத்துகளுக்காக, அவரது எதிராளிகளுடன் கூட்டு சேர்ந்து தனது கணவனைக் கொலை செய்யக் கூட தயங்காத பெண்களைக் குறித்தும் நான் அதிகளவில் கேள்விப் பட்டிருக்கிறேன்.

அதற்கு அடுத்த வாரமே புதிய பிறை தென்பட்டதோடு நோன்பு பிடிக்கும் ரமழான் மாதம் வந்தது. கர்ப்பிணியாக இருந்ததால் நான் நோன்பு பிடிக்கவில்லை. எனக்கு சாப்பிட விருப்பமான ஏதாவது இருக்கிறதா என்று முந்தைய இரவில் பெலோ கேட்டார். எதிர்பாராத விதத்தில் நான் எடையிழந்து கொண்டிருப்பது அவரை அச்சமூட்டியிருக்க வேண்டும். இருந்தாலும் எனக்கு என்ன சாப்பிட விருப்பம் என்று என்னால் யோசித்துப் பார்க்கக் கூட முடியவில்லை.

பகலில் காணப்படும் அதிகளவான வெப்பம் எனது மசக்கை நிலைமையை மேலும் மேலும் அதிகரித்தது. வெறும் வயிறோடு இருந்ததால் பித்தம் அதிகரித்து எனது உணவு வெறுப்பு நிலைமையானது மேலும் மேலும் அதிகரித்தது. வியர்வையில் குளித்து ஒதுக்கப்பட்ட கந்தல்துணியைப் போல உடல் பலவீனத்தோடு கிடந்தேன் நான்.

சில சமயங்களில் நான் வெறும் சீமெந்துத் தரையில் ஒரு தூணில் சாய்ந்தமர்ந்து எதையாவது வெறித்துப் பார்த்துக் கொண்டிருப்பேன். எனது சக்தியை அதிகரிக்கச் செய்யக் கூடிய ஒரு துளிக் காற்றுக் கூட என்னைச் சூழ இருக்கவில்லை. சமைக்கப்படும் சூப்பின் வாசனை கூட என்னை அங்கிருந்து ஓடி விடுமாறு தோன்றச் செய்தது. எவரேனும் என்னிடம் நலம் விசாரிப்பது கூட என்னைக் கோபமூட்டியது. ●

20

சில வாரங்கள் கழிந்த பிறகுதான் நான் பழைய நிலைமைக்கு மீண்டு விட்டிருக்கிறேன். காலை வேளை மசக்கை வாந்தியானது அந்தளவு கடுமையாக இருந்தது என்பதை இப்போது என்னால் நினைத்துக் கூடப் பார்க்க முடியவில்லை. இப்போதெல்லாம் எனக்கு கடுமையான பசி ஏற்படுகிறது. எப்போதும் எதையாவது மென்று கொண்டே யிருக்க வேண்டும் என்று தோன்றுகிறது. எனக்கு அடிக்கடி பசி ஏற்படுவதாக நான் பெலோவிடம் கூறினேன்.

"அப்படீன்னா உனக்கு சாப்பாடு கொடுக்குறதுக்காகவே நான் ஒரு புதிய பிஸ்னஸைத் தொடங்க வேண்டியிருக்கும்" என்று கூறியவாறு அவர் சிரிக்கத் தொடங்கினார்.

நேற்றிரவு நன்றாக மழை பெய்தது. அந்தி வேளையில் திண்ணையில் அமர்ந்திருந்து நான் வெகுநேரம் வானத்தையே பார்த்துக் கொண்டிருந்தேன். கோடையின் பிறகு முதல் மழைக்காக ஆகாயம் தயாராகும் விதம் மிகவும் அழகானது. பிரகாசமான மின்னல் கீற்றுகள் பலவும் சுவர்க்கத்தைப் பிளந்து கொண்டு வெளிவருவது போல ஆகாயத்தில் பளிச் சிட்டன. அந்த வெளிச்சத்தை ஊடறுத்தவாறு ஒன்றின் பின் ஒன்றாக இடி இடித்தன. மின்னல் வெட்டும்போதும், இடி இடிக்கும்போதும் எனதுள்ளம் அவற்றுக்கு வசியப்பட்டது போல அவற்றையே விடாமல் பார்த்துக் கொண்டிருந்தேன். மின்னல் தாக்கி மரணித்தால் அது எவ்வளவு பயங்கரமானது என்று பிறகுதான் எனக்குத் தோன்றியது. மரணம் வரக் கூடும் என்று பயந்து கொண்டிருப்பதைக் காட்டிலும் ஒரேயடியாக வாழ்க்கை முடிந்து போகும் மரணமாக அது

இருக்கக் கூடும். அவ்வாறு மனதை உறுதிப்படுத்திக் கொண்ட பிறகு பெய்த முதல் மழையை ஆசிர்வாதமாக உணர்ந்தேன். அவ்வாறே காற்றானது புழுதியும், நாற்றமுமற்று வீசிக் கொண்டிருந்தது. ஒருவர் மின்னல் தாக்கி மரணித்தால் அவர் சுவர்க்கத்துக்குச் செல்வார் என்ற பண்டைய நம்பிக்கையும் எம்மிடையே நிலவி வருகிறது.

முற்றத்தின் சரி நடுவே சிறிய சதுர வடிவப் பாத்தியில் நானும், அபூவும் சேர்ந்து காய்கறி விதைகளை நட்டிருக்கிறோம். முன்பு அவ்விடத்தில் ஒரு பழைய பப்பாளி மரம் மாத்திரமே இருந்தது. முற்றத்தில் எதையும் நட அதுவரைக்கும் எவருக்கும் எந்த எண்ணமும் தோன்றியிருக்கவில்லை. அந்தப் பாத்தியில் அவரை விதைகளை நட்டிருந்த நாங்கள் மழை வரும் வரைக் கும் தினந்தோறும் அதற்கு தண்ணீர் ஊற்றிக் கொண்டிருந் தோம். மழைக்குப் பிறகு அவற்றில் மெல்லிய தளிர்கள் தோன்றியிருக்கின்றன. மழையினாலோ என்னவோ அவை இன்று காலைவேளையில் நன்கு உயரமாக வளர்ந்திருக்கின்றன. அத்தோடு எம்மால் தூவப்பட்டிருந்த விதைகள் அனைத்தும் பல இடங்களிலும் முளைத்திருக்கின்றன. இந்த வீட்டில் தண்ணீர் இருந்த போதும், எவராலும் எதுவும் அவ்வளவு காலமும் நடப்படாதது எல்லாவிதத்திலும் எனக்கு ஆச்சரி யத்தை அளிக்கிறது.

"ஆஹா... ரெண்டு விவசாயிகள்" என்று என்னையும், அபூவையும் பாத்தியில் கண்ட பாத்திமா சிரித்தவாறே வேடிக்கையாகக் கூறினாள்.

அமீனா ஒரு வார்த்தை கூட பேசவில்லை என்றாலும், 'இதெல்லாம் எப்படி முளைக்கும் என்று நானும்தான் பார்க்கிறேன்' என்பது போன்ற வெறுப்பான பார்வையோடு எமக்கு அருகாமையில் அங்குமிங்குமாக நடந்து எம்மையே வளைய வந்து கொண்டிருந்தாள். ஆனால் அவளது மகளான ஜெசீமாவோ எம்முடனேயே இருந்தாள். தனது கோபத்தைக் கட்டுப்படுத்திக் கொள்ள முடியாமல் போன அமீனா, ஜெசீமாவைச் சத்தமாகத் திட்டினாள்.

"அவள்ட பார்வை பட அபூவோட கூட விளையாடாதேன்னு நான் உன்கிட்ட சொல்லியிருக்கேன்ல. உன்னோட கண்ணுக்

கிட்ட காயம் வந்திருக்கிறது அதாலதானே. இங்க வாடி சனியனே" என்று கத்தியவாறே அமீனா, ஜெஸீமாவின் காதோரமாக அறைந்தாள்.

அதன்பிறகு ஜெஸீமா அடிவாங்கிய விதத்தை அபூ நடித்துக் காட்டினான். அது மேலுமொரு சண்டைக்குக் காரணமாக அமைந்தது. அமீனா, ஜெஸீமாவுக்கு அடிப்பதற்கு சரி, தவறென்று எந்தக் காரணமும் இல்லாமலிருக்கிறது. பிள்ளை செய்த தவறுகளை விடவும், தாயின் மனதில் எழும் கோபமானது தண்டனைகள் அதிகமாக விதிக்கப்படக் காரணமாக அமைந்திருக்கிறது. சில சமயங்களில் ஜெஸீமா ஆண் குழந்தையாகப் பிறக்காதது குறித்து அமீனாவுக்குள் மிகுந்த கோபம் இருப்பதுவும் புலப்படுகிறது.

அமீனா சுரூ நதிக்கரைக்குச் சென்று முதலையொன்றுக்கு ஆடொன்றைப் பலியிட்டுப் பூஜை செய்த விடயம் குறித்து வீட்டுக்குள் எழுந்த பேச்சுவார்த்தைகள் மூலம் நான் அறிந்து கொண்டேன். பலியை ஏற்றுக் கொள்ளவென முதலையானது ஆற்றுக்குள்ளிருந்து நீந்தி கரைக்கு வந்தது என்றும் பேசிக் கொண்டார்கள். அவ்வாறு நடந்தால் தமது பிரார்த்தனை பலிக்கக் கூடும் என்ற நம்பிக்கை நிலவுகிறது. ஒரு முதலைக்கு உணவளிப்பதன் மூலம் ஒரு பெண்ணை கர்ப்பவதி ஆக்கவோ, கர்ப்பிணிப் பெண்ணுக்குப் பிறக்கப் போகும் குழந்தையை ஆணாகவோ, பெண்ணாகவோ மாற்றவோ முடியுமாக இருக்குமா? அதை என்னால் புரிந்து கொள்ளவே முடியவில்லை.

இந்த நிகழ்வுகளையெல்லாம் நினைத்துப் பார்க்கும்போது மீண்டும் எனதுள்ளம் மர்மமான விடயங்கள் குறித்து யோசிக்க முற்பட்டது. என்றாலும் சில நாட்கள் கழிந்ததும் அவற்றிலிருந்து விடுபட என்னால் முடிந்தது.

நேற்று பின்னேரம் நான் வைக் எழுதிய 'வைக்கும், கங்கையும்' எனும் நூலை அபூ வாசிக்க உதவினேன். அவன் மாத்திரமல்லாமல், நானும் கூட அதில் மிகுந்த ஆசுவாசத்தை உணர்ந்தேன். அந்தப் புத்தகத்தின் அட்டையில் அபூ தனது பெயரை எழுதி வைத்திருந்தான். அதன் கீழே தான் படிக்கும் பாடசாலையின் பெயரையும், அதற்கும் கீழே நைஜீரியா என்றும் குறிப்பிட்டிருந்தான்.

நானும் வைக்கைப் போலவே பரந்தளவில் சிந்திக்க முற்பட்டேன். எனது வயிற்றிலிருக்கும் குழந்தை, நான், பெலோவும் அவரது குடும்பத்தினரும், எனது கிராமம், பிரதேசம், நாடு, ஆபிரிக்கா, உலகம், கிரகங்கள், அண்ட சராசரம் என கண்ணுக்குத் தெரியாத பலவற்றையும் குறித்தும், அவற்றின் விசாலத்தையும் யோசித்ததில் எனதுள்ளத்தில் பயம் தோன்றியதோடு அதனூடே எமக்குள்ளிருக்கும் பயனற்றவை குறித்தும் யோசித்துப் பார்த்தேன்.

இவை அனைத்திற்கும் ஒரு நியதியோ, வரையறையோ இருக்கிறதா? இல்லாவிட்டால் இவை அனைத்துமே தற்செயலானவையா? இவையனைத்துமே முன்பே திட்டமிடப்பட்டதற்கிணங்கத்தான் நடந்து கொண்டிருக்கின்றன என்றால் நானும், எனது வயிற்றிலிருக்கும் குழந்தையும் இதற்கு முன்பு எங்கு, யாராக இருந்திருப்போம்? இதெல்லாம் தற்செயல் நிகழ்வுகளாக இருக்குமானால்.... எனது மனதில் பேரச்சம் தோன்றியது.

நான் அநாதையாகி விடுவேனோ? நான் இருண்ட காட்டினுள்ளேயோ, மிக விசாலமான பயங்கரக் குகையொன்றினுள்ளோ கைவிடப்பட்டவளாக இருப்பேனோ?

நிஜமாகவே நாங்கள் மிகச் சிறந்த விலங்குகள் மாத்திரம்தானா? மறுபுறத்தில் சிந்தித்துப் பார்த்தால் இவையெல்லாம் நடப்பது சாத்தியமா? வாழ்க்கையில் சந்தோஷமும், சக்தியும் ஒன்றாகப் பிணையும் சந்தர்ப்பங்கள் குறித்து என்னதான் கூற முடியும்? மொத்த உலகத்தையும் ஒரே மூச்சில் அடக்கிவிடக் கூடுமான, வாழ்க்கையின் முடிவேயற்ற சக்தியானது உனக்குள்ளேயே இருப்பதை நீ உணர்வாய்.

நான் இப்படியெல்லாம் எழுதிக் கொண்டிருப்பது எனக்குப் பைத்தியம் பிடித்திருப்பதால்தான் என்று உனக்குத் தோன்றுகிறதா?

21

சிறியதொரு மாம்பழத் தோலால் இந்தளவு களேபரத்தை ஏற்படுத்த முடியுமா என்பது ஒருவிதத்தில் பார்த்தால் விந்தை யான விடயம்தான். நேற்றைக்கு முன் தினம் நான் மாம்பழத் தோலில் வழுக்கி விழப் பார்த்து, இடது மணிக்கட்டைச் சுவரில் தாங்கித்தான் விழாமல் சமாளித்துக் கொள்ள நேர்ந்தது. எந்தக் காரணமுமில்லாமல் மாம்பழத் தோல் அங்கு வந்திருந்தது. அது தற்செயலான நிகழ்வாகவும் இருக்கலாம். எனது வாசலுக்கு நேராக மாம்பழத் தோல் விழுந்து கிடந்தமை புதிராக இருந்ததோடு, யாரோ வேண்டுமென்றே செய்தது போலவும் இருந்தது.

பாத்திமா தனது பிள்ளைகளை அதற்காகத் திட்டிய போதிலும், அபூவும் அவனது சகோதரர்களும் தாங்கள் மாம் பழமே சாப்பிடவில்லையென்று சத்தியம் செய்தார்கள். அமீனாவின் அறையிருந்த பக்கமாகத்தான் யாரோ மாம்பழம் சாப்பிட்டிருந்தார்கள். முற்றத்தின் எதிர்ப்புறமாக படிக்கட்டில் அமர்ந்தவாறு அவரை விதைகளைத் துப்புரவு செய்து கொண்டிருந்த பெலோவின் அத்தையொருத்தி ஜெஸீமாதான் அவளது தாயின் அறையிலிருந்து மாம்பழத் துண்டோடு வெளியே வந்ததாகக் கூறினாள்.

நான் விழப்பார்த்த விதமும், இப்போதிருக்கும் நிலைமை யும், எனது மணிக்கட்டு நொந்திருப்பதுவும் என அனைத்தும் பெரும் களேபரமொன்றுக்குக் காரணமாக அமைந்தது. அதை என்னால் பெலோவிடமிருந்து மறைத்து வைக்க முடிய வில்லை. குறிப்பாக எனது மணிக்கட்டு வலித்துக் கொண் டிருந்ததால், அதற்கு மருந்தெடுக்க வேண்டியிருந்தது.

வீட்டிலிருந்த அனைவர் மீதும் கோபம் கொண்ட பெலோ முதன்முறையாக என் மீதும் கோபப்பட்டார்.

"எங்கே போறதுன்னாலும் பார்த்து நடக்குறதுக்கு உன்னால முடியாதா?" என்று அவர் நான் ஏதோ வேண்டுமென்றே அவருக்குத் தொந்தரவளிக்கவோ, விழுந்து கர்ப்பத்தைக் கலைத்துக் கொள்ளவோ முற்பட்டது போல அவர் என்னை நோக்கிக் கத்தினார்.

சுவரில் ஏணிலொன்று சாய்த்து வைக்கப்பட்டிருந்ததைக் கண்ட அவர் அபூவை நோக்கிக் கத்தினார்.

"இதை யாரு இங்க வச்சது? அடுத்ததா இவள் இதுல ஏறப் பார்ப்பாள்."

நான் ஏணிலில் ஏறுவதை அவர் ஒருபோதும் கண்டதாக எனக்கு நினைவில்லை. பிள்ளைகளின் பந்தொன்று கூரையில் போய் விழுந்த வேளையில் நான் ஏணிலில் ஒரு சில அடிகள் ஏறியது நினைவிருக்கிறது. அதுவும் பாத்திமா பார்த்துக் கொண்டிருக்கும்போதுதானே நடந்தது.

இந்த அனைத்து நிகழ்வுகளாலும் ஏற்பட்டிருந்த அச்சமும், எனது கை மணிக்கட்டில் ஏற்பட்டிருந்த வலியும் காரணமாக எனது கண்களிலிருந்து கண்ணீர் பெருக்கெடுத்து வழிந்தோடத் தொடங்கியது.

"பார்த்தியா? இந்த வீட்டுல வேறு யாருமே தப்பு செய்ற தில்ல. நீதான் எல்லாத்துக்கும் காரணம்" என்று கத்தியவாறே அமீனா, எல்லோரையும் பழி வாங்கப் போல ஜெஸீமாவுக்கு அடித்தாள்.

என்னை விழச் செய்ய வேண்டும் என்பதற்காக வேண்டு மென்றேதான் மாம்பழத் தோல் அங்கு போடப்பட்டிருக்கக் கூடும் என்பதுதான் பாத்திமாவின் கருத்தாக இருந்தது. நான் முட்டாளில்லை என்று எண்ணியவாறே பல தடவைகள் எனக்குள்ளே தர்க்கம் செய்த போதிலும், எனது மனதிலிருந்த பயத்தையும், திடுக்கத்தையும் என்னால் அகற்ற முடியவே யில்லை. நகரத்தில் நிர்மாணிக்கப்பட்டுக் கொண்டிருக்கும் வீடு தொடர்பான அனைத்துத் தகவல்களையும் அமீனாவும் அறிந்து கொண்டிருப்பாள் என்று நினைக்கிறேன்.

இந்த நாட்களில் அவள் தனது ஆடை அணிகலன்களுக்காகவும், வாசனைத் திரவியங்களுக்காகவும் பெருமளவான பணத்தொகையை செலவழிப்பதைக் காணக் கூடியதாக இருக்கிறது. அது, பெலோவுக்காக அல்லாமல் வேறு யாரையோ மகிழ்விப்பதற்காக இருக்கலாம் என்று பாத்திமா கூறுகிறாள். எனக்கோ அதைப் பற்றி சரியாகத் தெரியாது. ஒருவேளை அவள் புதிய வீட்டின் முதல் இல்லத்தரசியாக இருக்க முயற்சிக்கிறாளாக இருக்கலாம்.

எனது கை மணிக்கட்டு உடைந்தது நான் ஆரம்பத்தில் நினைத்திருந்தது போல சிறிய விடயமாக இருக்கவில்லை. மணிக்கட்டு உடைந்திருந்ததால், அது சம்பந்தமான விஷேட நாட்டு வைத்தியர் ஒருவரிடம் பெலோ என்னைக் கூட்டிக் கொண்டு போனார். அவர் மிகவும் திறமை வாய்ந்த ஒருவர் என்பதை நான் கேள்விப்பட்டிருந்தேன். உடைந்த கை மணிக்கட்டை சரி செய்வது மிகவும் வேதனையளிக்கும் ஒன்று என்பதை நான் கேள்விப்பட்டிருந்ததால் பெலோவுடன் அங்கு செல்வதைத் தவிர்க்கவே நான் முயற்சித்தேன்.

வரப் போகும் கை வலியைக் குறித்து மிகவும் பயந்து போயிருந்த நான் என்னை மருத்துவமனைக்குக் கூட்டிக் கொண்டு போகுமாறு வற்புறுத்தினேன். என்னதான் நாட்டு வைத்தியரிடம் போனாலும், கை மணிக்கட்டை முழுமையாக குணப்படுத்த வேண்டுமென்றால் அரசாங்க மருத்துவ மனைக்குத்தான் போக வேண்டியிருக்கும் என்பதுதான் பலரதும் கருத்தாக இருந்தது. இதனிடையே கை வீக்கம் அதிகரித்ததோடு, கை மிகவும் வலிக்கவும் தொடங்கியது.

எவ்வளவுதான் நான் எதிர்த்த போதிலும், பெலோ அலேருவில் அமைந்திருந்த பழங்கால நாட்டு வைத்தியர் ஒருவரிடம்தான் என்னைக் கூட்டிக் கொண்டு போனார். மருத்துவமனைக்குக் கூட்டிக் கொண்டு போகுமாறு நான் வைத்த கோரிக்கையை, அது பெண்களின் வீண்கருத்து என்பது போல முற்றுமுழுதாகப் புறக்கணித்திருந்தார்.

அவர் அதைக் குறித்து என்னிடம் கலந்துரையாடாமல் இருந்தது என்னைக் கோபப்படுத்தியது. என்னதான் இருந் தாலும் உடைந்திருப்பது எனது கைதானே. நான் கூறும்

எதையும் அவர் காதில் வாங்காமலேயே இருந்தது எனது கோபத்தை மேலும் அதிகரிக்கச் செய்தது. என்னை அலேருவுக்கு அழைத்துச் செல்ல அவர் இந்தளவு ஆர்வமாக இருப்பது ஏன் என்றாவது என்னிடம் கூற இயலாதா? அது ஆண்களின் ஆணாதிக்க உணர்வுக்கு ஓர் அறிகுறி என்றே கருதுகிறேன்.

நேற்று காலைவேளையில், நாட்டு வைத்தியரிடம் செல்ல விரும்பாத நான் அதற்கு எதிராக எதையெதையோ கூறிக் கொண்டிருந்தேன். எனது எதிர்ப்பை ஏற்றுக் கொண்டு அவர் என்னை மருத்துவமனைக்கு அழைத்துச் செல்வார் என்று நான் கருதியிருந்த போதிலும், அவர் எனது பேச்சுக்கு செவி சாய்க்க ஒரு கணமும் இசையவில்லை. எனது கருத்தை அவர் முற்றுமுழுதாகப் புறக்கணித்ததற்காக நான் கோபத்தில் கொந்தளித்தேன்.

"இந்த வீட்டுல எதைச் செய்யணும், எதைச் செய்யக் கூடாதுன்னு தீர்மானிக்குறது நீயா? நானா?" என்று உரத்த குரலில் கேட்காவிட்டாலும், மென்மையான குரலில் தனது ஆணாதிக்கத்தை நிலைநாட்டும் தொனியில் அவர் கேட்டார். சரி. அவ்வளவுதான். அதற்கு மேல் நான் என்னதான் கூறுவது?

'இது நீங்க மட்டும் தீர்மானிக்குற விஷயமில்ல. ரெண்டு பேரும் கலந்து பேசி ஒரு தீர்மானத்துக்கு வர வேண்டிய விஷயம்' என்று நான் கூறியிருக்க வேண்டும் என்றாலும், அவ்வாறு கூறுவது சரியில்லை என்று எனக்கு பின்னர் தோன்றியது. ஒருவர் மாத்திரமல்லாமல், மூன்று பேர் மனைவிகளாக இருக்கும் இடத்தில் அவ்வாறான ஒன்றைச் செய்ய இயலாது.

என் மனதில் எந்தளவு கோபம் இருந்ததென்றால், நான் அலேருவைப் போய்ச் சேரும் வரைக்கும் ஒரு வார்த்தை கூட பேசவேயில்லை. கை மணிக்கட்டைச் சீராக்கிப் பொருத்துவது எந்தளவு வலி தரக் கூடியது என்பதைப் பற்றி யோசிக்கக் கூட நான் பயந்தேன்.

நாட்டு வைத்தியரின் இல்லமானது ஏனைய கிராமத்தவர்களின் வீடுகளைப் போலவே சிறிய வீடொன்றாக இருந்தது.

அந்த வைத்தியர் எனது கையைப் பரிசோதித்துப் பார்த்தார். கிராமத்தவர்கள் சிலர் பாயில் அமர்ந்திருந்தார்கள். சில நிமிடங்களுக்குப் பிறகு சாய்கதிரையொன்றை எடுத்துக் கொண்டு வந்து என்னருகே இட்டு அதில் என்னை அமரச் சொன்னார் மருத்துவர். மறுகணமே பெலோவும், இன்னும் இருவரும் வந்து என்னைக் கதிரையோடு சேர்த்து அழுத்திப் பிடித்துக் கொண்டார்கள். அசையக் கூட முடியாமலிருந்த நான் என்ன நடக்கப் போகிறது என்பதை நன்றாக அறிந்திருந்தேன்.

சில நொடிகளில் மருத்துவர் எனது மணிக்கட்டைச் சரி செய்திருந்தார். ஒரு கணப் பொழுது கூட அந்த வலியைத் தாங்கிக் கொள்ள முடியாமலிருந்த நான் பைத்தியம் பிடித்த வள் போல கண்ணீர் சிந்தியவாறு அமர்ந்திருந்தேன். வெண் ணிறக் கலவையொன்றை முழங்கை வரை பூசி பற்றுப் போட்டு, மணிக்கட்டு நேராக இருக்கும் விதமாக மர மொன்றின் கம்புகளிரண்டை வைத்து நாரினால் சுற்றிவரக் கட்டுப் போட்டார்கள். அந்த சிகிச்சைக்காக மருத்துவர் எந்தக் கட்டணத்தையும் அறவிடவில்லை.

"இன்னொரு நோயாளிக்கு மருந்து செய்றதுக்காகவாவது இதை வச்சுக்குங்க" என்று பணம் வாங்கிக் கொள்ள மறுத்த மருத்துவரின் கையில் பணத்தை வைத்து அழுத்தினார் பெலோ.

"சரி. நாங்க போவோம் இனி" என்று கூறியவாறே பெலோ என்னை காருக்குக் கூட்டிக் கொண்டு வந்தார். அப்போதும் கூட அந்த அனுபவத்தால் ஏற்பட்டிருந்த தாக்கம் என்னை விட்டுப் போயிருக்கவில்லை. வீட்டுக்குத் திரும்பி வரும் வழியில் அந்தச் சிகிச்சையைப் பற்றி எதுவுமே பேசாமலிருந்தார் பெலோ. நான் அதைக் குறித்து மீண்டும் கதைப்பதற்கோ, முணுமுணுப்பதற்கோ சந்தர்ப்பங்கள் ஏற்படுத்திக் கொடுக் காமல், அவையனைத்தையும் இரகசியமாக வைத்திருப்பதே அவரது தேவையாக இருந்தது. என்னைக் கதிரையில் அமரச் செய்யும்போதே என்ன நடக்கப் போகிறதென்று, அதற்கு முன்பு அங்கு போய் வந்திருந்த அவர் அறிந்திருக்கக் கூடும்.

வீடு திரும்பும் வழியில் அவரிடமிருந்து விலகி காரின் கதவோடு சேர்ந்து அமர்ந்திருந்த நான் தொடர்ந்தும் மௌனமாகவே இருந்தேன். அவ்வேளையில் கூட 'தீர் மானிப்பது நானா? நீயா?' என்ற அவரது கேள்வியே எனது மனதில் எதிரொலித்துக் கொண்டிருந்தது. அத்தோடு அவர் என்னைச் சிறு குழந்தை போல நடத்துவது கூட எனது மனதில் கோபத்தை ஏற்படுத்தியது. அவர்களைப் பொறுத்த வரையில், எம்மைப் போன்ற பெண்களின் கருத்துகளை ஒருபோதும் பொருட்படுத்தவே கூடாது.

நாங்கள் வெகுதூரம் பயணிக்க வேண்டியிருந்தது. பல கிலோமீற்றர்களைக் கடந்ததும் பெலோ என்னை ஓரக் கண்ணால் பார்ப்பது புரிந்தது. என்னிலிருந்து வலியும், அதிர்ச்சியும் விலகிப் போயிருந்ததால், நான் அழுகையை நிறுத்த முயற்சித்துக் கொண்டிருந்தேன்.

"உன்னை ஹாஸ்பிடலுக்குக் கூட்டிட்டுப் போகலன்னு இப்பவும் என் மேல கோபமா?" என்று தனிமையான இடமொன்றில் காரை நிறுத்திய அவர் என்னை அவர் பக்கம் இழுத்து அணைத்தவாறு கேட்டார்.

"இவர் நல்ல டாக்டரா, இல்லையான்னு எனக்கு எப்படித் தெரியும்?" என்று அவரது அணைப்புக்குள்ளிருந்து கொண்டு நான் கேட்டேன்.

"உனக்குத் தெரிஞ்சிருக்கும்னு நான் நினைச்சேன். ஹாஸ் பிடல்ல கூட ஒரேயொரு டாக்டர்தான் இருக்கார். அவரும் இந்த நாட்கள்ல லீவுல போயிட்டாராம்னு நான் விசாரிச்சப்ப சொன்னாங்க."

நான் எதுவும் பேசாமலிருந்தேன்.

"ரொம்ப வலிச்சுதோ?" என்று அவர் எனது கையைத் தடவிக் கொடுத்தவாறே கேட்டார். அவர் என்னைச் சிறு குழந்தையை ஆற்றுப்படுத்துவது போல தேற்றியதைக் கண்டு எனது கண்களிலிருந்து கண்ணீர் வழிந்தோடியது. நான் அதைத் தவிர்க்க முயற்சிக்கவில்லை.

"இதை விட பாரதூரமான நோயாளிகளையெல்லாம் அந்த நாட்டு வைத்தியர் குணப்படுத்தியிருக்கார். அதனால தான் அவர்கிட்ட உன்னைக் கூட்டிட்டுப் போனேன். உன்னை நோவிக்க நான் நினைச்சேன்னு நீ நினைக்காதே."

எப்படியோ நான் அலேருவிலிருந்து கையைக் குணப்படுத்திக் கொண்டுதான் திரும்பி வந்திருந்தேன். அவ்வேளையில் பெலோ மீதிருந்த கோபம் தணிந்து போயிருந்தது. அனைத்துமே நன்றாக நடந்து முடிந்திருந்த போதிலும், பெண்களின் கருத்துகளை ஒன்றுக்கும் உதவாத வெற்றுக் கூச்சல்கள் எனக் கருதி புறக் கணித்ததை எனது மனம் ஏற்றுக் கொள்ளவேயில்லை. ●

22

சிறிது நேர உடல் நலக் குறைவுக்குப் பின்னர் பாரோ மாமா கடந்த வாரம் காலமானார். நான் ஒரு நண்பரை இழந்து விட்டேன்.

அன்று மாலை நேரம் கடுமையான புழுதிக் காற்று வீசியது. வெளியே தரையிலிருந்து அள்ளியெடுக்கப்பட்ட புழுதித் தட்டு வீட்டின் அனைத்து மூலைமுடுக்குகளிலும் வந்து படிந்தது. சின்னச் சின்ன எறிகணைகள் போல காற்றினால் அள்ளியெடுக்கப்பட்ட சிறிய சிறிய மண்துகள்கள் கூட அங்குமிங்குமிருந்து வந்து உடலில் மோதியது.

அரச பணியாளர்கள் தங்கியிருக்கும் பகுதியிலுள்ள வீடுகளில், இரண்டு வீடுகளின் கூரைகள் பிடுங்கி எறியப்பட்டு தரையில் கிடந்தன. கடுமையான சூரியக் கதிர்களால் ஆகாயம் ஒளி பெற்றிருந்ததோடு, மறுகணமே புழுதி படிந்த மழை மேகங்களால் சூரியனே மறைந்து போயிற்று. காற்று எங்கிருந்து வீசுகிறது என்பதை யோசித்துப் பார்க்கக் கூட முடியவில்லை. ஒரு கணம் அமைதியாக இருந்த வானம் மறுகணமே இடி, மின்னல்களால் அதிர்ந்தது. நிலத்திலிருந்து பிடுங்கப்பட்டு கீழே சாய்வதற்காகப் போல மரங்கள் அனைத்தும் அங்குமிங்குமாக ஆடிக் கொண்டிருந்தன.

ஆஸ்துமா நோயாளியான பாரோ மாமாவின் வியாதி உக்கிரமடைந்தது அப்போதுதான். அதைக் காணச் சகிக்க வில்லை. இதற்கு முன்பு ஒருபோதும் அவரது வியாதி இந்தளவு உக்கிரமானதில்லை என்று எல்லோரும் பேசிக் கொண்டார்கள். ஒவ்வொரு மூச்சாக உள்வாங்கும்போது அவரது வியாதி தந்த வேதனையை அவரால் தாங்கிக்

கொள்ள முடியாமலிருந்தது. அவரை உடனே மருத்துவ மனைக்கு அனுப்பி வைக்க வாகனமொன்றைத் தேடிக் கொள்ள இயலாமல் போனது. பிறகு எப்படியோ பாடுபட்டு வாகனமொன்றைத் தேடி அவரை மருத்துவமனைக்குக் கொண்டு போன போதிலும், ஊசி மருந்து ஏற்றுவதற்குத் தேவையான மருந்து அங்கில்லை என்பதை அறியக் கிடைத்தது. மருந்தை வெளியில் வாங்கி எடுத்துக் கொண்டு மருத்துவமனைக்குப் போன போது அவர் மரணமடைந் திருந்தார்.

அவரது சடலத்தை வீட்டுக்குக் கொண்டு வந்த சந்தர்ப் பத்தில் பெண்களான நாங்கள் எமது அறைகளுக்குள் அடை பட்டிருந்தோம். இறுதிச் சடங்குகளில் பெண்களின் பங் களிப்பு எதுவுமேயில்லை. பாரோ மாமாவின் அயலவர்களுக் கும், உறவினர்களுக்கும் இதைக் குறித்து அறிவித்ததோடு, அன்றிரவே சடலத்தைக் குளிப்பாட்டி, கபன் செய்து மறு நாள் விடிகாலையிலேயே நல்லடக்கம் செய்து விட்டார்கள்.

அவரை மாத்திரமல்லாமல், அவரால் கூறப்படும் பல்வேறு விதமான கதைகளையும் நான் இப்போது இழந்திருக்கிறேன். அவர் என்னிடம் நாட்டு வைத்தியர்கள், மருந்து தயாரிப் பவர்கள், மந்திரவாதிகள், சூனியம் செய்பவர்கள் என்று எத்தனை பேரின் கதைகளையெல்லாம் கூறியிருப்பார்?

அவர் ஒரு தடவை அவரது சொந்தக்காரப் பெண் ணொருத்தியைப் பற்றி என்னிடம் கூறியிருந்தார். வாரத்தில் ஆறு நாட்கள் சாதாரணமாக இருக்கும் அவள் ஏனைய ஒரு நாள் மாத்திரம் மந்திரவாதியாக மாறி விடுவாள். ஒவ்வொரு வாரமும் சந்தை நாளுக்கு இரண்டு தினங்களின் பிறகு அவள் மந்திரவாதியாகி விடுவதை ஒரு நாள் அவர் விவரித்தார்.

“ஒரேயொரு நாள் மட்டுமா அப்படியிருப்பாள்?” என்று நான் கேட்டேன்.

“ஆமா... ஒரேயொரு நாள் மட்டும்தான். மற்ற நாட்கள்ல அவள் வீட்டு வேலைகளை செஞ்சுக்கிட்டு, சிரிச்சுப் பேசிக்கிட்டு, பிள்ளைகளோட சண்டையை விலக்கிக்கிட்டு இருக்குற சாதாரண குடும்பப் பெண்ணாக இருப்பாள்.”

“அந்தக் குறிப்பிட்ட நாள்ல அவள் என்னதான் செய்வாள்?”

“விடிகாலைலயே எழுந்திடுவாள். யாருடனும் பேச மாட்டாள். அந்த நாள்ல அவளோட கண்களிரண்டும் கூட வித்தியாசமாத்தான் இருக்கும். காட்டுக்குப் போய் ஓரோர் வகையான மூலிகைகள், கிழங்குகள், வேர்களை எடுத்துட்டு வருவாள். பிறகு அவற்றை வெட்டியும், இடிச்சும் வெவ்வேறு வகையான கசாயங்களைத் தயாரிப்பாள். இந்த வேலை யெல்லாம் முடியும் வரைக்கும் அவள் யார்கிட்டயும், ஒரு வார்த்தை கூட பேச மாட்டாள். அந்த நாள்லதான் மந்திரிச்ச தண்ணி, வசிய மருந்துகளைக் கேட்டு வாங்கிப் போக ஆம்பளைகளும், பொம்பளைகளும்னு அவளைத் தேடி வந்துட்டேயிருப்பாங்க.”

“செய்வினையை அவள் செய்வாளா? இல்லேன்னா யாராவது செஞ்சதை வெட்டுவதைச் செய்வாளா?” என்று கேட்டேன்.

“ரெண்டையுமே செய்வாள்னு நினைக்கிறேன். நிறைய பணக்காரங்க தங்களோட மனம் விரும்பிய சின்னப் பொண்ணுங்களை வசியம் செய்றதுக்கு அவள்கிட்ட மந்திரிச்ச தண்ணி கேட்டு வருவாங்க” என்று வாயிலிருந்த கோலா பாக்கு எச்சிலை முற்றத்தில் துப்பியவாறு பாரோ மாமா கூறினார்.

“அவள் அதுக்காக காசு வாங்குவாளா?” என்று கேட்டேன்.

“மூணு கோபா நாணயத்துக்கு மேல ஒரு காசைக் கூட வாங்க மாட்டாள்.”

“ஏன் மூணு கோபா காசு மாத்திரம் வாங்குறா?”

“யாருக்குத் தெரியும்? அவளுக்கு அந்த சக்தியைக் கொடுத்தவங்க அந்தளவு காசு மட்டும்தான் வாங்கணும்னு கேட்டுக்கிட்டு அந்த சக்தியைக் கொடுத்திருக்கக் கூடும்.”

இதையெல்லாம் சொல்வது காரணத்தோடுதான் என்ற பாவனையோடு அவர் கூறிக் கொண்டிருந்தார். அவை அனைத்தையும் மறுக்கவோ, அவையெல்லாம் பிழையானவை

என்பதை நிரூபிக்கவோ எனக்குத் தேவையாக இருந்த போதிலும், அதிலுள்ள உண்மைத்தன்மை, மூட நம்பிக்கை குறித்த எவ்வித வாத விவாதங்களிலும் நான் ஈடுபடவில்லை.

அறியாப் புறங்களிலிருந்து எழும் மாய நம்பிக்கைகள் மீதான வெளியே கூற இயலாத அச்சத்திலிருக்கும் நான் அவற்றின் நடுவே அவை தரும் வலியை அனுபவித்துக் கொண்டிருக்கிறேன். அங்கவீனமான குழந்தைகள் தொடர்பான கனவுகளாலும், கரு கலைந்து போவது குறித்த எண்ணங்களாலும் எனது ஞாபகங்கள் நிறைந்திருக்கின்றன.

இப்போது பாரோ மாமா மரணித்து விட்டதனால், இனி மேல் எனக்கு அவரிடமிருந்து எதையும் கேட்டறிந்து கொள்ள முடியாது. ஒரு வெள்ளிக்கிழமை நாளில்தான் அவர் காலமானார். வெள்ளிக்கிழமைகளில் மரணமடைபவர்கள் சுவனம் செல்வார்கள் என்று ஒரு நம்பிக்கை நிலவுகிறது. அவர் இப்போது நிம்மதியாக ஓய்வெடுத்துக் கொண்டிருப்பார் என்று எனக்குத் தோன்றுகிறது. அவர் மரணிக்கும்போது அவருக்கென்றொரு குடும்பம் இருக்கவில்லை. குளிர்ந்து ஈரமான மண்ணில் அடக்கம் செய்யப்பட்ட அவரது உடலைக் குறித்து நான் யோசித்துப் பார்க்கிறேன். மரணத்தின் தனிமை மற்றும் ஏகாந்த நிலைமையை உணரும்போது எனதுடல் சிலிர்க்கிறது.

குர்ஆனில் கூறப்பட்டிருக்கும் விதத்தில், மரணம் ஒரு முடிவல்ல. நாங்கள் செய்யும் ஒவ்வொரு காரியங்களுக்குமுரிய நன்மை, தீமைகள் வழங்கப்படும். அவை அணுவளவு சிறிய தாக இருந்தாலும் அதற்குரியது வழங்கப்படும். அனைத்தும் மறைந்த பிறகும், மனிதர்கள் மீண்டும் உயிர்ப்பிக்கப்படுவார்கள்.

அணுவளவு சிறியதாகவோ, மாம்பழத் தோல் அளவு பெரிதாகவோ இருந்தாலும் பரவாயில்லை. அநீதி இழைத்த வர்களின் மனதில் பெரும் நெருப்பும், பெருங்குழப்பமும் ஏற்படுவது நிச்சயம்.

பாரோ மாமா பாவங்கள் எதுவும் செய்திருக்க மாட்டார் என்பதில் எனக்கு நம்பிக்கை இருக்கிறது.

23

மீண்டும் மழை பெய்யத் தொடங்கியிருக்கிறது. கடந்த சில வாரங்களாக விடாமல் பெய்யும் பெருமழையானது எமது சிறிய காய்கறிப் பாத்தியில் பெரும் ஆச்சரியங்களை விதைத்திருக்கிறது. தளிர்கள் அனைத்தும் நன்கு வளர்ந்து கொழுந்து விடத் தொடங்கியிருக்கின்றன. அவை நன்றாக வளர்வதை எம்மால் காணக்கூடியதாக இருக்கிறது. மக்கள் தமது விவசாய நிலங்களில் கடுமையாகப் பாடுபட்டுக் கொண்டிருக்கிறார்கள். விடிகாலையிலேயே மண்வெட்டிகளைத் தமது தோள்களில் சுமந்தவாறு விவசாயிகள் தமது பயிர்நிலங்களுக்குச் செல்வதை காணக் கூடியதாக இருக்கிறது.

எனது அறையின் உயரமான ஜன்னலருகே போய்ப் பார்த்தால் திணை மற்றும் எள் வயல்களைப் பார்க்க முடியும். இருந்தாலும், அந்த ஜன்னல் வழியே வெளியே பார்க்க வேண்டுமென்றால் கதிரையொன்றை வைத்து அதன் மீது ஏறினால் மாத்திரமே பார்க்க முடியும். சில விவசாயிகள் தமது பயிர் நிலங்களுக்கு மோட்டார் சைக்கிள்களிலேயே செல்கிறார்கள்.

அந்த மாம்பழத் தோல் நிகழ்வுக்குப் பின்னர் நான் மிகவும் கவனமாக இருந்தேன். ஜன்னலிலிருந்து வெளியே எட்டிப் பார்க்க கதிரையொன்றில் ஏறுவதற்குக் கூட அஞ்சினேன். சில அந்திவேளைகளில் இருள் சூழ்ந்ததற்குப் பிறகு நான் பிள்ளைகளைக் கூட்டிக் கொண்டு சற்று நடந்து வரப் போனேன்.

நேற்று ஜஸ்டினாவிடமிருந்து ஒரு கடிதம் கிடைத்தது. வயிற்றில் குழந்தை உருவானதற்குப் பிறகு எனது உணர்வுகள் எப்படியிருக்கிறது என்பதை அவள் அறிந்து கொள்ள

விரும்பினாள். இன்னும் எனது வயிறு அந்தளவு பெரிதாக வில்லை. தலைப்பிள்ளை பிறக்க இருக்கும்போது வயிறு அந்தளவு பெரிதாவதில்லை என்று பாத்திமா கூறினாள்.

உடல்ரீதியாக நான் மிகுந்த உடல் நலத்தோடு இருக்கிறேன். மனதளவிலும் அதற்குச் சமமான நலத்துடனே இருக்கிறேன். மோசமான விடயங்கள் குறித்து சிந்திக்காதிருக்க நான் எவ் வளவுதான் முயன்றபோதிலும், எனதுள்ளம் மீண்டும் மீண்டும் அந்த விடயங்களையே யோசிக்க முற்படுகிறது. ஆகவே பயங்கரமான அசம்பாவிதங்கள் எவையும் நடக்கக் கூடாதென்று தான் நான் எப்போதும் பிரார்த்தித்து வருகிறேன்.

அது நிச்சயமாக என்னை அச்சுருத்துவதற்காகத் தோன்றக் கூடிய பயங்கரமான உணர்வுதான். நான் அளவுக்கதிகமாக யோசிப்பதாக ஜஸ்டினா கூறுகிறாள். அவள் கூறுவதிலும் உண்மையிருக்கலாம் என்றே எனக்கும் தோன்றுகிறது. நான் கவலையோடு இருந்தால் அது குழந்தையைப் பாதிக்கும் என்பதை யோசித்து யோசித்தே மிகவும் பயந்து போயிருக் கிறேன். மனதை மாற்றவென எதையேனும் எடுத்து வாசிக்க முயற்சித்த போதிலும், அதன் மீது முழுக் கவனத்தையும் செலுத்த என்னால் முடிவதேயில்லை.

நேற்று பெலோ என்னை மகப்பேற்று மருத்துவர் ஒரு வரிடம் கூட்டிக் கொண்டு போனார். இப்போது எனது கர்ப்பத்துக்கு ஐந்து மாதங்கள் பூர்த்தியடைந்திருப்பதோடு குழந்தையின் அசைவையும் என்னால் உணர முடிகிறது. என்னைப் பரிசோதித்த மருத்துவரால் குழந்தையின் அனைத்து உறுப்புகளும் பரிபூரணமாக வளர்ந்திருக்கிறதா என்று கூற முடியுமாக இருக்குமா என்று அந்தச் சந்தர்ப்பத் திலும் எனக்கொரு யோசனை வந்தது. குழந்தையின் நாடித் துடிப்பையும், கருவில் குழந்தை அதற்குரிய இடத்தில் இருப் பதையும் பற்றி மாத்திரமே அவரால் கூற முடியுமாக இருக்கும் என்றும் எனக்குத் தோன்றியது.

கருவிலிருக்கும் குழந்தையின் கையில் ஆறு விரல்கள் இருக்குமா, மூக்கு உரிய விதத்தில் அமைந்திருக்குமா, இவ்வா றான நூற்றுக்கணக்கான அங்கங்கள் வேறு இடங்களில் தவறுதலாக வளர்ந்திருக்கின்றனவா என்றெல்லாம் அவரால்

கூற முடியுமாக இருக்குமா? அவ்வாறே அவன் பிறந்து சில வருடங்கள் கழிந்ததும் அவனுக்குப் பார்வைக் குறைபாடோ, கேட்டல் குறைபாடோ ஏற்படக் கூடும் என்பதையும் அவரால் இப்போது கூற முடியாமலிருக்கும். அவன் பூரண மூளை வளர்ச்சியோடு இருக்கிறான் என்பதைக் கூட வருடங்கள் சில கடந்ததற்குப் பிறகுதான் கூற முடியுமாக இருக்கும்.

பிரசவத்துக்காகக் காத்திருக்கும் எல்லா கர்ப்பிணிகளும் இவ்வாறுதான் யோசித்துக் கொண்டிருப்பார்களா? நானென் றால் குழந்தையின் பூரண வடிவத்தைக் காணும்வரைக்கும் பொறுமையற்று மனதுக்குள் தவித்துக் கொண்டிருக்கிறேன்.

குழந்தையை நான் ‘அவன்’ என்று குறிப்பிடுவதைக் கேட்டு ஜஸ்டினா சிரித்தாள். பெண்களின் உரிமை மற்றும் சமத்துவத் துக்காகக் குரல் கொடுத்த நானே அதைப் பற்றியெல்லாம் யோசிக்காமல் இன்னும் ஆண் குழந்தை மோகத்துக்கு வக்காலத்து வாங்குவதாக அவள் கூறினாள். அப்படியானால், நான் எவ்வாறு எனது குழந்தையை அழைக்க வேண்டும்? ‘அவன்’ என்றா? ‘அவள்’ என்றா?’

‘அவன்’ என்று அழைக்கவும் நான் விரும்பவில்லை. அதற்காக குழந்தையை ‘அவள்’ என்று அழைப்பதும் கூட பொருத்தமற்றது என்று தோன்றியது. குழந்தையை ‘அந்த நபர்’ என்று அழைக்கவும் இயலாது. ‘அந்த நபர்’ பெண்ணாக இருந்தால்? அது எனக்கு மிகவும் மகிழ்ச்சியளிக்கும்தான். இருந்தாலும், பெலோ மகனொருவனையே எதிர்பார்த்துக் கொண்டிருக்கிறார் என்பது நிச்சயம். பெண் குழந்தை பிறந்தால், அவளைத் திருமணம் முடித்துக் கொடுக்கும்போது மணமகனிடமிருந்து பெரிய மஹர் தொகை கிடைக்கும் என்று நான் அவரிடம் கூறினேன்.

“மகள்களுக்குக் கிடைக்குற சீதனம் எனக்குத் தேவையில்ல. என்கிட்ட நிறைய காசு இருக்கு” என்று அவர் கோபமாகப் பதிலளித்தார்.

24

ஆகஸ்ட் மாதத்தில் வழமை போலவே பெருமழை பெய்யத் தொடங்கியதோடு, சாடிகளில் நடப்பட்டிருந்த பூச்செடிகளிலும் பூக்கள் பூக்கத் தொடங்கியிருக்கின்றன. என்னதான் நான் நட்ட விதைகள் அனைத்தும் நன்றாக வளர்ந்துள்ள போதிலும் அவற்றில் ஏதோ வித்தியாசம் தெரி கிறது. மரஞ்செடி கொடிகள் அனைத்தும் ஒன்று போலவே மண்ணிலிருந்து முளைத்த போதிலும், எவ்வளவு வேறுபட்ட விதத்தில், வேறுபட்ட காலங்களில் பூத்துக் காய்க்கின்றன?! சில பெருமிதத்தோடு மிக உயரமாக வளர்கின்றன. சில சுருங்கி சுருண்டு போகின்றன. இருந்தாலும், அவையும் வளர்ந்து கொண்டுதான் இருக்கின்றன. சிலவோ நோய்த் தாக்குதல்களுக்கு உள்ளாகி விரைவிலேயே மரித்து விடுகின்றன.

பூமியானது மழையோடு இணைந்து கொள்ளும் விதத்தை யும், செடிகள் தளிர் விட்டு வளர்வதையும் பார்த்துக் கொண் டிருக்கையில் எனது உள்ளம் மிகுந்த வியப்பிலாழ்ந்து அவை மீது ஈர்க்கப்பட்டு விடுகிறது. புற்கள் எல்லா இடங்களிலும் வளர்ந்திருக்கின்றன. உணவாக எடுத்துக் கொள்ளும் பல் வேறு விதமான கீரைகளும் கூட செழிப்பான மண்ணிலிருந்து வெளியே தோன்றியிருக்கின்றன. ஒரே இரவில் தக்காளிச் செடிக் கன்றொன்று தரையில் தோன்றியிருக்கிறது. சமைய லறையிலிருந்து வீசப்பட்ட குப்பையோடு அந்தத் தக்காளி விதை கலந்திருந்திருக்கக் கூடும்.

மொத்த இரவும் மழை பெய்து ஈரமாகியிருக்கும் தரையி லிருந்து களைச்செடியொன்றைப் பிடுங்கி அகற்றும்போது வேரோடு சேர்ந்து மண்ணும் வெளியே பிடுங்கப்பட்டு

வருகிறது. புழுதிக் காற்றடித்த கோடை காலத்து வெடித்த தரையை விடவும், தரையில் இப்போது எவ்வளவு மாற்றம் ஏற்பட்டிருக்கிறது. மொத்த பிரதேசத்தையும் பசுமை போர்த்தியிருக்கிறது. வீட்டைச் சுற்றிவர இவ்வாறு அரண்கள் போல மதில்கள் இல்லாமல், பயிர்நிலங்களைப் பார்த்துக் கொண்டிருக்க முடியுமாக திறந்த வெளி வீடொன்று இருந் திருந்தால் எவ்வளவு நன்றாக இருக்கும் என்று எனக்குத் தோன்றுகிறது.

எனது நடவடிக்கைகளும், செயல்களும் முற்றாக மாறிக் கொண்டிருக்கின்றன. தரையில் கையூன்றி அமர்ந்து கொள் வதோ, தரையில் அமர்ந்து கொண்டிருந்து விட்டு எழுந்து கொள்வதோ சிரமமாக இருக்கிறது. குழந்தை, தான் வயிற்றி லிருக்கிறேன் என்பதை உணர்த்துவதற்காகப் போல, குறும்புத் தனமாக உதைப்பது எனக்கு மகிழ்ச்சியளிக்கிறது.

“ஆண்டவனே, குழந்தைக்கு எதுவும் ஆகக் கூடாது” என்று தான் நான் காலையும், மாலையும் பிரார்த்தித்து வருகிறேன். பிரசவ காலத்தை நெருங்குகையில் எனது மனதினுள்ளே எழுந்த பொறுப்புகள் அதிகரித்திருப்பதோடு, உள்ளுக்குள் ஒளிந்திருந்த பயமும் மீண்டும் வெளியே தலைதூக்கத் தொடங்கியிருக்கிறது.

இரண்டு நாட்களுக்கு முன்பு, குளியலறைக்குப் பின்னா லிருக்கும் படிக்கட்டினருகே நிலத்திலிருந்த மண்ணில் சற்று வித்தியாசம் தெரிந்தது. யாரோ அவசரமாகத் தரையைத் தோண்டி விட்டு மூடிப் போயிருப்பது புரிந்தது. சிலவேளை முன் தினம் மாலை வேளையில் பிள்ளைகள் இங்கு விளையாடியிருக்கலாம். இருந்தாலும், பாத்திமாவுக்கோ இது மர்மமாகவும், கவலைக்குரிய விடயமாகவும் இருந்தது.

“சூனியம் செய்றவன்தான் இப்படி அவன் போற, வாற இடங்கள்ல எல்லாம் ஏதாவது செய்வினையைப் புதைச்சுட்டுப் போவான்குறதை நீ கேள்விப்பட்டதில்லையா?” என்று பாத்திமா என்னிடம் கேட்கும்வரைக்கும் அதைப் பற்றிய எண்ணமே எனக்குள் உதித்திருக்கவில்லை.

அதே நேரம் பாத்திமா எனது பாதுகாப்புக்காக ஒரு தாயத்தைப் பெற்றுக் கொள்ள என்னை மாந்திரீகரிடம்

கூட்டிக் கொண்டு போக பல தடவைகள் முயற்சித்தாள். இவ்வாறான மாய சக்திகளிடமிருந்துத் தப்பித்துக் கொள்ள வேண்டுமென்றால், எம்மிடமும் ஏதாவது மாய சக்தி இருக்க வேண்டும் என்றுதான் அவள் கருதினாள். எத்தனையோ தடவைகள் அவள் என்னிடம் இதைப் பற்றிக் கூறியிருந்த போதிலும், இந்தத் தடவை அவள் அதைக் குறித்து வற்புறுத்திக் கூறினாள்.

"நான் உன்னை அங்க கூட்டிட்டுப் போறேன். அவர் ரொம்ப நல்லவர். உன்னை எதுலருந்தும் பாதுகாக்க அவரால முடியும்" என்றாள்.

"எனக்குப் புரியல. நமக்கு ஏதோ செய்வினை செஞ்சிருக்காங்கன்னு எங்களுக்கு எப்படி உறுதியாத் தெரியும்?" என்று கேட்டேன்.

"செஞ்சிருக்காங்களா இல்லையான்னெல்லாம் நீ உறுதியாத் தெரிஞ்சுக்குறப்ப காலம் கடந்திருக்கும்" என்று அவள் பொறுமையற்றவள் போல பதிலளித்தாள்.

எனது நாடித் துடிப்பு நின்று போனது போல உணர்ந்தேன். நான் என்னதான் செய்வது? நான் கேள்விப்பட்டிருந்த கதைகள் அனைத்தும் ஆவிகளைப் போல என் பின்னால் தொடர்ந்து கொண்டிருந்தன. அவ்வேளையில் எனது உடல் பதறியதோடு, தலையும் வலித்தது.

குழந்தைப் பிறப்பைத் தாமதிக்கச் செய்யவும், கருவின் வளர்ச்சியைத் தடுப்பதற்கும், அழிப்பதற்கும் இவ்வாறான காரியங்களைச் செய்ய முடியுமாம். அந்தச் செய்வினையை உரிய காலத்தில் அகற்றாமல் விட்டால் அங்கவீனமான குழந்தைகள் பிறக்கவோ, கருக்கலைப்பு ஏற்படவோ வாய்ப்பிருக்கிறதாம். இவ்வாறான விடயங்கள் பெரும்பாலும் நடை பெற்றுக் கொண்டிருப்பதாக பலரும் கூறிக் கொண்டிருக்கிறார்கள். பாத்திமா என்னை எங்கோ கூட்டிக் கொண்டு போவதாக வாக்குறுதியளித்தாள்.

இருந்தாலும் நான் வெகுவாக குழம்பிப் போயிருந்தேன். என்ன செய்வதென்றே எனக்குத் தெரியவில்லை. இந்த மாந்திரீகர்கள் அனைவருமே எம்மைப் பாதுகாப்பதாகக்

கூறி பணம் கறப்பவர்களென்று சிலர் கூறுகிறார்கள். அவர்கள் நடக்கப்போகும் அசம்பாவிதங்கள் குறித்து மிகுந்த கவலையோடு எம்மிடம் தெரிவித்து எம்மிடமிருந்து வேண்டிய மட்டும் பணம் பறித்துக் கொள்வார்கள். அச்ச உணர்வுகள் என்னை அழுத்தியதால்தான் நான் அவள் கூறியதற்கு இசைந்தேன் என்றாலும், அந்த மோசமான பாவ காரியங்களில் ஈடுபடுவதை நான் மிகவும் வெறுத்தேன்.

ஒரு தடவையாவது நான் இந்தப் பயங்கரத்தை உண்மை யென ஏற்றுக் கொண்டு அதற்குரிய பரிகாரங்களை மேற் கொள்ளத் தொடங்கி விட்டேன் என்றால், என்னால் அதிலிருந்து விடுபடவே முடியாமல் போகும். இதை நோக்கி நான் ஒரு அடியாவது முன்னால் எடுத்து வைத்தால், நான் முழுமையாக வெறுக்கும் இவ்வாறான விடயங்களை ஏற்றுக் கொள்பவளாக ஆகி விடுவேன். ஒருவருக்கு கை கொடுப்பதன் மூலம் கூட அவரது வாழ்க்கையின் ஒரு பகுதியை வசப் படுத்திக் கொள்ள முடியும் என்று நம்பும் மனிதர்கள் இருக்கும் நாட்டில் இவ்வாறான மர்மமான, மாய சக்திகளை என்னால் எவ்வாறு முழுமையாக மறுக்க முடியும்? இவற்றை யெல்லாம் கேள்விப்பட்டால் வெளிநாட்டவர்கள் சிரிக்கக் கூடும் என்றாலும், எமக்கு இவை நகைப்புக்குரிய விடயங் களல்ல. சிலர் இந்த பாவ காரியங்களுக்காக பலியிடல்களையும் மேற்கொள்வதாக நைஜீரியர்கள் கூறுகிறார்கள்.

இந்த நிகழ்வுக்குப் பிறகு எனது தாய் என்னைப் பார்த்துப் போக வந்தாள். அவள் வந்தவுடனேயே பாத்திமா அவளுடன் மிகுந்த உற்சாகத்தோடு உரையாடத் தொடங்கி விட்டாள். அந்த உரையாடலின் பலனாக நான் எனது தாயுடன் போய் மாந்திரீகர் ஒருவரிடம் எனக்கு பாதுகாவல் தேட வேண்டும் என்று உத்தரவிடப்பட்டது. பாதுகாவலுக்கான பூஜைக்கும், தாயத்துக்குமான பொருட்களின் நீண்ட பட்டியல் மாந்திரீகரால் தரப்பட்டிருந்தது. (அவை அனைத்துமே மாந்திரீகரின் தனிப்பட்ட தேவைக்கான பொருட்கள் என்பதை நான் உறுதியாக நம்புகிறேன்.) இதற்கெல்லாம் எவ்வளவு பணம் செலவாகும் என்பதே எனக்கு வியப்பளித்தது.

நடக்கப் போவதை பெலோ அறிந்திருந்தாரா என்பது எனக்கு சரியாகத் தெரியவில்லை. இருந்தாலும் அவருக்கு

இதுவெல்லாம் தெரிந்திருக்கக் கூடும். தொடக்கத்தில் நான் எனது பெற்றோருடன் தங்கப் போவதை அவர் அவ்வளவாக விரும்பவில்லை. இருந்தாலும் பிறகு அவர் அதற்கு சம்மதித்து ஒரு காலைவேளையில் எம்மைத் தனது காரில் எனது தந்தையின் வீட்டுக்குக் கொண்டு வந்து விட்டுவிட்டுப் போனார்.

அமீனாவின் வெறுப்புப் பார்வையிலிருந்து விலகியிருக்கக் கிடைத்ததுவே எனக்கு நல்லதொரு மாற்றமாக இருந்தது. என்றாலும், என் தாயின் மீதோ, சகோதரிகள் மீதோ கூட நம்பிக்கை வைக்க முடியாத மனப்பான்மை தோன்றும் அளவுக்கு என்னை ஆட்கொண்டிருந்த பயத்தை என்னால் தாங்கவே முடியாமலிருந்தது. அதை என்னால் வார்த்தைகளில் விவரிக்க முடியாமலிருக்கிறது. அது எனது வாழ்க்கையை எந்தளவு பாதிக்கும் என்பதை எனது தாயிடம் விளக்குவதற்குக் கூட என்னிடம் வார்த்தைகள் இருக்கவில்லை.

எனது தந்தை என்னிடம் மிகுந்த பாசம் காட்டியதால் நானும் அவருடன்தான் நெருக்கமாக இருந்தேன். அங்கு அனைவருடனும் ஒன்றாக அமர்ந்திருந்து ஒரே பாத்திரத்தில் உணவருந்தியவாறு ஊர்வம்புகளைக் கதைத்துக் கொண் டிருந்தது மிகுந்த மகிழ்ச்சியைத் தந்தது. அவ்வேளையில் மேலுமொரு நற்செய்தியும் எனது காதுகளை எட்டியது. எனது தங்கையான அஸூம் மீண்டும் தனது கணவனிடம் போய் விட்டிருந்தாள்.

பாடசாலைகளில் கட்டணங்கள் அறவிடப்படத் தொடங்கியிருந்ததால், பெரும்பாலான ஆண் மாணவர்கள் பாடசாலைகளை விட்டு விலகியிருந்தார்கள். மூஸா விடுதி வசதியுடன் கூடிய பாடசாலையொன்றில் சேர்க்கப்பட்டிருந் தான். பெண்கள் பாடசாலைகளிலோ கட்டணங்கள் அறவிடப்படவில்லை. பெண்கள் கல்வியை அதிகரிக்கச் செய்யும் நோக்கத்தில்தான் அவ்வாறு கட்டணங்கள் அறவிடப்படாமலிருந்தது.

போலியோ வியாதி தாக்கிய ஐரோவை மீண்டும் எனக்குக் காணக் கிடைத்தது. ஒரு வருடத்துக்கு முன்பு பெலோ இந்த வீட்டு முற்றத்துக்கு வந்து என்னுடன் மரத்தடியில் கதைத்துக்

கொண்டிருந்த வேளையில் ஐரோ நொண்டியவாறே எமக்கு முன்னால் வந்து நின்றது எனக்கு நினைவு வந்தது. அது ஒரு அசுப நிகழ்வுக்கான அறிகுறியென்றே எனது மனதில் பதிந்திருக்கிறது. அந்த எண்ணத்தை எனது மனதிலிருந்து அகற்ற நான் எடுத்துக் கொண்ட அனைத்து முயற்சிகளும் வீணாகிப் போயிருக்கின்றன.

எனது தந்தையின் வீட்டில் நான் கண்ட ஒரு ஆச்சரியப் படத்தக்க நிகழ்வாக எனது சித்தி மீண்டும் கர்ப்பமடைந் திருப்பதைக் குறிப்பிடலாம். குழந்தைப் பிறப்புகள் எமது வீட்டில் முடிந்து போயிருக்கக் கூடும் என்றுதான் அதுவரை நான் நினைத்துக் கொண்டிருந்தேன். இருந்தாலும் அந்த எண்ணம் நடைமுறைக்குச் சாத்தியமற்றது என்பது இப்போது நிரூபணமாகியிருக்கிறது. மூஸாவின் தாயின் வயது முப்பது களில்தான் இருக்கும் என்பதோடு எனது தந்தையோ பெலோவை விட ஓரிரு வயதுகளே அதிகமாக இருப்பார். இறைவனின் ஆசிகளுக்கிணங்க எனது தந்தைக்கு தனது இரண்டாவது பேரனை விடவும் இளைய மகனோ, மகளோ பிறக்கக் கூடும். எமது குடும்பங்களில் இதுவோர் அசாதாரண விடயமேயல்ல.

25

சில தினங்களின் பின்னர் நான் பாதுகாப்புக்கான தாயத் தொன்றையும் கழுத்தில் அணிந்து கொண்டுதான் மீண்டும் பெலோவின் வீட்டுக்கு வந்தேன். நான் அந்த வீட்டுக்கு வந்த வேளையில் பெலோ வீட்டில் இருக்கவில்லை. சில தினங்களுக்கு முன்னர் அவர் எனது தந்தையின் வீட்டில் என்னைக் கொண்டு போய் விட்டபோதுதான் நான் அவரை கடைசியாகக் கண்டிருந்தேன்.

மீண்டும் நான் வீட்டுக்குத் திரும்பிய அந்தச் சந்தர்ப்பத்தில் பாத்திமாவும் வீட்டில் இருக்கவில்லை. அவள் சுகவீன முற்றிருக்கும் அவளது அத்தையொருத்தியைப் பார்த்து விட்டு வரப் போயிருந்தாள். வீட்டில் எவ்விடத்திலும் அமீனா இருக்கும் அறிகுறியும் தென்படவில்லை. சிலவேளை அவள் அவளது அறைக்குள் இருக்கக் கூடும். நான் வரும்போது பெலோவின் அத்தையொருத்திதான் என்னை வரவேற்றாள்.

மதியமாகும்போது மொத்த வீடும் அமைதியில் மூழ்கியிருந்தது. நான் மிகவும் களைப்பாக உணர்ந்தேன். என்னை அனைத்திலிருந்தும் ஒதுக்கி வைத்திருப்பது போன்ற ஒரு விந்தையான கவலையுணர்வு எனக்குள் தோன்றியது. எனது தந்தையின் வீட்டு முற்றத்திலிருக்கும் இதமான வெப்பம் கூட இந்த வீட்டுக்குள் இல்லை என்று எனக்குத் தோன்றியது.

களைப்போடு சேர்த்து தூக்கம் வருவது போலவும் உணர்ந்தேன். வீடு முழுவதிலும் பரவியிருந்த அமைதிக்குச் செவிசாய்த்தவாறு நான் எனது கட்டிலில் படுத்துக் கொண்டு களைப்பைப் போக்க முயற்சித்தேன். இந்த வீட்டிலுள்ளவர்கள்

எல்லோரும் எங்கேதான் போய் விட்டார்கள் என்று என்னை நானே கேட்கையில் எனதுள்ளம் பொறுமையிழந்து கவலை யால் நிரம்பியது.

சிறிது நேரத்துக்குப் பிறகு எனக்கு பாத்திமாவின் குரல் கேட்டது. அதை மிகவும் ஆறுதலாக உணர்ந்தேன். அயல் வீடொன்றுக்குப் போயிருந்த அவள் தனது பிள்ளைகளோடு வீட்டுக்குத் திரும்பியிருந்தாள். அவளுக்கு ஊர்வம்புகளை அறிந்து கொள்ளத் தேவைப்பட்டால் போய் வரும் வீடுகளி லொன்று அது.

மிகுந்த பாசத்தோடு என்னை வரவேற்றவள் அதிர்ந்து போயிருப்பவள் போல தென்பட்டாள். என்னிடம் சொல்லத் தயாராக ஏதோவொரு ரகசியம் அவளுக்குள் அலையடித்துக் கொண்டிருந்தது. எனது நலம் விசாரித்தவள் எனது கட்டிலின் மீது அமர்ந்து அந்த நடைப்பயணத்தில் ஏற்பட்ட களைப்பி னால் மூச்சிறைத்தாள். பிறகு முந்தானையால் முகத்தைத் துடைத்தவாறே பெருமூச்சு விட்டாள். பிள்ளைகள் எங்கள் இருவரையும் தனியே விட்டுப் போனார்கள். அவளிடம் காணப்பட்ட புதிரான தோற்றத்தைக் குறித்து வியந்தவாறே நான் பொறுமையாக அவளையே பார்த்துக் கொண்டிருந்தேன்.

"அந்தப் பொம்பளை போயிட்டா" என்றாள். ஏளனமான தொனியில்தான் அவள் 'அந்தப் பொம்பளை' என்று குறிப்பிட்டாள்.

"எந்தப் பொம்பளை?" என்று கேட்டேன்.

"உன்னோட அன்புச் சோதரி அமீனா" என்று விரோத மனப்பான்மையோடு கூறி சத்தமாகச் சிரித்தாள். அவளது சிரிப்பு அந்த வீடு முழுதும் எதிரொலித்தது. கதவு நெடுகவும் போய்க் கொண்டிருந்த பல்லியொன்று ஒரு கணம் நின்று பார்த்து விட்டு காணாமல் போனது.

"எங்க போயிட்டா? என்னாச்சு?"

"என்ன நடந்துச்சுன்னு எனக்குத் தெரியாது. இவர் அவளைத் தலாக் சொல்லப் போறார். அதனால அவள் அவளோட உம்மா, வாப்பாக்கிட்ட போயிட்டாள். ஜெஸீமாவையும் கூட்டிட்டுப் போயிட்டாள்."

அங்குமிங்குமாக இழுபட்டுக் கொண்டிருந்த அமீனாவினதும், பெலோவினதும் திருமண பந்தத்தைக் குறித்து அரசல் புரசலாக அறிந்திருந்த போதிலும், இந்தத் தகவலைக் கேட்டதும் நான் மிகவும் கவலையில் ஆழ்ந்தேன். இங்கெல்லாம் ஓர் ஆணுக்கு, பெண்ணை விவாகரத்து செய்வது என்பது மிகவும் இலகுவான காரியம்தான். நம்பவே முடியாத அளவுக்கு இலகுவான காரியம் அது. மூன்று தடவைகள் 'தலாக்' சொல்வதே போதுமானது. என்றாலும் பிள்ளைகள் குறித்து இருவரும் பேசி ஒரு தீர்மானத்துக்கு வர வேண்டும்.

விவாகரத்து வழங்கப்பட்டதன் பிறகு பொதுவாக பிள்ளைகள் தந்தையுடன்தான் வசிக்க வேண்டி வரும். தாயின் இழப்பை ஜெஸீமா எப்படி எடுத்துக் கொள்வாள்? அவ்வேளையில் அமீனாவைக் குறித்து நிஜமாகவே எனக்குள் கவலை தோன்றியதா என்பதை நான் அறியவில்லை. தகவலை அறிந்து கொண்டதிலிருந்தே நான் மிகுந்த பதற்றத் துக்கும், அதிர்ச்சிக்கும் ஆளாகியிருக்கிறேன். இந்த நிகழ்வினால் அமீனா மீது எனக்கிருந்த கோபமும் மேலும் அதிகரித் திருக்கிறது.

அமீனாவுக்கும், பெலோவுக்கும் இடையில் ஏற்பட்ட கருத்து வேறுபாடுகள் நான் இங்கு வருவதற்கு வெகுகாலத்துக்கு முன்பே ஆரம்பித்திருந்தன என்று பாத்திமா கூறியபோதிலும் அமீனா அவை அனைத்தையும் என்மீதுதான் சுமத்துவாள் என்பதில் எவ்வித சந்தேகமும் இல்லை. நான் அமீனாவின் இடத்தில் இருந்திருந்தாலும் அதைத்தான் செய்திருப்பேன். என்றாலும் ஒருபோதும் நான் மாந்திரீகர்களிடமும், சாஸ்திரக் காரரர்களிடமும் உதவி கோரி சென்றிருக்க மாட்டேன்.

நான் மீண்டும் யோசித்துப் பார்க்கும்போது அமீனா எனக்கெதிராக இவ்வாறான செய்வினையைச் செய்திருப்பாள் என்பதை எவ்வாறு உறுதியாகக் கூற முடியும் என்று தோன்று கிறது. அது ஒரு வதந்தி மாத்திரம்தானே. என்னால் எனது மனக் குழப்பங்களிலிருந்து விடுபட முடியவில்லை. எவரும் அதற்காக எனக்கு உதவி செய்யவும் மாட்டார்கள்.

பாத்திமா அனைத்து அபாயகரமான மாய சக்திகளைக் குறித்தும் அடிக்கடி ஞாபகப்படுத்தி அவளைத் திட்டியவாறே

நிலைமையை மேலும் மேலும் மோசமாக்கிக் கொண்டிருக் கிறாள். அவள் கூறும் விதத்தில் நடைபெறக் கூடிய பயங் கரமான விடயங்கள் குறித்து நான் யோசித்துக் கொண்டே யிருக்கிறேன்.

இவையெல்லாம் மூட நம்பிக்கைகள் என்றும், மோசமான கற்பனைகள் என்றும் நான் எவ்வளவுதான் எனக்கே சொல்லிக் கொண்ட போதிலும், என்னைச் சூழ்ந்திருக்கும் எண்ணவோட்டங்களைத் தவிர்க்க என்னால் முடிவதே யில்லை. எனது எண்ணங்கள் யாவும், புயலில் சிக்கி அலை பாய்ந்து கொண்டிருக்கும் காகிதத் துண்டுகள் போன்றவை. எனக்கு வேண்டிய விதத்தில், அந்தப் புயலை நிறுத்தி வைக்கக் கூடிய அளவுக்கு என்னிடம் சக்தியில்லை. அவ் வாறே அந்தப் புயலும் கடுமையானது.

எமது எண்ணங்களைக் கட்டுப்படுத்தக் கூடிய சக்தி எம்மிடம் இல்லாமலிருப்பது எவ்வளவு பயங்கரமானது? எம்மால் ஏனைய அனைத்தையும் கட்டுப்படுத்திக் கொள்ள முடியும் என்றால் ஏன் எமது எண்ணங்களை மாத்திரம் கட்டுப்படுத்திக் கொள்ள முடியாமலிருக்கிறது? மனிதர்கள் ஏன் பைத்தியக்காரர்கள் ஆகிறார்கள் என்பதை இப்போது என்னால் புரிந்து கொள்ள முடியுமாக இருக்கிறது. மன நலத்தின் மெல்லிய எல்லைக் கோட்டைக் கடந்ததும் அவர்கள் அவ்வாறு ஆகி விடுகிறார்கள்.

வேறு நாடுகளில், பாடசாலைச் சூழல்களில் இருக்கும் என்னுடைய தோழிகள் இவற்றை அவ்வளவு முக்கிய மில்லாதவையாகவும், வீண் புலம்பல்களாகவும் கருதக் கூடும். இருந்தாலும் இங்கு வசிக்கும் எனக்கு இந்த மூட நம்பிக்கைகள் எவ்வளவு பயங்கரமானவை என்பது விளங்குகிறது. ●

26

என்னதான் செய்வேன் நான்? இவற்றையெல்லாம் யாரிடம் போய்ச் சொல்ல முடியும்? எங்கிருந்து உதவிகளை எதிர்பார்க்க முடியும்? இவற்றையெல்லாம் புரிந்து கொள்ளக் கூடிய ஒருவர் கூட இங்கில்லை. நாள் முழுதும் வீட்டு வேலைகளில் ஈடுபட்டவாறு, சமைத்துக் கொண்டு, பிள்ளை களைக் கடிந்து கொண்டு, கோலா பாக்குகளை மென்றவாறு பாறை போல எதற்கும் மனம் தளராமலிருக்கும் பாத்திமாவைக் குறித்து எனக்குள்ளே பொறாமை தோன்றுகிறது. நானும் வயதாகும்போது இவ்வாறுதான் இருப்பேனா? அச்சமூட்டக் கூடிய எதிர்வுகூறலாக அது இருக்கிறது.

அமீனா போனதன் பிறகு அவளைப் பற்றிய எந்தத் தகவலும் கிடைக்கவில்லை. நான் அதைப் பற்றியெல்லாம் யோசித்துக் கொண்டிருக்காமல் எனது உடல் நலத்தைப் பாதுகாத்துக் கொள்ள என்னிடமிருந்த மொத்த சக்தியையும் பிரயோகித்துக் கொண்டிருந்தேன். என்னிடமிருந்த ஒரு சில புத்தகங்களையும் மீண்டும் மீண்டும் வாசித்துக் கொண் டிருந்தேன்.

எனது கர்ப்பத்துக்கு ஒன்பது மாதங்கள் ஆகும்போது திடீரென்று ஒரு நாள் அமீனா எமது வீட்டுக்கு வந்தாள். அவள் வைத்து விட்டுப் போயிருந்த ஆடைகள் சிலவற்றை எடுத்துக் கொண்டு போகத்தான் அவள் வந்திருந்தாள். அவள் என்னிடமோ, பாத்திமாவிடமோ ஒரு வார்த்தை கூட கதைக்கவில்லை. அவளைச் சந்திக்க விருப்பமில்லாமல் நானும் எனது அறைக்குள்ளேயே இருந்தேன்.

பெலோ என்னிடம் அவளைப் பற்றி ஒரு வார்த்தை கூட எதையும் கூறவேயில்லை. பாத்திமா கூட அவளைப் பற்றிய மேலதிக விபரங்கள் எதையாவது அறிந்திருப்பாளா என்பதை நான் அறியேன். சிலவேளை அவர், அவளிடம் ஏதாவது விபரங்களைப் பகிர்ந்து கொள்ளக் கூடும். தனது விவாகரத்தைக் குறித்தோ, வேறு விடயங்களைக் குறித்தோ அவர் என்னிடம் ஒரு வார்த்தை கூட கூறாதது குறித்து நான் ஒரு விதத்தில் வியப்படைந்திருந்தேன்.

எனது மனதிலிருந்த கவலைக்கு மேலதிகமாக, நான் அவரால் கண்டுகொள்ளப்படாமல் ஒதுக்கி வைக்கப்பட்ட பெறுமதியற்ற ஒருத்தி என்று எனக்குத் தோன்றியது. அவர் இன்னுமொரு மனைவியைக் கூட்டிக் கொண்டு வரத் தீர்மானித்தால் அதைக் குறித்துக் கூட எனது அபிப்ராயத்தைக் கேட்க மாட்டார்.

அமீனா வீட்டுக்கு வந்து போன நாளில் நான் கவலைப் படாமலிருக்க மிகவும் பாடுபட்டேன். பாத்திமா அந்த வருகையைப் பற்றி ஏதாவது கூறி என்னை மேலும் கவலைக் குள்ளாக்குவாள் என்பதை அறிந்திருந்ததால், நான் அவளுடன் கதைப்பதைக் கூட அன்று வேண்டுமென்றே தவிர்த்தேன்.

அன்றைய மாலை வேளையில், எனது மனதில் பெரும் பாரத்தையும், படபடப்பையும் உணர்ந்தேன். காலநிலை குளிராக மாறிக் கொண்டிருந்தது. இரவானதும் உறக்கத்தில் ஆழ்ந்த நான் நள்ளிரவில் திடீரென்று முதுகெலும்பில் வலியை உணர்ந்ததால் விழித்துக் கொண்டேன். அது பிரசவ வேதனைக்கு முன்புள்ள வலி என்று அந்தக் கணத்தில் எனக்குத் தோன்றவில்லை.

'பிரசவத்துக்கு இன்னும் இரண்டு கிழமைகள் இருக்கிறது தானே' என்று என்னை நானே தேற்றிக் கொண்டேன்.

மீண்டும் உறங்க முயற்சித்த போதிலும் வலியானது கொஞ்சம் கொஞ்சமாக அதிகரித்தது. ஆகவே மறுகணமே நான் பாத்திமாவை அழைத்தேன். அவள் உடனடியாக என்னை அவ்வேளையிலேயே மருத்துவமனைக்குக் கொண்டு செல்லத் தேவையான அனைத்தையும் ஏற்பாடு செய்தாள்.

பிரசவ வலி எவ்வாறான ஒன்றாக இருக்கும் என்றுதான் நான் எப்போதும் யோசித்துக் கொண்டிருந்தேன். அந்த வலி தொடங்கியதுமே எனது மொத்தக் கவனமும் அதன் மீது திரும்பியிருந்ததோடு, அதிலிருந்து விடுபடுவதுதான் எனது ஒரே இலக்காக இருந்தது. அதற்குப் பொருத்தமான வசனம் பிரசவ வேதனை என்பதாக இருக்குமா? அனைவருமே அதை 'பிரசவ வேதனை' என்றே அழைப்பதால் அந்த வசனம்தான் பொருத்தமாக இருக்கும் என்று எனக்குத் தோன்றுகிறது.

ஒருவிதத்தில் அது மிகக் கடுமையான வேதனைதான். திடீரெனத் தோன்றி யதார்த்தம் எந்தளவு சக்திவாய்ந்தது என்பதை எனக்கு உணர்த்திய அந்தப் பயங்கரமான வலியைக் குறித்து எனக்கு யோசிக்கக் கூட சந்தர்ப்பம் கிடைக்கவில்லை. ஏனைய வலிகளைப் போல அல்லாமல் அந்த வலி எனது முழு தேகத்திலும் பரவி மொத்த உடலையும் முறுக்கிப் பிழிந்தது போல இருந்தது.

மறுகணமே, மின்னல் வெட்டியதுமே பெருமழை பெய்ததைப் போல எனது பனிக்குடம் உடைந்து பிரசவம் நிகழ்ந்தது. உடனே அனைத்தும் நல்லவிதமாக நடந்து முடிந்து விட்டதாகக் கருதி உத்வேகமடைந்த நான் குழந்தை அழுவதற்காகக் காத்திருந்தேன். ஆனால், குழந்தை அழவேயில்லை. அவ்விடத்தில் அனைத்தும் அமைதியாக இருந்தன. அல்லாஹ்வே, அது ஒரு மயான அமைதியாகவிருந்தது.

அந்த அமைதிக்குள்ளிருந்து நான் எனது மனதின் ஆழத்தில் இறைவனைப் பிரார்த்தித்துக் கொண்டிருந்தேன். எதற்காக அது? அங்கிருந்த அனைவரும் திடீரென்று ஒருவரோடொருவர் முகம் பார்த்துக் கொண்டு அல்லாஹ் என்று கத்தினார்கள். கண்களிலிருந்து கண்ணீர் வழிந்தோட நான், அங்கவீனமான குழந்தையொன்றுதான் பிறந்திருக்கும் என்று நினைத்தேன். இல்லை. அது பூரண வளர்ச்சியுடைய அழகான ஓர் ஆண் குழந்தையாகவிருந்தது. ஆனால், அறுவெறுப்பான பாம்பொன்றைப் போல தொப்புள்கொடியானது அதன் கழுத்தைச் சுற்றிக் கொண்டிருந்தது. எனது குழந்தை ஒரு குழந்தையல்ல அப்போது. அது ஒரு அமைதியான சடலம்.

எனக்கு அழவும், கத்தவும், கதறியழவும் தேவைப்பட்ட போதிலும் நான் எதையுமே செய்யவில்லை. அவர்கள் என்னைச் சுத்தம் செய்யும்வரை நான் மூச்சுப் பேச்சில்லாத ஒரு பிணம் போல கண்களை மூடி படுத்திருந்தேன்.

நான் அந்தக் குழந்தை மீது எவ்வளவு எதிர்பார்ப்புகளை வைத்திருந்தேன்?! ஒரு தொப்புள்கொடியால் இவ்வளவு பயங்கரமான செயலைச் செய்ய முடிந்திருக்கிறது. எனது குழந்தை உயிருடன் இருந்திருந்தால் எவ்வளவு நன்றாக இருந்திருக்கும்?!

எனது வாழ்க்கையில் பிரச்சினைகள், கஷ்டங்கள் பெருக் கெடுத்து வழிந்து கொண்டிருக்கையில் அவற்றிலிருந்து கரை யேற நான் எந்தளவு பாடுபட்டிருப்பேன்? இந்த அனைத்து மோசமான நிகழ்வுகளுக்கும் காரணமாக அமைந்த விடயத்தை என்னால் அறிந்து கொள்ள முடியுமானால் எவ்வளவு நன்றாக இருக்கும்? இதற்குக் காரணம் அமீனாவின் சாபமா? இல்லாவிட்டால் எனது உடல்ரீதியான காரணமா? இல்லாவிட்டால் திடீர் விபத்தா?

எவருக்கும் என்னையும், பெலோவையும் பழிவாங்குவதற் கான தேவைதான் என்ன? இதுதான் இறைவனுடைய விருப்பம் என்றால், இது எவ்வளவு குரூரமானது? அனைத் துமே வீணாகிப் போய் விட்டது போல இருக்கிறது. எனது எதிர்பார்ப்புகளெல்லாம் வியர்த்தமாகி விட்டன. நான் இறைவன் மேல் வைத்துள்ள நம்பிக்கையின் காரணமாக, இதுதான் இறைவனின் விருப்பம் என்று கருதாமல் இருக்க முயற்சிக்கிறேன்.

அன்று எந்தப் பயனுமில்லாமல் என்னைக் கிழித்துக் கொண்டிருந்த நான் மருத்துவமனைப் படுக்கையில் சாய்ந் திருந்தேன். அனைத்துமே வீணாகிப் போயிற்று. இறைவனின் நாட்டம் இதுதான் என்று இதைக் குறித்து வேடிக்கையாகச் சொன்னால் அது பாவம் தரக் கூடிய ஒரு நகைச்சுவையாகவே இருக்கும். ●

27

என்னதான் இருந்தாலும் அதன் பிறகும் பெலோ என் னிடம் அனைத்து விதத்திலும் பாசமாக நடந்து கொள்கிறார். ஆண் குழந்தையொன்று இவ்வாறு மரணமடைந்தால் சில ஆண்கள் தமது மனைவிமாரை மிகவும் மோசமாக நடத்து வதை நான் அறிந்திருக்கிறேன். தனக்கும், தனது கணவனுக்கும் இந்தளவு மோசமான அழிவொன்றைத் தேடித் தந்திருக்கும் அவள் மிகவும் துரதிஷ்டமான பெண்ணென்று கணவனால் பட்டம் சூட்டப்படுவாள்.

ஆனால் பெலோ எனது மனம் நோகும் விதமாக ஒரு வார்த்தை கூட கூறவில்லை. அதனாலேயே பெலோ எதிர் பார்த்த பிள்ளையை அவருக்குக் கொடுக்க என்னால் முடி யாமல் போனமைக்காக நான் மிகுந்த மன உளைச்சலுக்கு ஆளாகியிருந்தேன். எனது வாழ்க்கை முடியும்வரைக்கும் இந்தக் கவலை என்னுடன் இருக்கும்.

இதுதான் அமீனாவின் சாபமா? இதுதான் அவளது குரூர எதிர்பார்ப்பாக இருந்ததா? இல்லாவிட்டால், தற்செயலாக திடீரென நிகழ்ந்த ஒன்றா இது? இந்தப் புதிரை ஒருபோதும் என்னால் விடுவிக்கவே முடியாதிருக்கும்.

நான் எனது எண்ணங்களை வேறு திசைகளில் திருப்ப முயற்சித்தேன். அது முடியாமல் போகும்போது என்னையே கடிந்து கொண்டேன். இவ்வாறான அழிவுகள் பெண்களுக்கு மட்டும்தான் நிகழ்கின்றனவா என்று என்னையே நான் கேட்டுக் கொண்டேன்.

காலத்தைக் கடத்துவதற்காகவும், மனதைத் திசை திருப்பு வதற்காகவும் பத்திரிகையொன்று கையில் கிடைத்தால் கூட அதன் முதற்பக்கம் முதல் கடைசிப் பக்கம் வரை ஒரு வரி விடாமல் வாசிக்கப் பழகியிருந்தேன். பத்திரிகைகளில் பிரசுர மாகியிருந்த மோசமான செய்திகளை வாசித்ததன் பிறகு பிள்ளை பெற்றுக் கொள்ளாமலிருப்பதே சிறந்தது என்று எனக்கு நானே கூறிக் கொண்டேன். என்றாலும், சூரியன் உதிக்கும்போது காணப்படும் அழகு கண்ணில் பட்டதும் மற்றுமொரு உயிரை இந்த உலகத்துக்குக் கொண்டு வருவதற் காகவாவது நான் உயிரோடு இருப்பது குறித்து மகிழ்ந்தேன்.

அனைத்தும் நடந்து முடிந்ததற்குப் பிறகு வாழ்க்கை இப்போது மீண்டும் இயல்புக்குத் திரும்பியிருக்கிறது. மரணம் கூட வாழ்க்கையின் ஓரங்கம்தான்.

என்னிடமிருக்கும் புத்தகங்கள் அனைத்தையும் நான் மீண்டும் மீண்டும் வாசிக்கத் தொடங்கியிருக்கிறேன். நகரத்தி லிருந்து புதிய புத்தகங்களையும் வரவழைத்து வாசிக்கிறேன். ஆனால் அவற்றில் பெரும்பாலான புத்தகங்கள் வெறும் ஊர்வம்புகளாகவே இருக்கின்றன. எப்போதும் நான் எனது மனதை ஏதாவதொரு வேலையில் ஈடுபடுத்தவே முயற்சிக் கிறேன். அதற்குள்ள ஒரே வழி வாசிப்பதுதான் என்றும் எனக்குத் தோன்றுகிறது. வேறு எதைச் செய்தாலுமே என துள்ளம் கவலையான நிகழ்வுகளை நோக்கியே ஓடிக் கொண்டிருக்கிறது.

சில இரவுகளில் நான் உறங்கும்போதெல்லாம் ஒரு கனவைக் கண்டு திடீரென்று விழித்துக் கொள்கிறேன். கனவில் நான் பிரசவ வேதனையில் துடித்துக் கொண்டிருக்கிறேன். குழந்தை உயிருடன் பிறக்கிறது. ஆனால், நான் விழித்துப் பார்க்கும்போது அருகில் குழந்தையில்லாமல் எல்லாமே வெறுமையாகவிருக்கும். அதில் கவலைக்குள்ளாகும் நான் சத்தமாகக் கதறியழுவேன்.

காலம் இவை அனைத்தையும் சீராக்கும் என்று எனக்குத் தோன்றுகிறது. இருந்தாலும், என்னால் ஒருபோதும் இவை அனைத்தையும் மறக்கவே முடியாமலிருக்கும்.

கவலைகளை எனது மனதிலிருந்து அகற்றுவதற்காக பெலோ என்னிடம் நகரத்தில் கட்டப்பட்டுக் கொண்டிருக்கும் வீட்டைப் பற்றிக் கூறினார். அவர் கூறும் விதத்தில் பார்த்தால் அந்த வீட்டு வேலைகள் அனைத்தும் இப்போது பூர்த்தியாகும் நிலைமையில் இருக்கிறது.

'நீ அங்க வசிக்கப் போனதுமே' என்று ஒரு தடவை அவர் கூறிய வேளையில் நான் அதற்குச் செவி சாய்க்க மறுத்து விட்டேன். ●

28

நேற்று பின்னேரம் பெலோ சில புகைப்படங்களை எடுத்துக் கொண்டு என்னிடம் வந்தார். அது புதிய வீட்டின் சமையலறையில் பொருத்தப்படப் போகும் அலுமாரிகளின் புகைப்படங்கள்.

"இதுல எது ரொம்ப நல்லாயிருக்கு?" என்று அவர் கேட்டதும் ஒரு கணம் எனது இதயத் துடிப்பு நின்று போனது போல உணர்ந்தேன். புகைப்படங்களைப் பார்த்த நான் மிகவும் பொருத்தமான ஒன்றைத் தேர்ந்தெடுக்கும் முன்பு அது தொடர்பாக எனக்குள் எழுந்த கேள்விகளை அவரிடம் கேட்கத் தொடங்கினேன்.

"இதெல்லாம் எதுக்காக?" என்று எதுவுமே அறியாதவள் போல செல்லமாகக் கேட்டேன்.

"நம்ம புதிய வீட்டுக்கு" என்றார்.

'கிச்சன் கேபினட் பற்றி மாத்திரம் என்னிடம் கேட்பது எதற்காக?' என்று எனது மனதில் எழுந்த கேள்வியைக் கேட்கத் தோன்றியது. இருந்தாலும் நான் அதைக் கேட்கவில்லை.

"இது நல்லாருக்கும்னு நினைக்கிறேன்" என்று வேறு யாருடைய வீட்டையோ குறித்துச் சொல்வது போல வேண்டாவெறுப்பாக நான் கூறினேன்.

'ஏன் அந்த வீட்டுக்குத் தேவையான ஏனைய பொருட்களைப் பற்றியும், வீட்டின் அமைப்புகளைப் பற்றியும் என்னிடம் இவர் அபிப்ராயத்தைக் கேட்பதில்லை?' என்று

எனக்குத் தோன்றியது. என்னுள்ளே அதைக் குறித்து கோபம் தோன்றியது ஏன்?

“அப்போ அந்த வீட்டுக்குத் தேவையான மற்றப் பொருட்கள்?” என்று திக்கியவாறே மெதுவாகக் கேட்டேன்.

“அதையெல்லாம் மூஸா ஹாஜியார் கொண்டு வந்து தந்துட்டார். அமைச்சரோட தம்பிக்கு அவர் கொண்டு வந்து கொடுத்த பொருட்களைப் போல நல்ல தரமான பொருட்கள் அவை” என்று எனது கேள்வியைக் கிண்டலாகக் கருதியது போல சிரித்தவாறே கூறினார்.

மூஸா ஹாஜியார் எமது நகரத்தில் பிரபலமான ஒருவர். அவருக்கு நான்கு மனைவிமார்கள் இருந்ததோடு அவர்களுக்காக வெவ்வேறு இடங்களில் நான்கு வீடுகளும் இருந்தன. அவர்களுள் ஒரு மனைவி அமெரிக்காவில் பிறந்த பிலிப்பைன் இனப் பெண்.

ஏனையவற்றிலும் பெலோ, மூஸா ஹாஜியாரைப் பின்பற்றத் தொடங்கி விடுவாரோ என்று அவ்வேளையில் நான் பயந்தேன். ‘புதிய வீடு எவ்வாறிருக்கும்? கொண்டு வந்திருக்கும் கட்டில்கள், மேசை கதிரைகள் எவ்வாறானவை? அந்த வீட்டுக்கு என்னை மாத்திரம்தான் கூட்டிக் கொண்டு போக இருக்கிறாரா அல்லது வேறு எவருடனாவது அதில் வசிக்கப் போகிறாரா?’ போன்ற கேள்விகளை அவரிடம் கேட்க எனக்கு தைரியம் இருக்கவில்லை.

நாவல்களில் கூறப்பட்டிருப்பது போல எனது ஆதிக்கத்தை நிலைநாட்டக் கூடிய தனியான ஓரிடத்தைக் கனவு கண்டு கொண்டிருந்தேன் நான். புதிய வீட்டைப் பார்வையிட என்னைக் கூட்டிக்கொண்டு போகுமாறு பெலோவிடம் கேட்கத் தோன்றியது. இருந்தாலும் நான் எதுவும் கேட்கவில்லை.

ஒருவேளை அந்த வீடு எனக்கானதாக இருந்தால் பாத்திமா அதைக் குறித்து கோபப்பட வாய்ப்பிருக்கிறது. அவளிடமே அதைக் குறித்து நேரடியாகக் கலந்துரையாடுவதுதான் நல்லது என்று எனக்குத் தோன்றியது.

நான் நேற்று மாலை நேரம் அவளிடம் அதைப் பற்றிக் கேட்டேன்,.

"உண்மையில நீதான் அந்தப் புதிய வீட்டுக்குப் போகப் போறாய்... நானல்ல" என்று அவள் தலைசாய்த்து சிரித்தவாறே கூறினாள்.

"நான் உன்னைப் பார்த்துட்டுப் போக மட்டும் எப்போ தாவது உன்னோட புதிய வீட்டுக்கு வருவேன். அதுவும் அவர் என்னைக் கூட்டிட்டு வந்தால் மட்டும்தான்" என்றவள் நகரத்தில் வசிக்க தான் விரும்பவில்லை என்றும் கூறினாள்.

"நம்ம பக்கத்து வீட்டுல இருக்குற மூஸா ஹாஜியாரோட இங்கிலீஷ் பொஞ்சாதி மாதிரி இங்கேயே இருக்கத்தான் நான் விரும்புறேன்" என்றாள்.

ஒரு கணம் என்ன சொல்வதென்றே தெரியாமல் திகைத்துப் போயிருந்தேன் நான். பாத்திமா எந்தளவு நற்பண்புகளையுடைய, அமைதியான, சிறந்த பெண்ணென்று நான் யோசிக்கத் தொடங்கினேன்.

ஏன் என்னால் அவளைப் போல இருக்க முடியாமலிருக் கிறது? நான் இங்கு சந்தோஷமாக இருக்கிறேன் என்று அவள் எவ்வளவு நம்பிக்கையோடு கூறுகிறாள்? பெலோவையும் முழுதாக நம்புகிறாள். அமீனாவைப் போல கோபத்தில் புறுபுறுத்தவாறு பெலோவுடன் அவள் சண்டை போட்டதே யில்லை. நான் அவளுடைய இடத்தில் இருந்திருந்தால் எவ்வாறான எண்ணங்கள் எல்லாம் எனக்குள் உதித்திருக்கும்?

எனது கணவனின் முதல் மனைவியே, உனக்கு இறைவனின் அனைத்து ஆசிகளும் கிட்டட்டும்! ●

29

நேற்று நான் புதிய வீட்டைப் பார்க்கப் போயிருந்தேன். இங்குள்ள வீடுகளோடு அதை என்னால் ஒப்பிட்டுக் கூட பார்க்க முடியவில்லை. அந்த வீட்டின் நிர்மாண வேலைகள் விரைவில் பூர்த்தியாகி விடும். என்னதான் நவீன நாகரிகச் சூழலில் கட்டப்பட்ட போதிலும் வீடிருந்த அந்தப் பகுதி அந்தளவு நவீனமயப்பட்டிருப்பதாக எனக்குத் தோன்றவில்லை.

சொகோதோ மாநிலத்தின் அந்தப் பகுதியில் அரசாங்க வீடுகளே நிறைந்திருக்கின்றன. அவற்றில் வெளிநாட்டவர்களே பெரும்பாலும் குடியிருக்கிறார்கள். அந்த அரசாங்க வீடுகளுக்கு அருகாமையில் காணியொன்றை பெலோ எப்படி வாங்கியிருப்பார் என்பதை என்னால் யோசித்துக் கூட பார்க்க முடியவில்லை.

அந்த வீட்டின் முற்றத்தில் இறங்கிப் பார்த்த போது ஒரு புறத்தில் மூஸா ஹாஜியாரின் வீடு தென்பட்டது. மறுபுறத்தில் வரிசை வரிசையாகக் கட்டப்பட்டிருந்த அரசாங்க வீடுகள் தென்பட்டன. இடையே ஏழெட்டு குறுக்குத் தெருக்கள் காணப்பட்டன. அந்த ஒவ்வொரு குறுக்குத் தெருவையும் எதிர்நோக்கியவாறு பன்னிரண்டு வீடுகள் கட்டப்பட்டிருந்தன. அவை அனைத்தும் இரண்டு அல்லது மூன்று படுக்கையறைகளைக் கொண்ட வீடுகளாக இருக்கக் கூடும். அவற்றில் இந்தியர்களும், பாகிஸ்தானியர்களும், எகிப்தியர்களும், இலங்கையர்களும் வசித்து வருகிறார்கள். வெள்ளைத் தோலைக் கொண்ட சிலரும் அங்கு வசிக்கிறார்கள்.

எமது வீட்டுக்கு அருகாமையிலிருக்கும் வீட்டில் வசிப்பது இலங்கையர்களாக இருக்க வேண்டும். அந்த வீட்டிலிருந்த

கணவனும், மனைவியும், இரண்டு பிள்ளைகளும் வாகன மொன்றில் ஏறிப் போவதை நான் கண்டேன். அந்தக் கணவனிடம் இந்தியத் தோற்றம் இருந்த போதிலும், மனைவியைக் கண்ட பிறகுதான் அவர்கள் இலங்கையர்கள் என்பது புரிந்தது.

புதிய வீட்டைப் பார்வையிட என்னுடன் பாத்திமாவும் வந்திருந்தாள். காரில் எமது வீட்டிலிருந்து நகரத்துக்குப் போகும் வழியில் கடந்த சில வருடங்களாக எனது வாழ்க்கையில் ஏற்பட்டிருக்கும் மாற்றங்கள் குறித்து நான் யோசித்துப் பார்த்தேன். களிமண்ணாலான குடிசைகளும், ஆங்காங்கே ஜனங்கள் சூழ்ந்திருந்த கிணறுகளும் கண்ணில் பட்ட வேளையில் எமது ஜனங்களின் வறுமையான வாழ்வியலைக் குறித்து யோசிக்காமல் இருக்க முடியவில்லை. அவர்கள் எப்போதும் வறுமையிலும், பசி பட்டினியிலும் சிக்கித் தவித்துக் கொண்டிருக்கிறார்கள். இந்தத் தடவையும், இந்த ஆட்சியிலும் மக்கள் இந்தப் பக்கமாக இடம்பெயர்ந்து கொண்டிருக்கிறார்கள். குச்சி போல ஒல்லியாகவிருந்த பெண்ணொருத்தி தனது கணவனுடனும், நான்கு சிறு பிள்ளைகளுடனும் தமது பொருட்களைச் சுமந்துகொண்டு குடிசையொன்றைக் கட்டிக் கொள்ள இடம் பார்த்தவாறு அலைந்து கொண்டிருந்ததைக் கண்டேன்.

எனது தோழியொருத்தி விவரித்திருந்த விதத்தில் எனக்கு சூடானின் பஞ்சம் நினைவுக்கு வந்தது. அவள் அந்த நிலைமையைத் தொலைக்காட்சியில் கண்டிருந்தாள். ஆனால், இங்குள்ள நிலைமைகளோ தொலைக்காட்சியில் கூட காட்டப்படுவதில்லை. இவர்களும் கூட பஞ்சத்தில் அகப்பட்டவர்கள் போலத்தான் தெரிந்தார்கள். நான் வாசித்திருந்த பயங்கரமான நிகழ்வுகள் எனக்கு ஞாபகம் வருகின்றன. அனைத்துமே, காலநிலை, செழிப்பற்ற மண், மழை பொழியாமை போன்ற அனைத்துமே அவர்களது வாழ்க்கையைப் பாதித்திருக்கின்றன. தாங்கவே முடியாதவொரு கவலை எனதுள்ளத்தில் தோன்றுகிறது.

இவையனைத்திற்கும் அரசியல்வாதிகள்தான் பொறுப்பு கூற வேண்டும். அவர்களது கவனயீனத்தினால்தான்

அனைத்து நிலைமைகளும் மோசமாகி பேரழிவாக மாறி யிருக்கிறது. இந்த நாட்டின் நிலைமை எப்போதும் இப்படித் தான் இருக்கிறது. கடந்த காலத்தில் அரச எதிர்ப்பு ஆர்ப் பாட்டங்கள் நிலவிய சமயத்தில் பரவியிருந்த மோசமான கதைகள் எனக்கு நினைவுக்கு வருகின்றன.

அந்தச் சமயத்தில் ஆளுநர் ஒரு அறை முழுதும் பணக் கட்டுகளோடு கையோடு அகப்பட்டிருந்தார். ஊழல் வழியில் பணம் சம்பாதித்ததாலேயே அவர் கையோடு அகப்பட்டிருந் தார். சிலரோ தமது வங்கிக் கணக்குகளை வெளிநாடுகளில் வைத்திருந்தார்கள். எவ்வளவுதான் பெரிய அபிவிருத்தித் திட்டமாக இருந்த போதிலும், ஏழைகளுக்கும், கல்வியறிவற்ற விவசாயிகளுக்கும் அவற்றால் ஒரு துளி கூட பயனிருக்கவில்லை. ஜனநாயக ஆட்சியாக இருக்கட்டும், இராணுவ ஆட்சியாக இருக்கட்டும். அடுத்த வேளை உணவுக்கு வழியில்லாத ஜனங் களுக்கு எந்த ஆட்சி நிலவினாலும் என்னதான் கிடைத் திருக்கிறது?

எரிபொருள் தட்டுப்பாடு நிலவிய காலத்தில் என்ன நடந்தது? மக்கள் நலனுக்காக என்று அறிவிக்கப்பட்ட மருத்துவமனைகள், கைத்தொழில் நிலையக் கட்டடங்கள் போன்றவற்றில் பெருமளவு பணம் முதலீடு செய்யப்பட்டது. பிறகு அவற்றில் பெரும்பாலானவை ஒழுங்காகக் கட்டி முடிக்கப்படாமலும், பேணப்படாமலும் கை விடப்பட்டிருக் கின்றன.

நான் முதலாம் வகுப்பில் படித்த காலத்தில் கூட பாட சாலைக்கு ஏதேதோ நன்கொடைகளைப் பலரும் வழங்கியது எனக்கு நினைவிருக்கிறது. அவ்வாறு நன்கொடையளிக்க பெரியதொரு காரிலோ, திறந்த ஜீப்பிலோ வரும் நபர் யாரென்பதை நான் அண்மையில்தான் அறிந்து கொண்டேன். பாடசாலையில் வழங்கப்படும் இலவச உணவுக்கான பொருட்களையும், ஏனையவற்றையும் வழங்கிய இடைத்தரகர் அவர்தான். இந்தச் சமூக நடைமுறையில் முழுவதுமாக ஆதிக்கம் செலுத்தும் நபர் அவராகத்தான் இருக்கிறார். அவ்வாறு செயற்பட்ட ஹாஜியார்மார்கள்தான் இன்று தலைக்கனம் பிடித்த பெரும் செல்வந்தர்களாக ஆகியிருக்

கிறார்கள். பெரும்பாலான வியாபாரங்களும், வர்த்தக நடவடிக்கைகளும் அவர்களுக்குத்தான் சொந்தமாக இருக்கின்றன.

ஆனால் இன்றும் கூட பாடசாலை மாணவர்களுக்கென்று எதுவுமே இல்லை. அவர்களில் பெரும்பாலானோர் கந்தல் ஆடைகளை உடுத்துக் கொண்டு, பசியோடுதான் பாடசாலைக்கு வருகிறார்கள். மொத்த சமூகமும் லஞ்சத்திலும், ஊழலிலும்தான் தங்கியிருக்கிறது. அதிகாரிகளின் உறவினர்களுக்குத்தான் பெரும்பாலான தொழில்வாய்ப்புகள் வழங்கப்பட்டிருப்பதோடு, லஞ்சப் பணம் கைக்குக் கை மாறிப் போவது சாதாரண ஒரு நடைமுறையாக மாறி விட்டிருக்கிறது.

இந்தக் களேபரத்திலிருந்து சற்று ஒதுங்கியிருந்த போதிலும், நாங்கள் வாசித்திருக்கும் விதத்திற்கேற்ப பெருநகரமான லாகோஸும் கூட, அது போலவேதான் செயற்பட்டுக் கொண்டிருக்கிறது. நைஜீரியாவின் பிரபல எழுத்தாளர் வோல் சொயிங்கா எழுதிய 'மொழிபெயர்ப்பாளர்கள்' எனும் நூலை நான் வாசித்திருக்கிறேன். அது வாசித்துப் புரிந்து கொள்ள சற்றுச் சிரமமான ஒரு புத்தகம். என்றாலும், லாகோஸ் நகரத்தின் உண்மை நிலையை அந்தப் புத்தகத்தை வாசித்ததன் பிறகுதான் என்னால் தெளிவாகப் புரிந்து கொள்ள முடிந்தது. இற்றைக்கு இரண்டு வருடங்களுக்கு முன்பு நடைபெற்ற நிகழ்வுகள்தான் அந்த நூலுக்கு பின்னணியாக அமைந்திருக்கிறது. இருந்தாலும், இன்றைய நிலைமை கூட எந்த மாற்றமுமில்லாமல் அவ்வாறேதான் இருக்கிறது. குப்பை கூளங்கள், அழுக்குகள், மின்சாரத் தட்டுப்பாடு, மூட நம்பிக்கைகள் கொண்ட பழங்கால மனிதர்கள் போலவே ஊழலும், வன்முறைகளும் கூட அப்படியேதான் காணப்படுகின்றன. புதிய ஆட்சியால் இவற்றையெல்லாம் மாற்ற முடியுமாக இருக்குமா?

நான் சொகோதோவுக்கு வரும்போது லாகோஸ் நகரத்தில் இந்த நிலைமை பெருமளவில் நிலவுவதைக் காண முடிந்தது. பல்வேறு இனத்தவர்கள் நிறைந்திருக்கும் வசீகரமான நகரம் அது என்றபோதிலும் ஆங்காங்கே குப்பை கூளங்களும், அழுக்குகளும் நிறைந்து, யாசகர்களாலும் நிரம்பிக்

காணப்பட்டது. அரச அலுவலகங்கள் அருகிலும், களஞ்சியங்களின் அருகிலும் எண்ணிலடங்கா யாசகர்கள் நிரம்பியிருந்தார்கள். பல்வேறு பொருட்களை வாங்கிக் கொண்டு பல் பொருள் அங்காடிகளிலிருந்து வெளியே வரும் நபர்களிடமிருந்து அவற்றைத் தட்டிப் பறித்துச் செல்ல ஆண்களும், பெண்களும் எல்லா இடங்களிலும் காத்துக் கொண்டிருந்தார்கள். அவர்களிடையே உரிய நேரத்துக்கு தெருவில் தொழுது கொண்டிருக்கும் முஸ்லிம் மக்களையும் காண முடிந்தது. லாகோஸ் நகரம் பாதுகாப்பானது எனும் போலி மாயையைப் பரப்புவதற்காக இவ்வாறாக முஸ்லிம் பக்திமான்களும், கிறிஸ்தவ மதத்தினரும் அங்கு நிறைந்திருக்கிறார்கள்.

மொத்த உலகத்திலும் இவ்வாறான நிலைமையா காணப்படுகிறது? இல்லாவிட்டால் ஆசியாவின் நிலைமை, ஆபிரிக்காவின் நிலைமையை விட நன்றாக இருக்கிறதா? எந்த நாட்டில் என்றாலும், மக்களுக்குக் காண்பிப்பதற்காகச் செய்யப்படும் மத நடவடிக்கைகளில் மாற்றங்கள் இருக்காது என்றுதான் நான் கருதுகிறேன்.

புதிய வீட்டுக்குக் குடிபுகுந்தால் இந்த நிலைமையிலிருந்து என்னால் சற்று விடுபட முடியுமாக இருக்கும். இங்கு போல ஊட்டச் சத்துக் குறைபாட்டாலும், பட்டினியாலும் பாதிக்கப் பட்ட குழந்தைகள் அங்கு எனது பார்வையில் படாதிருக்கக் கூடும்.

இருந்தாலும் எனது மனநிலையை மாற்றும் விதமாக அங்கு ஏதாவது தாக்கங்கள் ஏற்படுமா என்பது எனக்குத் தெரியாது. எப்படியோ நான் களைத்துப் போனது போலவே உணர்கிறேன்.

●

ரமழான் நோன்பு காலம் ஆரம்பிப்பதற்கு முன்பு நாங்கள் புது வீட்டில் குடியேறினோம்.

நாங்கள் குடிபுகுந்த சந்தர்ப்பத்தில் வீட்டு வேலைகள் அனைத்தும் முற்று முழுதாக பூர்த்தி செய்யப்பட்டிருந்தன. வீடு வாசல் மாத்திரமல்லாமல், வீட்டுப் பாவனைப் பொருட்களும், தளபாடங்களும், சமையலறைப் பண்ட

பாத்திரங்களும் என அனைத்தும் பளபளப்பாக மின்னிக் கொண்டிருந்தன. தண்ணீர் எப்போதாவதுதான் வரும் என்றாலும் குளியலறையானது மிகவும் மனம் கவரக் கூடிய விதத்தில் நிர்மாணிக்கப்பட்டிருக்கிறது. இங்குள்ள நவீன அலங்காரங்களுடன் இணைந்து கொள்ள என்னால் இன்னும் முடியாமலிருக்கிறது.

எனது தந்தையின் வீட்டிலிருந்து பெலோவிடம் வந்த நான் இப்போது வேறொரு புது வீட்டில் வசித்துக் கொண்டிருக்கிறேன். பாத்திமா கூறியது போல இங்கும் அயல்வாசியாக மூஸா ஹாஜியாரின் மூத்த மனைவிதான் இருக்கிறாள்.

எனது பழைய வீட்டின் சுற்றுச் சூழலிலிருந்து, எனக்கு நெருக்கமாக இருந்த தொழுகையின் ஓசையையும், தொழும் காட்சியையும்தான் நான் இழந்திருந்தேன். அங்கு பெலோவின் வீட்டுக்கு சில யார்கள் தொலைவிலிருந்த மரத்தடியில்தான் ஐவேளைத் தொழுகை நடைபெறும். இந்த நகரத்திலும் ஐவேளைத் தொழுகை நடைபெறும் இடங்கள் இருக்கக் கூடும் என்றாலும், எனது வீட்டிலிருந்து பார்த்தால் கண்ணுக் கெட்டிய தொலைவு வரை அவ்வாறான ஒன்றைக் காண முடியவில்லை.

அங்கு ஜனங்கள் குனிந்து, நிமிர்ந்து காலையும், பகலும், இரவுமென இறைவனைத் தொழும் ஓசையானது அன்பும், காருண்யமும் பொங்கிப் பெருகும் ஒரு ஊற்றாக இருந்தது. நான் தொழுபவர்களை எனது ஜன்னல் வழியே பார்த்துக் கொண்டிருப்பேன். இங்கு அந்தப் பேரோசையைக் கேட் காமல் நான் ஆசுவாசத்தை உணர்ந்திருப்பேன் என்றும் கூட சிலர் நினைத்துக் கொண்டிருக்கக் கூடும். தமது பெண்களை வீட்டில் விட்டு விட்டு வரும் ஆண்கள் இவ்வாறு ஒன்று சேர்ந்து தொழும் பேரோசையானது ஓரிரைச்சலாக இருக்கவே இல்லையே என்றுதான் நான் நினைக்கிறேன். அங்கு நான் விடிகாலையில் அந்தத் தொழுகையின் ஓசையைக் கேட்டுத்தான் விழித்துக் கொள்வேன். இந்த நகரத்திலுள்ள ஜனங்களும் கூட இறைவனை வணங்கக் கூடும். ஆனால், அனைவருமே வணங்குவது ஒரே இறைவனைத்தானா என்பதில்தான் எனக்கு சந்தேகம் தோன்றுகிறது.

இந்த வீட்டுக்குக் குடி வந்ததன் பிறகு எனது மனதில் உணரும் பாழுந் தனிமை இரண்டு, மூன்று மடங்குகளாக அதிகரித்திருக்கிறது. எனது தோழிகளிடமிருந்து அனுப்பப் பட்டு, என்னால் பாதுகாக்கப்படும் கடிதங்களை நான் மீண்டும் மீண்டும் வாசித்துக் கொண்டிருக்கிறேன். என்னைப் பற்றியும், எனது சூழலைப் பற்றியும் எழுதுமாறு தோழி யொருத்தி கேட்டிருக்கிறாள். இப்போது எந்த வேலையு மில்லாமல் தனியாக இருக்கும் இந்தத் தருணத்தில் நான் எனது எண்ணங்களைக் காகிதங்களில் குறித்து வைக்க முயற்சிக்கிறேன்.

நான் சிறுகதைகள் சிலவற்றை எழுதியபோதிலும் அவற்றை பத்திரிகைகளுக்கு அனுப்பத் தோன்றவில்லை. எப்படியேனும் பத்து சிறுகதைகளையாவது எழுதி விட்டு ஒரு பதிப்பாளரை நாட வேண்டும். எனக்கு அது பற்றியெல்லாம் சரியாகத் தெரியவில்லை. எனது தோழிகளாவது அருகில் இருப்பார் களானால் என்னால் அவர்களிடமிருந்து அதற்குரிய அறி வுறுத்தல்களைப் பெற்றுக் கொள்ள முடியும்.

நான் புதிய வீட்டுக்குக் குடி வந்திருப்பதாக ஜானகி டீச்சருக்கு எழுதியனுப்பிய பிறகு, அவர் என்னைப் பார்த்துப் போக வந்தார். எனது சிறுகதைகள் குறித்து நான் அவரிடம் தயக்கத்தோடுதான் கூறினேன் என்றாலும், அவர் அதைக் குறித்து மிகுந்த உற்சாகத்தோடும், ஊக்கமளிக்கும் விதத்திலும் கதைத்தார். அவற்றை கதுனா நகரத்துக்கோ, லாகோஸ் நகரத்துக்கோ எடுத்துக் கொண்டு போகுமாறு அவர் எனக்கு அறிவுறுத்தினார். இருந்த போதிலும் எனது முயற்சி பலனளிக் குமா என்பதை என்னால் நினைத்துப் பார்க்கக் கூட முடியவில்லை.

நான் எனது ஞாபகங்களை ஒருமுகப்படுத்தி என்னைச் சுற்றியிருக்கும் நபர்களைக் குறித்த சிறுகதைகளை எழுதத் தொடங்கினேன். காவல்காரர்கள் போன்ற பணியாளர்களும், பெலோவின் வீட்டின் எதிர்ப்புறத்திலிருக்கும் வாகனத் திருத்தகத்தினருகில் உணவாக ஏதேனும் கிடைக்குமா என்று தினந்தோறும் காத்திருக்கும் சிறு குழந்தைகளும் எனது கதைகளுக்குக் கருவாக அமைந்தார்கள். அவற்றை எழுதிய

வேளையில், எனது குழந்தை இறந்ததன் பிறகு இவையனைத்தும் அர்த்தமற்றவை என்றும் கூட எனக்குத் தோன்றியது.

இருந்தபோதிலும், அந்தக் கதைகளை ஒரு பதிப்பாளரிடம் கொடுத்து அவரது கருத்தை அறிந்து கொள்ள நான் விரும்பினேன். பெலோவிடம் இதைப் பற்றிக் கூறினால் இவையனைத்தும் பெண்களுடைய வீண்வேலை என்று வேடிக்கையாகப் பேசி கிண்டல் செய்யக் கூடும். அதனால் நான் இதைக் குறித்து எதையும் அவரிடம் கூறவில்லை.

தனது முதலாவது கையெழுத்துப் பிரதியைக் குறித்து என்னிடம் தனது அனுபவத்தைப் பகிர்ந்து கொண்ட நைஜீரியப் பெண் எழுத்தாளர் ஒருவர் எனது நினைவுக்கு வருகிறார். அவர் தனது கையெழுத்துப் பிரதி குறித்து நல்ல தொரு முடிவை பதிப்பாளரிடமிருந்து எதிர்பார்த்து காத்திருந்த வேளையில், அந்தக் கையெழுத்துப் பிரதி மீண்டும் அவருக்கே திரும்பி வந்திருந்தது. எனக்கும் அதே நிலைமை ஏற்பட்டால்?!

நான் எனது பிரதியை எவ்வாறு லாகோஸுக்கோ, கதுனாவுக்கோ அனுப்பி வைப்பேன்? நான் பெலோ ஊடாகத்தான் அதை அனுப்ப வேண்டியிருக்கும். எழுதுவதற்கான காகிதங்களை வாங்கக் கூட நான் அவரிடம்தான் கேட்க வேண்டியிருந்தது. எனது தோழிகளுக்குக் கடிதம் எழுதத்தான் எனக்கு காகிதங்கள் தேவைப்படுகின்றன என்றுதான் அவர் நினைத்துக் கொள்வார். அதனாலேயே நான் எனது வாழ்க்கையில் முதன் முறையாக தனியாக ஓரடி எடுத்து வைக்கத் தொடங்கினேன்.

நான் தனியாக கடைக்குப் போய் வரத் தொடங்கினேன். நகரத்தில் அஹமது பெலோ தெருவின் அழுக்குக் கால்வாய்களிடையே நடந்த நான் அனைத்து இடங்களிலும் பிளாஸ்டிக் பொருட்களையே கண்ணுற்றேன். எமது பாரம்பரிய சுரைக்காய் குடுவைகளும், பாத்திரங்களும் எங்கேயும் காணப்படவில்லை. மற்றுமொரு நாள் யனாயாகான் தெருவில் நடந்த எனக்கு தெருவோரமாக சுற்றி வைக்கப்பட்டிருக்கும் தரைக் கம்பளங்கள் கண்ணில் பட்டன. அவ்வாறான கம்பளத்தில் பகுரா குளத்தருகே பெரியதொரு சுரைக்காய் குடுவையோடு மிதந்து கொண்டிருந்த நபர் பற்றிய கதையை

அந்தக் கம்பளங்கள் எனக்கு ஞாபகமூட்டின. உடனேயே எனது எண்ணங்கள் அங்கு நான் கண்ட அங்கவீனமான குழந்தை மீதும் அந்தப் பெண் மீதும் தாவின.

சூரியன் மறையும் கணத்தில் குளத்தருகே இருந்த அந்த இருண்ட, பயங்கரமான அமைதி நினைவுக்கு வந்ததுமே எனக்கு ஆடை அணிகலன்களையோ, வேறு எந்தப் பொருட் களையுமோ வாங்கும் ஆசை அற்றுப் போனது. நான் புத்தகங்கள் சிலவற்றை மாத்திரம் வாங்கினேன். இருந்தாலும் தேர்ந்தெடுத்து வாங்கும் அளவுக்கு அங்கு புத்தகங்களும் நிறைந்திருக்கவில்லை. கதுனாவுக்கோ, லாகோஸுக்கோ, இபதானுக்கோ போகக் கிடைத்தால் அங்கு நிறைய புத்தகங் களை வாங்க முடியுமாக இருக்கும்.

நான் என்னவெல்லாம் வாங்கினேன் என்று பெலோ என்னிடம் கேட்ட போது நான் புத்தகங்களை வாங்கியதாகக் கூறியதும் அவர் வியப்படைந்தார். அங்கிருக்கும் கடைகள் அனைத்துமே களவாக நாட்டுக்குக் கொண்டு வரப்படும் ஆடைகள் உள்ளிட்ட பல்வேறு பொருட்களால் நிரம்பியவை. அந்தக் கடைகள் ஒன்றுக்கும் பெறுமதியற்ற சிறிய சில்லறைக் கடைகள் போலத்தான் வெளியேயிருந்து பார்க்கும்போது தென்படும். அவற்றின் நடுவே தேங்கியிருக்கும் வடிகான்களில் மனிதக் கழிவுகள் மிதந்து கொண்டிருக்கும். கதுனா நகரத்தி லுள்ள கடைகள் இவற்றுக்கு முற்றிலும் மாற்றமானவை என்று நான் கேள்விப்பட்டிருக்கிறேன்.

இதனிடையே தனது மாமாவுடனும், அத்தையுடனும் கதுனா திருவிழாவுக்குப் போய் வருவோமா என்று கேட்டு ஜஸ்டினா ஒரு கடிதத்தை அனுப்பியிருந்தாள். பெலோ என்ன சொல்வாரோ? ஜஸ்டினாவுடன் போக என்னை அனுமதிப்பாரா? என்னால் யோசித்துக் கூட பார்க்க முடியவில்லை. அவர் அனுமதியளிப்பார்தான். இருந்தாலும் அவரது மூன்றாவது மனைவியான எனக்கு இந்தளவு சௌபாக்கியங்களை அவர் வழங்கியிருக்கும்போதும் நான் அங்குமிங்குமாக அலைந்து கொண்டிருப்பது எதற்காக என்று அவர் நினைக்க வாய்ப்பிருக்கிறது.

எனது சகோதரிகள், குறிப்பாக அஸுமி என்னைப் பார்த்து பொறாமைப்பட்டாள். சகோதரிகளும், உறவினர்

களும் இங்கு வந்திருந்ததோடு, அவர்களை சில நாட்கள் தங்கிப் போகுமாறு நான் கேட்டுக் கொள்வேன் என்று அவர்கள் எதிர்பார்த்தார்கள். ஆனால், பெலோவிடம் அனுமதி கேட்காமல் நான் எவ்வாறு அவர்களைத் தங்கிப் போகச் சொல்ல முடியும்?

கதுனா திருவிழாவுக்குப் போகும் சந்தர்ப்பத்தில் எனது சிறுகதைத் தொகுப்பை ஏதேனும் பதிப்பாளரிடம் கொடுக்கும் வாய்ப்பு கிடைக்கும் என்று நான் கருதினேன். நான் ஒரு போதும் அந்தளவு வெகுதூரம் பயணித்ததேயில்லை. ஆகவே மிகுந்த மகிழ்ச்சியை மனதில் உணர்ந்தேன்.

சில தினங்களுக்குப் பிறகு ஜஸ்டினா, கதுனா திருவிழாவுக்குப் போவதை உறுதிப்படுத்தி தனது அத்தையிடம் ஒரு தகவலை அனுப்பியிருந்தாள். கடைசியில் ஆட்சேபணை எதுவும் தெரிவிக்காமலேயே பெலோ எனக்கு அந்தப் பயணம் போக அனுமதியளித்தார்.

"என்ன மாதிரியான வாகனத்துல போகப் போறீங்க? வழியில அது உடைஞ்சிடாது இல்லையா?" என்று கேட்டார். நான் புன்னகைத்தேன்.

கதுனாவுக்குப் போய் இரண்டு தினங்கள் அங்கு தங்கி வருவதற்கான ஏற்பாட்டை ஜஸ்டினா செய்திருந்தாள். கதுனா திருவிழா போன்ற பெரியதொரு திருவிழாவுக்கு நான் இதுவரை போனதில்லை என்பதாலும், அவ்வளவு காலத்துக்கும் அந்தளவு நீண்ட பயணம் போனதேயில்லை என்பதாலும் எனது மனதில் பெரும் தயக்கமொன்றும் இருந்தது.

மதிய உணவுக்குப் பிறகு அந்தப் பயணம் போக ஏற்பாடாகியிருந்தது. பெலோவுக்கு அன்று காலையில் ஏதோ வியாபார நடவடிக்கை இருப்பதாக அவர் கூறியிருந்தார். விடிகாலையில் சுபஹ் தொழுகையின் பிறகு, ஒரு கோப்பை பால் அருந்திய அவர் காலை உணவாக எதையும் உண்ணவில்லை. விடிகாலையிலேயே ஏதாவது வேலைக்காக அவர் வெளியே கிளம்புவதாக இருந்தால் வழமையாக பால் மாத்திரம்தான் அருந்துவார்.

“இன்னிக்குத்தானே கதுனா திருவிழாவுக்குப் போறாய்? கையில காசிருக்கா?” என்று அவர் போவதற்கு முன்பு திடீரென்று ஞாபகம் வந்தவராகக் கேட்டார்.

“காசில்ல” என்றேன்.

“என்னென்ன வாங்கப் போறாய்? துணிமணிதானே? வேறென்ன வாங்குவாய்?”

“துணிமணியல்ல” என்று அவரை ஏறிட்டுப் பார்க்காமலே கூறினேன்.

“துணிமணியில்லன்னா வேறு என்ன? எனக்கு என்ன வாங்கிட்டு வருவாய்?”

திருவிழாவுக்குப் போகும் சிறுபிள்ளையொன்றிடம் அதன் தந்தை கேட்பது போல என்னிடம் கேட்டார்.

“உங்களுக்கு என்ன வாங்கிட்டு வர வேணும்னு சொல்லுங்க. உங்க காசுலயேதான் அதையெல்லாம் வாங்கிட்டு வர வேண்டியிருக்கும்.”

“எவ்ளோ காசு வேணும்? ஐநூறு போதுமா?”

நான் வாயடைத்துப் போனேன். எனக்கு அந்தளவு பணம் தேவையில்லை.

“அவ்ளோ வேணாம்” என்றேன்.

அவர் பணக் கட்டொன்றை என்னிடம் நீட்டினார். நான் அதை வாங்கிக் கொண்டேன்.

“அல்லாஹ்ட காவல்ல பத்திரமாப் போயிட்டு வா” என்று கூறி புன்னகைத்தவர்,

“எப்பவும் மீதிக் காசை வாங்குறப்ப எண்ணி வாங்கணும், புரியுதா? உள்ளே போய் இதை எண்ணிப் பாரு” என்று கூறி விட்டு வெளியேறினார்.

அவரது கார் மறையும் வரைக்கும் பார்த்துக் கொண்டிருந்த நான் எனது இடது கையில் சுருட்டி வைத்திருந்த நைரா காசுத் தாள் கட்டை விரித்துப் பார்த்தவாறே வீட்டுக்குள்

வந்தேன். அவர் கூறியதாலேயே அதை எண்ணிப் பார்க்கத் தோன்றியது. அதில் ஆயிரம் நைராக்கள் இருந்தன.

எந்தக் காரணமுமில்லாமல் அவர் மீது எனக்கு கவலை தோன்றியது. அவர் நிஜமாகவே என்னைக் காதலிக்கிறாரா? காதல் என்பது என்ன? அது நாட்டுக்கு நாடு வேறுபடுமா? ஆபிரிக்காவை விடுவோம். ஐரோப்பாவிலோ, அமெரிக்கா விலோ, ஆசியாவிலோ அது வேறு விதமாக இருக்குமா?

உண்மையிலேயே பெலோவுக்கு என்னை மகிழ்ச்சியாக வைத்திருப்பதுதான் தேவைப்படுகிறதா? இல்லாவிட்டால் தன்னிடம் வேண்டிய மட்டும் பணம் இருப்பதாகக் காட்டிக் கொள்ளும் உத்தி இதுவா? பணத்தில் சரி பாதியை வீட்டில் வைத்து விட்டு ஐநூறு நைராக்களை மாத்திரம் எடுத்துக் கொண்டு போகலாம் என்று தீர்மானித்தேன்.

நான் அந்தப் பணத்தை வைப்பதற்காக எனது அறைக்குப் போனேன். எனதுள்ளம் முழுவதும் ஏதோவொரு கவலையை உணர்ந்தேன். அத்தோடு நான் ஏதோ குற்றம் செய்தது போன்ற குற்றவுணர்ச்சியும் எனக்குத் தோன்றியது. மறுகணமே என்னுடன் அவரையும் கூட்டிக் கொண்டு போக முடிந்தால் எவ்வளவு நன்றாக இருக்கும் என்றும் எனக்குத் தோன்றியது.

புதிய வீட்டில் குடி புகுந்திருந்த போதிலும் நாங்கள் இருவரும் வெவ்வேறு அறைகளைத்தான் பயன்படுத்திக் கொண்டிருந்தோம். இந்த வீட்டுக்கு வந்ததன் பிறகு, தனது நேரத்தை இந்த வீட்டுக்கும், பாத்திமாவின் வீட்டுக்கும் என வேறுபிரித்து செலவழித்துக் கொண்டிருந்தார். நான் பணத்தை எடுத்துக் கொண்டு அறைக்குள் போன வேளையில் எனது வெஸ்லின் போத்தலானது கண்ணாடி மேசையின் ஒரு ஓரமாக வைக்கப்பட்டிருந்ததைக் கண்டேன்.

இங்கு நாங்கள் எமது கை, கால்களில் வெஸ்லினைத் தடவிக் கொள்ள பழகியிருக்கிறோம். குறிப்பாக, குளிர் காலத்தில் தோல் வரண்டு போகும்போது கட்டாயமாக அதைப் பூச வேண்டியிருக்கும். இன்று விடிகாலையில் பெலோ தனது வெஸ்லின் முடிந்திருப்பதாகக் கூறியவாறு எனது

அறைக்குள் நுழைந்தது ஞாபகமிருக்கிறது. இந்த வீட்டில் எம் இருவரதும் அறைகள் அருகருகேதான் இருக்கின்றன என்றாலும் அவர் எனது அறைக்கு அபூர்வமாகத்தான் வருவார்.

பகலானதும் ஜஸ்டினா, அவளது மாமா, அத்தை ஆகியோரோடு நானும் சிறிய காரொன்றில் கதுனாவுக்குப் புறப்பட்டோம். நான் பெலோவுடன் வந்திருந்தால் இந்தப் பயணம் இன்னும் உல்லாசமானதாக இருந்திருக்கும் என்று எனக்குத் தோன்றியது.

தெருவின் இருமருங்கிலும் ஆங்காங்கே விபத்துகளுக்குள்ளான வாகனப் பாகங்கள் துருப்பிடித்தவாறு கிடப்பதைக் காண முடிந்தது. சில வாகனங்கள் தலைகீழாகப் புரண்டிருந்தன. நாங்கள் பயணிக்கும் காரைப் போன்ற ஒரு கார் விபத்துக்குள்ளாகியிருப்பதைக் கண்ணுற்றதும் இவ்வாறு காருக்குள் சிறைப்பட்டு மரணிக்க நேர்ந்தால் என்று எனதுள்ளம் பயத்தில் படபடத்தது.

நாங்கள் அன்று மாலையில் கதுனாவை அடைந்து ஜஸ்டினாவின் உறவினர் வீடொன்றில் இரவைக் கழித்தோம். மறுநாள் சந்தைக்குப் போனோம். திருவிழா கடைகளிடையே நடந்தோம். எனது கையெழுத்துப் பிரதியை பதிப்பாளர் ஒருவரிடம் கொடுக்கவும் எனக்கு வாய்ப்பு கிடைத்தது. இரண்டு தினங்களின் பின்னர் நாங்கள் சாரியா பிரதேசத்தின் ஊடாக வீட்டுக்கு வரத் தயாரானோம். அவ்வாறு வரும் போது எனக்கு பல்கலைக்கழகத்தையும் காணக் கிடைத்தது.

வழியில் மணற்புயலில் சிக்குண்டதால் எமது பயணம் சற்று தாமதித்தது. பாத்திமாவின் வீடிருந்த பிரதேசம் வழியாகத்தான் நாங்கள் திரும்பி வந்து கொண்டிருந்தோம். ஆகவே பாத்திமாவின் வீட்டுக்குப் போய் வரலாம் என்று தீர்மானித்தோம். நாங்கள் அந்த வீட்டை நோக்கி காரைத் திருப்பும்போதே பெருமளவான ஆட்கள் வீட்டினுள்ளும், வெளியேயும் கூடியிருப்பதைக் காணக் கிடைத்தது.

ஜனங்கள் நிரம்பியிருந்த அந்தக் காட்சியே யாருக்கோ ஏதாவது உடல் நலக் குறைபாடோ, விபத்தோ ஏற்பட்டிருக்கும்

என்று எனக்குத் தோன்றச் செய்தது. அந்த வீட்டிலிருக்கும் பிள்ளைகள்தான் உடனடியாக எனக்கு ஞாபகம் வந்தார்கள். நான் காரிலிருந்து இறங்கி வீட்டுக்குள் நுழையும்போதே எனது தந்தை அங்கிருப்பதைக் கண்டேன்.

"பெலோ மௌத்தாகிட்டார் மகளே. முந்தாநேத்து நடந்த ஆக்ஸிடென்ட்ல அந்த இடத்துலயே மௌத்தாகிட்டார். நேற்றுத்தான் அடக்கம் செஞ்சோம்" என்று அனைத்தையும் எனது தந்தை ஒரே தடவையில் கூறி முடித்தார்.

அதை நம்ப இயலாமல் நான் போய் பாத்திமாவின் அருகில் அமர்ந்து கொண்டேன். அங்கிருந்த அனைவருமே இறைவனைப் பிரார்த்திக் கொண்டிருக்கையில் எனதருகிலிருந்த பாத்திமாவும், எனது தந்தையும், அபூவும், காவல்காரரும் மரணத்தின் நிழல்கள் போல எனக்குத் தென்பட்டார்கள்.

பெலோ இறந்து விட்டார். ஆமாம். இறந்து விட்டார். மேலதிக விபரங்களை அறிந்துகொண்டு இனிமே என்னதான் ஆகப் போகிறது?!

எனது வெஸ்லினைத் தடவிக் கொண்டதற்கும் இதற்கும் ஏதாவது சம்பந்தம் இருக்குமா என்று யோசித்தேன். அவ் வாறு யோசிப்பது கூட வேடிக்கையானதுதான். அவ்வேளை யில் எனது தலைவெடிக்கப் போவது போல உணர்ந்தேன்.

நொருங்கிப் போன வாகனம், சுருண்டு வளைந்த உலோகத் துண்டுகள், பெற்றோலில் நனைந்த வாகனத் துண்டுகள், வெஸ்லின் தடவிய கை, கால்கள், ஒன்றாகப் பிணைந்த தொப்புள்கொடிகள் ஆகியவை என்னைச் சுற்றி வளைத்துப் பிணைந்து என்னை மேலும் இறுக்கத் தொடங்கின. குழந்தையையும், பெலோவையும் இறப்பின் ஏதோ மாய விகாரங்களே மரணத்தை நோக்கி இட்டுச் சென்றிருக்கின்றன.

"அடக்குறதுக்கு முன்னாடி ஏன் என்கிட்ட சொல்லல?" என்று நான் கோபத்தோடு கதறியழுதேன்.

"அப்படி எப்படி சொல்ல முடியும்? நாங்க முஸ்லிம்கள். இருபத்து நாலு மணித்தியாலத்துக்கு முன்னாடி மையத்தை அடக்கிடணும்."

"அடுத்தது, நீங்க கதுனால எங்க இருக்கீங்கன்னு எங்களுக்கு எப்படித் தெரியும்?"

இவ்வாறாக பல குரல்கள் எழுந்தன. அதைக் குறித்து இந்தளவு ஆவேசமாகக் கேள்வி கேட்க எனக்கு என்ன உரிமை இருக்கிறது? போயும் போயும் சாதாரணப் பெண்ணொருத்தி நான். அடுத்தது, நான் மூன்றாவது மனைவி. என்னிடம் அதையெல்லாம் ஏன் தெரிவிக்க வேண்டும்?

"இங்கேயே தங்கிடு தங்கச்சி. புதிய வீட்டுக்குப் போகத் தேவையில்ல" என்று பாத்திமா என்னிடம் கூறினாள்.

அவரது மனைவியாக நான் அங்கு மதிக்கப்படவில்லை என்று எனக்குத் தோன்றியதிலிருந்தே நான் அங்கு ஒரு கணம் கூட இருக்க விரும்பவில்லை. நகரத்துக்குப் போக வேண்டும் என்று நான் உறுதியாகக் கூறிக் கொண்டிருந்தேன். எனது தாயும், தந்தையும் என்னுடன் வந்தார்கள். ஜஸ்டினாவும் அவர்களுடன் கூடவே வந்தாள். அவள் என்னுடன் தங்க எப்படி மனதைத் தயார்படுத்திக் கொண்டாள் என்று எனக்குத் தெரியவில்லை.

மரணத்தின் அந்தகாரத்தை எடுத்துக் கொண்டு அவர்களோடு எனது புதிய வீட்டுக்கு வந்துகொண்டிருந்த விதத்தை என்னால் யோசித்துக் கூட பார்க்க முடியவில்லை. மூன்றாம் பிறை மெதுவாக உதித்துக் கொண்டிருந்தது. எனது தாய்க்கும், ஜஸ்டினாவுக்கும் நடுவே அமர்ந்திருந்த எனக்கு தாயின் குரல் இடைவிடாமல் கேட்டுக் கொண்டேயிருந்தது.

"பேச்சை நிப்பாட்டுங்களேன் உம்மா" என்று கதறியழ வேண்டும் போலிருந்ததால் தாயிடம் கூற முற்பட்டேன். என்றாலும், எனது வாயிலிருந்து ஒரு வார்த்தை கூட வெளியே வரவில்லை. கதறுவதும், அழுவதும் எனது மனதின் ஆழத்துக்குள் புதையுண்டு கிடந்தன.

புதிய வீட்டுக்கு வந்ததன் பிறகு ஜஸ்டினா, எனக்கு உறக்கம் வருவதற்காக இரண்டு மாத்திரைகளைக் கொண்டு வந்து தந்தாள். மாத்திரைகளை அருந்தி விட்டு கட்டிலில் படுத்திருந்த நான் அங்குமிங்குமாக புரண்டு கொண்டிருந்தேன். எந்தக் காரணமுமில்லாமல் எனக்கு திருவிழாவிலிருந்த

மெரிகோரவுண்ட் ஞாபகம் வந்தது. நான் அங்குதான் முதன் முதலாக மெரிகோரவுண்டைக் கண்டிருந்தேன். அறையில் மின்விளக்குகள் அனைத்தும் சுழலத் தொடங்கியதோடு எனது பார்வை வெஸ்லின் போத்தல் மீது நிலைத்து நின்றது. பெலோ அதை என்னிடமிருந்து கேட்டு வாங்கிக் கொண்டமை எனது வருங்காலத்தையும் சேர்த்து வாங்கிக் கொண்டது போல எனக்குத் தோன்றியது. அதன் மூடி கூட ஏதோ அவசரத்தில் ஒழுங்காக மூடப்படவில்லை. அனைத்தையும் போர்த்தி மூடியவாறு மெரிகோரவுண்ட் என்னைச் சுற்றி வர சுழல்கிறது. அமீனா... பாத்திமா... நான்...

சூரியன் உதித்து மேலே எழுந்து வருகையில் நான் உறக்கத்திலிருந்து விழித்துக் கொண்ட போதிலும், ஏதோ மயக்கத்திலிருப்பவள் போல அப்படியே கிடந்தேன். எனது தாயாரினதும், ஜஸ்டினாவினதும் குரல்கள் சமையலறையிலிருந்து கேட்டன.

நான் ஒரு கனவைக் கண்டிருந்தேன். ஒரு குழப்பமான கனவு அது. விக்டரும், நானும், பெலோவும், அங்கவீனமான குழந்தையொன்றோடு மெரிகோரவுண்டில் ஏறியிருந்தோம். மறுகணமே அதிலிருந்து இறங்கி விட நான் முயன்றபோதும் எனது கால்கள் தரையை எட்டவில்லை. உடனே அந்த இடத்திலேயே ஒன்று கூடிய ஜனங்கள் அல்லாஹ்வைத் தொழத் தொடங்கினார்கள். அவர்களது தொழுகை ஓசையானது காதைச் செவிடாக்கும் அளவுக்கு இரைச்சலாக இருந்தது.

பலதரப்பட்ட எண்ணங்கள் எனக்குள் நிறைந்து என்னை நிஜ உலகுக்கு அழைத்து வந்தபோது எனக்குள் ஏதோ ஒரு தெளிவு ஏற்படத் தொடங்கியிருந்தது.

பெலோ இறந்து விட்டார். நான் இன்னும் உயிரோடு இருக்கிறேன். நான் இங்கு இருக்கிறேன். அவர் போய் விட்டார். ஒன்றாகப் பிணைந்திருந்த எமதுடல்கள் வேறாகியிருக்கின்றன.

படபடப்பாக உணர்ந்த நான் எனது கைகளால் தலையைப் பிடித்துக் கொண்டேன். எனது தேகத்துடன் ஒன்றாகக் கலந்த அவருடைய உடல் இப்போது சிதைவடையத் தொடங்கி

யிருக்கும். எனது உடல் சிலிர்த்ததோடு நான் அந்த யோசனை யிலிருந்து விடுபட முயற்சித்தேன்.

இனி நான் எப்படி வாழ்க்கையைக் கொண்டு செல்வேன்? என்னிடமுள்ள ஐநூறு நைராக்களைக் குறித்து யோசித்துப் பார்த்தேன். அது மாத்திரம்தான் இப்போது என்னிடம் இருக்கிறது. நான்கு மாதங்களும், பத்து நாட்களும் என இனி வரும் இத்தா காலத்தையும் அந்த வீட்டுக்குள் அடைபட்டு நான் கழிக்க வேண்டியிருக்கிறது. பாடசாலைக் காலத்தில் நாட்களை விரல் விட்டு எண்ணி எண்ணி விடுமுறைக்காகக் காத்திருப்பது போல, நான் அந்த இத்தாக் காலம் எப்போது முடியும் என்று எண்ணிப் பார்க்க முயற்சித்தேன். அதன் பிறகுதான் நான் என்ன செய்ய வேண்டும் என்பது குறித்து யோசிக்க வேண்டும். நான் கண்களைத் தொடர்ந்தும் மூடிய வாறே படுத்திருந்தேன்.

யாராவது என்னைப் பார்க்க வந்தால், நான் உறங்கி விட்டதாக நினைத்துக் கொள்ளட்டும் என்று எனக்கு நானே கூறிக் கொண்டேன்.

கட்டிலின் மறுபுறமாகப் புரண்டு படுத்த வேளையில் எனக்கு கை மணிக்கட்டு வலித்தது. திடீரென்று ஏற்பட்ட அந்த வலியின் காரணமாக நான் பெலோவின் காரில் இருப்பது போல உணர்ந்தேன். பெலோ காரை ஓட்டிக் கொண்டிருக்கிறார். அலேருவிலிருந்து நாங்கள் திரும்பி வந்து கொண்டிருக்கிறோம்.

“ரொம்ப வலிக்குதா?” என்று கேட்கிறார். என்னால் எனது மனதை அடக்க முடியவில்லை. நான் கதறியழுதேன். நான் பெலோவுக்காகவா அழுதேன்? இல்லை, எனக்காகவா? இல்லாவிட்டால் இவ்வாறு நடந்ததற்காகவா? இல்லா விட்டால் இன்னும் நடக்காத ஒன்றிற்காகவா அல்லது இனி நடக்கப் போவதற்கா?

●

நாட்கள் கழிந்ததோடு பல விடயங்களும் நடைபெற்றுக் கொண்டிருந்தன. அவை அனைத்துமே நான் எதிர்பார்த் திருக்காத விடயங்களல்ல.

எனது இத்தாக் காலம் முடிந்து ஐந்து நாட்கள் கழிந்ததும் பெலோவின் தம்பியும், தந்தையும் எமது வீட்டுக்கு வந்தார்கள். அந்த வீட்டிலிருந்த தொலைக்காட்சிக்கும், இன்னும் சில பொருட்களுக்கும் உரிமை கோரியவாறுதான் அவர்கள் வந்திருந்தார்கள். தாம் தவறு செய்து கொண்டிருக்கிறோம் என்ற குற்றவுணர்ச்சி கூட அவர்களிடம் இருந்ததா என்று தெரியவில்லை.

அவர் தனது அண்ணனைக் குறித்து சிறிது நேரம் பேசிக் கொண்டிருந்தார். என்னை அந்த வீட்டிலிருந்து வெளியேற்றத்தான் அவர்கள் கொஞ்சம் கொஞ்சமாக முற்படுகிறார்கள் என்பது எனக்கு விளங்கியது. அவர்கள் புறப்பட்டுப் போகும் போது தொலைக்காட்சியையும், வீட்டு சாதனப் பொருட்கள் சிலவற்றையும், பெலோவுக்குச் சொந்தமான சின்னச் சின்னப் பொருட்களையும் கையோடு எடுத்துக் கொண்டு போனார்கள். இவை எதற்கும் எனக்கும் எவ்வித சம்பந்தமும் கிடையாது என்பது போல நான் வெறுமனே அவர்களைப் பார்த்துக் கொண்டிருந்தேன்.

இரண்டு தினங்கள் கழிந்ததன் பிறகு, நான் ஒருபோதும் எதிர்பார்த்திராத சம்பவமொன்று நடந்தது. பெலோவின் மூத்த மகன் மீண்டும் தொலைக்காட்சியை எடுத்துக் கொண்டு எனது வீட்டுக்கு வந்து என்னிடம் இவ்வாறெல்லாம் நடந்ததற்காக மன்னிப்புக் கேட்டார். அவர் இதைக் குறித்து எவ்வாறு கேள்விப்பட்டிருப்பார் என்பது எனக்குத் தெரியவில்லை.

எனக்குள் அவரைக் குறித்த நன்றியுணர்வு தோன்றியது. அவர் மிகவும் மன உளைச்சலுக்கு ஆளாகியிருப்பது தெரிந்தது. அவர் கூற வந்ததில் பாதியையேனும் கூற முடியாமல் திக்கித் திணறினார். அவர்களிடமிருந்து தொலைக்காட்சியைத் திரும்பப் பெற்றுக் கொள்ள அவரும் மிகவும் போராடியிருக்கக் கூடும்.

நான் இந்த வீட்டை விட்டுப் போய் விட வேண்டும் என்ற கட்டளை எந்தக் கணத்தில் வருமோ என்று யோசிக்கத் தொடங்கினேன். ஒருவரின் மரணத்திற்குப் பிறகு அவரது சொத்துகளுடைய உரிமை எவ்வாறு பங்கிடப்பட வேண்டும்

என்பது குறித்து நான் எதையும் அறிந்திருக்கவில்லை. இப் போதும் கூட அதைக் குறித்து எனக்கு எதுவுமே தெரியவில்லை. லாகோஸிலுள்ள பெண் வழக்கறிஞர் ஒருவர் ஆற்றிய உரை யும், பத்திரிகையில் வாசித்த செய்தியொன்றும் அவ்வேளையில் எனக்கு ஞாபகம் வந்தன. அவற்றில் குறிப்பிடப்பட்டிருந்தது ஒன்றே ஒன்றுதான். ஒரு விதவைப் பெண்ணுக்கு இறுதியில் எஞ்சுவது கணவனின் ஊன்றுகோல் மாத்திரமே.

என்னைக் கூடிய விரைவில் வேறொருவருக்குச் சொந்த மாக்க இவர்கள் எதிர்பார்த்துக் கொண்டிருக்கக் கூடும். இந்த வீட்டைச் சொந்தமாக்கிக் கொள்ளும் எண்ணத்தை மனதுக் குள் ஒளித்து வைத்துக் கொண்டு பெலோவின் தம்பி பேசிக் கொண்டிருந்தது இப்போதும் எனது காதில் ஒலிப்பது போல உணர்கிறேன்.

"உங்களுக்கு வேண்டியளவு காலம் இங்கேயே இருங்க" என்று தொலைக்காட்சியை மீண்டும் எடுத்துக் கொண்டு வந்திருந்த பெலோவின் மகன் கூறியிருந்தார். அவர் சில நைரோக்கள் பணத்தையும் என்னிடம் தந்தார்.

"இப்பன்னா என்கிட்ட செலவுக்குக் கொஞ்சம் காசிருக்கு" என்று நான் கூறிய போதிலும், அவரது அன்பளிப்பை மறுக்கும் நிலைமையில் நான் இருக்கவில்லை. நான் அந்த உதவியை நேரடியாக மறுத்தால் எனது தந்தையிடம் தங்கி யிருக்க வேண்டிய நிலைமை எனக்கு ஏற்படும். இருந்தாலும், வாரத்துக்கு ஒரு தடவையோ, மாதத்துக்கு ஒரு தடவையோ பணத்துக்காக இவரது வருகையை எதிர்பார்த்துக் காத்துக் கொண்டிருக்கவும் முடியாது. இவரும் அதைக் குறித்து நன்றாக அறிந்திருக்கக் கூடும்.

"காவல்காரரை வாப்பாட கடைக்கு அனுப்பி வச்சீங் கன்னா காசு கொடுத்தனுப்புவேன்" என்றவர் மறுகணமே,

"இல்லேன்னா பேங்க் அக்கவுண்ட் ஒண்ணு தொறந்துடுங்க. உங்களுக்குத் தேவைப்படுற நேரத்துல காசு எடுத்துக்கலாம். நானும் தொடர்ந்து காசைப் போட்டுட்டிருக்கலாம்."

"எனக்கு அதைப் பற்றி ஒண்ணுமே தெரியாதே. நான் பேங்குக்கெல்லாம் போனதேயில்ல" என்றேன்.

எனது வார்த்தைகளைக் கேட்டவர் சிரித்தார்.

“ஒரு நாள் போனீங்கன்னா எல்லாத்தையும் தானா கத்துக்குவீங்க” என்றார்.

“நான் போகப் பார்க்குறேன்.”

“என்னோட சாச்சாமார் வந்தா ஒண்ணுமே கொடுக்க வேணாம்” என்று புறப்படத் தயாரான வேளையில் என்னிடம் கூறினார்.

பெலோவின் தம்பிகள் இதைக் கேள்விப்பட்டால் இவரைக் கடுமையாக எதிர்க்கக் கூடும். இப்போதே இவை அனைத்தையும் காவல்காரரர் கேட்டுக் கொண்டிருக்கிறார்.

பெலோவின் இந்த மூத்த மகனிடம், பெலோவின் காருண்ய உணர்வு அனைத்தும் முழுமையாக அப்படியே வந்திருக்கிறது என்று எனக்குத் தோன்றியது. ஒரே தலைமுறையைச் சேர்ந்த நாங்கள் தாயும், மகனுமாக சந்திக்க நேர்ந்திருக்கிறது. தோற்றத் திலும் கூட அவர் பெலோவையே ஒத்திருக்கிறார். எனக்குள் மறைந்திருந்த கவலை மீண்டும் புதுப்பிக்கப்பட்டது. பெலோவை இழந்திருக்கும் எனக்கு முழு உலகத்தையுமே இழந்திருப்பது போல அன்று தோன்றியது.

அன்று நள்ளிரவு கடந்தும் உறக்கம் என்னருகில் கூட வரவேயில்லை. நான் படுக்கையறையின் விசாலமான ஜன்னலருகே அமர்ந்திருந்தேன். பழைய வீட்டில் மிகவும் உயரத்திலிருந்த சதுரச் சாளரத்துக்கு அது முற்றிலும் மாற்ற மானதாக இருக்கிறது. பௌர்ணமி நிலவு காய்ந்து கொண்டிருந்த இரவு அது. நட்சத்திரங்களும் கூட பெருமளவில் ஆகாயம் முழுவதும் பரந்திருந்தன.

எனதுள்ளம் தாங்க முடியாத அளவுக்குக் குழம்பியிருந்தது. என்னைக் குறித்தும், எனது எதிர்காலத்தைக் குறித்தும் ஒரு தீர்மானத்தை எட்டிக் கொண்டிருந்தேன் நான். எனது இந்தக் குறுகிய வாழ்க்கை முழுவதும் நிறைய விடயங்கள் நடந்து விட்டிருக்கின்றன. என்றாலும், இந்த நிலைமைக்கு நான் தற்செயலாகத்தானே ஆளாகியிருக்கிறேன். பெலோவின் மரணத்துக்குப் பிறகு இனிவரும் அனைத்துக் கணங்களிலும் இது எனது மனதின் ஆழத்தில் மறைந்திருந்திருக்கக் கூடும்.

மறுநாள் பகல் வேளையில் நான் ஓய்வெடுத்துக் கொண்டிருக்கையில் யாரோ ஒருவர் என்னைச் சந்திக்க வந்திருக்கும் தகவல் கிடைத்தது. எனது தங்கை அஸூம் அந்தச் சமயத்தில் எனது வீட்டிலிருந்தாள். பெரியதொரு காரில் வந்திருந்த அவர் ஒரு ஹாஜியார் என்று அவள் கூறினாள். காவல்காரர் வந்து அவர் என்னைத்தான் காண வந்திருப்பதாகக் கூறினார்.

வரவேற்பறைக்கு வந்த எனக்கு அவர், பெலோவின் வியாபாரத் தோழர்களில் ஒருவரான அப்துல் காசிம் என்பது புரிந்தது. அவர் பெரிய கோடீஸ்வரர்களில் ஒருவர் என்பதை நான் அறிந்திருந்தேன். அது எப்படியிருந்தாலும், அவரது கையில் கட்டியிருந்த அகலமான தங்கக் கடிகாரமும், விரல்களில் போட்டிருந்த கனத்த தங்க மோதிரங்களும், அணிந்திருந்த விலைமதிப்பு மிக்க ஆடைகளும் அவரது சொத்துகளின் அளவைக் காட்டிக் கொண்டிருந்தன. செல்வந்த வர்த்தகர்களின் தோற்றத்தைக் கண்முன்னே காட்டிக் கொண்டிருந்தார் அவர். என்னதான் பெலோவும் பணக்காரராக இருந்த போதிலும் இந்தளவு ஆடம்பரம் அவரிடமிருக்கவில்லை.

அவர் பேசத் தொடங்கியதுமே என்ன பேச வருகிறார் என்பது எனக்குப் புரிந்தது. எலி செத்த வாடையைக் குறித்து புதிதாக ஒன்றும் விளக்கத் தேவையில்லையே. அவர் கூறியதைச் சுருக்கமாகக் கூறுவதாக இருந்தால், அது ஒரு திருமண ஆலோசனை. அவர் ஆலோசனையோடு மாத்திரமல்லாமல், நான் அதை நிச்சயமாக ஏற்றுக் கொள்வேன் என்ற உறுதியான நம்பிக்கையோடு வந்திருந்தார்.

‘ஐயோ ஏழைப் பெண்ணொருத்தியான இவளை எப்போது இந்த வீட்டிலிருந்து வெளியே துரத்தி விடுவார்களோ தெரியாது’ என்று கருதிய அவர் எனக்கு பெறுமதியான ஆடை அணிகலன்கள், வாகனங்களோடு நவீன பாணியிலான எல்லா வசதிகளையும் கொண்ட வீடொன்றையும் தருவதற்கு முன்வந்திருந்தார். இப்போது அவருக்கு நான்கு மனைவிமார் மாத்திரமே இருக்கிறார்களாம். மேலுமொருத்திக்கு அவரிடம் இடமிருக்கிறதாம்.

நான் அழகான விலைமதிப்பான ஆடையணிந்து, நிறைய பணத்தையும் கையோடு எடுத்துக் கொண்டு எனக்குத் தேவையான பொருட்களை வாங்கி வரப் போவது எனது மனதில் தோன்றியது. மறுகணமே தலையைச் சிலுப்பிக் கொண்டேன். அவர் என் முன்னால் அமர்ந்திருந்தார்.

எனது மறுப்பைத் தெரிவிக்க நான் உள்ளுக்குள் காரணத்தைத் தேடிக் கொண்டிருந்தேன். நேரடியாக முடியாது என்று கூறினால் அவர் மீண்டும், மீண்டும் வெவ்வேறு வழிகளில் முயற்சித்து என்னை வெட்கத்துக்குள்ளாக்கக் கூடும்.

"ரொம்ப நன்றி. நிஜமாவே உங்களுக்கு ரொம்ப நன்றி. எனக்கு திரும்ப கல்யாணம் பண்ணிக்குற எண்ணமேயில்ல. நான் யூனிவர்சிட்டிக்குப் படிக்கப் போகப் போறேன்" என்றேன்.

என்னுடைய இந்த எண்ணம் வெற்றியளித்தால் வருங்காலத்தில் எனக்கு மற்றுமொரு ஆணிடம் அடைக்கலம் தேடாமல் வாழ்க்கையைக் கொண்டு செல்ல வழி கிடைக்கக் கூடும். ●

குறிப்புகள்